மணிக்கொடி மரபும் பாரதிதாசனும்

மணிக்கொடி மரபும் பாரதிதாசனும்
ய. மணிகண்டன்

நவீனத் தமிழ் இலக்கிய வரலாற்றின் தொடக்கப் புள்ளிகளுள் ஒன்றான 'மணிக்கொடி'க்கும், 'சுயமரியாதை இயக்கத்தின் ஒப்பற்ற கவிஞர்' எனப் பெரியாரால் போற்றப்பட்ட பாரதிதாசனுக்கும் இடையில் விதந்துரைக்கத்தக்க தொடர்பு இருந்திருக்கின்றது. மணிக்கொடி மரபின் முதன்மையான படைப்பாளிகளான புதுமைப்பித்தன், ந. பிச்சமூர்த்தி, கு.ப.ரா., க.நா.சு., சி.சு. செல்லப்பா முதலியோருக்கும் பாரதிதாசனுக்கும் இடையிலும் குறிப்பிடத்தக்க நிலைகளில் தொடர்புகள் இருந்திருக்கின்றன. எனினும் இவை உரிய கவனத்தைப் பெறவில்லை.

மணிக்கொடிக்கும் மணிக்கொடி மரபின் முதன்மையான படைப்பாளி களுக்கும் பாரதிதாசனுக்கும் இடையிலான உறவினைத் துலக்கிக் காட்டும் இந்நூல் பல புதிய, அரிய ஆதாரங்களுடன் அமைந்துள்ளது.

ய. மணிகண்டன் (பி. 1965)

தமிழ் யாப்பியல், சுவடிப்பதிப்பியல், பாரதியியல், பாரதிதாசனியல் ஆகிய களங்களில் குறிப்பிடத்தக்க பங்களிப்புகளை நிகழ்த்தியுள்ள முனைவர் ய.மணிகண்டன் தஞ்சை சரசுவதி மகால் நூலகத் தமிழ்த் துறையில் பத்தாண்டுகளுக்கும்மேல் பணியாற்றியவர்; சென்னைப் பல்கலைக்கழகத் தமிழிலக்கியத் துறையில் பன்னிரண்டு ஆண்டுகளாகப் பணியாற்றி வருபவர். 'தமிழில் யாப்பிலக்கண வளர்ச்சி', 'நேரிசை வெண்பா இலக்கியக் களஞ்சியம்', 'பாரதிதாசன் யாப்பியல்', 'பாரதிதாசனின் அரிய படைப்புகள்', 'பாரதிதாசன் இலக்கியம்: அறியப்படாத படைப்புகள்', 'மகாகவி பாரதியும் சங்க இலக்கியமும்', 'ந. பிச்சமூர்த்தி கட்டுரைகள்', 'பாரதியியல்: கவனம்பெறாத உண்மைகள்' உள்ளிட்ட முப்பதிற்கும் மேற்பட்ட நூல்களை ஆக்கியவர்.

ய. மணிகண்டன்

மணிக்கொடி மரபும் பாரதிதாசனும்

காலச்சுவடு பதிப்பகம்

மணிக்கொடி மரபும் பாரதிதாசனும் ♦ ஆய்வுநூல் ♦ ஆசிரியர்: ய.மணிகண்டன் ♦
© ய. மணிகண்டன் ♦ முதல் பதிப்பு: அக்டோபர் 2014, மூன்றாம் (குறும்)
பதிப்பு: டிசம்பர் 2017 ♦ வெளியீடு: காலச்சுவடு பப்ளிகேஷன்ஸ் (பி)
லிட்., 669, கே.பி. சாலை, நாகர்கோவில் 629001

maNikkoTi marapum baaratitaacanum ♦ Research monograph on
Bharatidasan and *Manikodi* ♦ Ya. Manikandan ♦ © Ya. Manikandan ♦
Language: Tamil ♦ First Edition: October 2014, Third (Short)
Edition: December 2017 ♦ Size: Demy 1 x 8 ♦ Paper: 18.6 kg maplitho
♦ Pages: 224

Published by Kalachuvadu Publications Pvt. Ltd., 669, K.P. Road,
Nagercoil 629001, India ♦ Phone: 91-4652-278525 ♦ e-mail: publications
@kalachuvadu.com ♦ Printed at: Compuprint Premier Design House,
Chennai 600086

ISBN: 978-93-82033-34-9

12/2017/S.No.589, kcp 1977, 18.6 (3) OLL

கைம்மாறு கருதாத
என் பேராசிரியப் பெருந்தகை
அறிஞர் **பொற்கோவின்**
பேருள்ளத்திற்கு...

உள்ளடக்கம்

முன்னுரை 11

1. பாரதிதாசனும் மணிக்கொடியும் 27
2. பாரதிதாசனும் மணிக்கொடி மூலவர்களும் 41
3. பாரதிதாசனும் புதுமைப்பித்தனும் 74
4. பாரதிதாசனும் ந. பிச்சமூர்த்தியும் 94
5. பாரதிதாசனும் க.நா.சு.வும் 109
6. பாரதிதாசனும் சி.சு. செல்லப்பாவும் 119

பிற்சேர்க்கைகள் 137

   1. மணிக்கொடியில் பாரதிதாசன் கவிதைகள் 139
   2. தற்காலத் தமிழ்க் கவிகள்: ந. பிச்சமூர்த்தி 161
   3. பாரதிதாஸன் கவிதைகள்: வ.ரா. 175
   4. பாரதிதாஸன்: கே. ஸ்வாமிநாதன் 178
   5. பாரதிதாஸன் கவிதைகள்: கு.ப.ரா. 185
   6. பாரதிதாசன் பற்றிப் புதுமைப்பித்தன் 190
   7. பாரதிதாசன் கவிதைகள்: க.நா.சு. 210
   8. பாரதிக்குப் பின் பாரதிதாசன்: சி.சு. செல்லப்பா 216

துணைநூற்பட்டியல் 219

முன்னுரை

மறுமலர்ச்சித் தமிழ் இலக்கிய வரலாற்றிற்குப் பெரும் பங்களிப்பை வழங்கிய முதன்மையான இதழ்களுள் குறிப்பிடத்தக்கது 'மணிக்கொடி'. இருபதாம் நூற்றாண்டுத் தமிழ்க் கவிதை வரலாற்றில் மகாகவி பாரதியை அடுத்த பெருங்கவிஞர் பாரதிதாசன். "நவீன தமிழிலக்கிய வரலாற்றின் முக்கியக் குவிமுனைகளிலொன்று" (*நவீனத்துவம்– தமிழ்– பின்நவீனத்துவம்*, ப. 122) என மதிப்பிடப்படும் மணிக்கொடி இதழிற்கும், சுயமரியாதை இயக்க, திராவிட இயக்கக் கவியாக வரலாற்றில் இடம்பெற்றுவிட்ட பாரதிதாசனுக்கும் விதந்துரைக்கத் தக்க நிலையில் தொடர்புகள் இருந்திருக்கின்றன. எனினும் இந்த உண்மை தமிழுலகில் போதுமான கவனத்தைப் பெறவில்லை. இது மட்டுமன்று; பாரதிதாசனுக்கும் மணிக்கொடி மரபின் முதன்மையான படைப்பாளிகளான புதுமைப்பித்தன், ந. பிச்சமூர்த்தி, கு.ப.ரா., க.நா.சு., சி.சு. செல்லப்பா ஆகியோருக்கும் இடையிலான தொடர்பும் உரிய கவனம் பெறவில்லை. ஒளிபெற வேண்டிய இக்களத்தைத் துலக்கிக்காட்டும் வண்ணம் இந்நூல் மலர்கின்றது.

~

இருபதாம் நூற்றாண்டுத் தமிழ் இதழ்களின் வரலாற்றிலும், மறுமலர்ச்சித் தமிழ் இலக்கிய வரலாற்றில், குறிப்பாகச் சிறுகதை இலக்கிய வரலாற்றிலும் 'மணிக்கொடி' ஒரு முன்னோடி

முயற்சியாக, தொடக்கப்புள்ளியாக, ஒரு தனித்த அடையாளமாக நிலைபெற்றுவிட்டது. இந்திய விடுதலை, சமூக சீர்திருத்தம், தமிழ் இலக்கிய மறுமலர்ச்சி என்பனவற்றை முதன்மையான நோக்கங்களாகக் கொண்டு 1933இல் மணிக்கொடி தோற்றம் பெற்றது. இதழுலகில் பாரதியும் வ.வே.சு. ஐயரும் ஆற்றிய பணிகளைத் தொடரும் எண்ணத்திலும் இது வடிவங்கொண்டது. மணிக்கொடியின் இலட்சியங்களை, நோக்கங்களை அதன் நிறுவன ஆசிரியர் கு. சீனிவாசன்,

> பரந்த ஆசையில் பிறந்தது "மணிக்கொடி". இந்திய விடுதலை, பாரதமாதாவின் விசுவரூபம், உலக வரலாற்றின் ஏட்டுத் திருப்பம், மானுடம் ஓங்கி தெய்வீக எல்லையைக் கிட்டும் பேரெழுச்சி, கலி மறைந்து கிருதயுகம் தோன்றும் வைகறை என்ற மனக்காட்சிகளின் மோகனக் கவர்ச்சியில் முளைத்தது. ராம்மோஹன்ராய், ரிஷி தயானந்த், விவேகாநந்த், அரவிந்த கோஷ், திலக், ரவீந்திரநாத், காந்தியடிகள் முதலியவர்கள் கொண்டிருந்த குறிக்கோள்கள், காட்டிய நெறிகள், வகுத்த முறைகள், இரும்பைக் காந்தம் இழுப்பது போல், இளமனங்களை ஈர்த்த காலம். அவைகளையே 'மணிக்கொடி' தனது ஸங்கல்பமாக ஏற்றுக்கொண்டது. பாரதியாரின் 'இந்தியா' பத்திரிகையும் வ.வே.சு. அய்யரின் 'பால பாரதி'யும் தொட்டுவிட்டுப் போன பணியைத் தொடர்ந்து நடத்த வேண்டும் என்பது அவா.
>
> ஸங்கல்பம் தீர்க்கமானதாக இருந்தாலும் திறனோ வளர்ச்சியோ அதற்குத் தக்கதாக இல்லை, தன் பணியில் ஒரு பகுதியாக வகுத்துக்கொண்ட இலக்கியச் சோலையிலேதான் 'மணிக்கொடி' பின்னால் வளங் கண்டது
>
> *(பி.எஸ். ராமையா மணிமலர்,* ப. 14)

என விவரித்திருந்தார்.

நடைமுறையில் இத்தனை இலட்சியங்களோடும் மணிக்கொடியைத் தொடர இயலவில்லை. இதழ் நோக்கங்களுள் ஒன்றான தமிழிலக்கிய மறுமலர்ச்சியையே, இதழ் அமைப்பின் ஒரு பகுதியாகிய 'இலக்கியச் சோலை'யின் விரிவாக்கத்தையே பின்னாளில் மணிக்கொடி தனது முதன்மைமுகமாகக் கொண்டு தமிழுலகில் வலம் வந்தது.

கு. சீனிவாசனின் எண்ணத்தில் கருக்கொண்ட இதழ் வ.ரா., டி.எஸ். சொக்கலிங்கம் ஆகியோருடன் இணைந்த முயற்சியில் உருக்கொண்டது.

*17.09.1933*இல் தொடங்கிய இதழின் பயணம் மூன்று கட்டங்களைப் பெற்று *01.08.1939*இல் நிறைவுபெற்றது. முதற் கட்டத்தின் பெரும்பான்மைக் காலம் பெயர் பொறிக்கப்படாத ஆசிரியராக வ.ரா. விளங்கினார். இரண்டாம் கட்டத்தில் சில காலம் பெயர் பொறிக்கப்படாமலும் சில காலம் 'நிர்வாக ஆசிரியர்' எனப் பெயர் பொறிக்கப்பட்டும் பி.எஸ். ராமையா ஆசிரியராக விளங்கினார். மூன்றாம் கட்டத்தில் ப. ராமஸ்வாமி ஆசிரியராக (வெளியீட்டு விவர நிலையில் பெயர் சுட்டப்பட்டு) விளங்கினார். இதழ் வரலாற்றில் பெரும்பாலும் சொக்கலிங்கம் நிருவாகத்தைக் கவனித்துக் கொண்டிருக்கிறார். 'ஆசிரியர்: கே. ஸ்ரீனிவாசன்/ கே. ஸ்ரீநிவாசன்' எனப் பொறிக்கப்பட்டே மூன்று கட்டங்களிலும் இதழ்கள் வெளிவந்தன.

ஐம்பதுகளில் ராமையா பெயரில் மீண்டும் மணிக்கொடி வெளிவந்தது. நான்கு இதழ்களே வெளிவந்தன.

முதற்கட்ட இதழ்கள் வார வெளியீடுகளாகவும், இரண்டாம் மூன்றாம்கட்ட இதழ்கள் மாதமிருமுறை வெளியீடுகளாகவும் அமைந்தன. மூன்றாம்கட்ட இதழ்கள் வார வெளியீடுகளாகவும் குறிப்பிட்ட முறை வெளிவந்திருக்கின்றன. முதற்கட்ட இதழ்கள் அரசியல், சமூகம், தமிழ் இலக்கியம் (சிறுகதை, கவிதை, கட்டுரை, விமர்சனம் உள்ளிட்டவை) எனப் பன்முகம் கொண்டு விளங்கின. இரண்டாம்கட்ட இதழ்கள் சிறுகதை இலக்கியத்தை மையமிட்டும், விமர்சனக் கட்டுரைகள், சிற்சில கவிதைகள் முதலியன இடம்பெறவும் வெளிவந்தன. மூன்றாம்கட்ட இதழ்களில் சிறுகதை, கவிதை, இலக்கியக் கட்டுரைகள் முதலியன இடம்பெற்றன. தொடக்க கால இதழ்கள் 'ஞாயிறு செய்திப் பத்திரிகை' எனக் குறிக்கப்பெற்றும், பின்னர்த் 'தேசீய வாரப் பத்திரிகை' எனக் குறிக்கப்பெற்றும் வெளிவந்தன. 'தாயின் மணிக்கொடி பாரீர்' எனத் தொடங்கும் பாடலடிகள் உள்ளிட்டவை இதழ் முகப்பில் நோக்கப் பாடற்பகுதிகளாக இடம்பெற்றன. நோக்கப்பாடற் பகுதிகள் இன்றியும் சில இதழ்கள் வெளிவந்துள்ளன.

முதற்கட்ட இதழ்களில் வ.ரா., பாரதிதாசன், புதுமைப் பித்தன், ந. பிச்சமூர்த்தி, கு.ப.ரா. முதலியோரின் படைப்புகள் முதன்மை நிலையில் இடம்பெற்றன. இரண்டாம்கட்ட இதழ் களில் புதுமைப்பித்தன், ந. பிச்சமூர்த்தி, கு.ப.ரா., பி.எஸ். ராமையா, மௌனி உள்ளிட்ட பலரின் படைப்புகள் முதன்மையாக இடம்பெற்றன. இதன் நீட்சியாகப் புதுமைப்பித்தன், பி.எஸ். ராமையா உள்ளிட்டோரின் படைப்புகள் இல்லாமல் சில

புதியவர்களின் எழுத்துகளைக் கூடுதலாகத் தாங்கியவாறு மூன்றாம்கட்ட இதழ்கள் அமைந்தன.

மூன்றுகட்ட மணிக்கொடி இதழ்களும் முறையே வ.ரா. மணிக்கொடி, வார மணிக்கொடி எனவும், ராமையா மணிக்கொடி எனவும், ப.ரா. மணிக்கொடி எனவும் பொது வாகக் குறிப்பிடப்படுகின்றன. நவீன இலக்கிய வரலாறு, சிறுகதை இலக்கிய வரலாறு முதலிய களங்களில் எழுதுவோரும் பேசுவோரும் இரண்டாம்கட்ட மணிக்கொடி யான ராமையா மணிக்கொடியையே சிறப்பாகக் குறிப்பிடுவர். எனினும் உண்மையில் முதற்கட்ட மணிக்கொடி கூடுதலான முக்கியத்துவத்தைக் கொண்டதும் பெறவேண்டியதும் ஆகும். முதற்கட்ட மணிக்கொடியின் தனித்தன்மைகளாகப் பின்வருவனவற்றைக் கருத்தில் கொள்ளல் தகும்.

- வ.ரா.வின் நடைச்சித்திரங்கள்
- பாரதிதாசனின் கவிதைகள் தொடர்ச்சியாக முதன்மை நிலையில் வெளிவந்தமை
- புதுமைப்பித்தன், ந. பிச்சமூர்த்தி, கு.ப.ரா. ஆகியோரின் சிறுகதைகளும் இலக்கியக் கட்டுரைகளும் விமர்சனங் களும்
- பாரதிதாசன், புதுமைப்பித்தன், ந. பிச்சமூர்த்தி, கு.ப.ரா. ஆகியோர் சமகாலத்தில் சக படைப்பாளிகளாகக் கவிதைகளையும், கதைகள் முதலியவற்றையும் எழுதுதல்
- தமிழின் முதல் வசனகவிதை முயற்சிகளான ந. பிச்சமூர்த்தி, கு.ப.ரா.வின் படைப்புகள்

இவையெல்லாம் இரண்டாம்கட்ட மணிக்கொடியான ராமையா மணிக்கொடிக்கு முன்னதான காலகட்டத்தில் அமைந்தமை இலக்கிய உலகின் தனித்த கவனத்திற்குரியதாகும்.

இத்தகு தனித்தன்மை கொண்ட காலகட்டமே 'மணிக் கொடியும் பாரதிதாசனும்' என்னும் நோக்கில் முதன்மை பெறுவதாகும்.

~

சுயமரியாதை இயக்கக் கவிஞராகவும், திராவிட இயக்கத்தின் முதன்மைக்கவிஞராகவும் நவீன இலக்கிய உலகத்தாராலும், ஒரு காலகட்டம்வரை பொதுவுடைமை இயக்கத்தாராலும், பெரிதும் காங்கிரஸ் இயக்கத்தாராலும் பொதுவாகக் கருதப்படும் பாரதிதாசன் உண்மையில் அத்தகு

வரையறைகளையும் தாண்டிய பெருங்கவிஞர். பாரதி மரபில் மலர்ந்து பக்தி இலக்கியக் கவிஞர் – இந்திய விடுதலை இயக்கக் கவிஞர் – சுயமரியாதை இயக்கக் கவிஞர் – தமிழ்த் தேசியக் கவிஞர் என்ற படிநிலைகளில் வளர்ந்து திகழும் பாரதிதாசன் உலகளாவிய – விசாலமான – எண்ணங்களும் கவித்துவ உச்சங்களும் கொண்ட உயர் கவிஞராவார். ஒவ்வொரு நிலையில் அவரை உணர்ந்து கொண்டாடுவோர் பெரும் எண்ணிக்கையினர். அவரைப் பொருட்படுத்தாமலும் புறக்கணித்தும் செல்வோர் குறிப்பிட்ட எண்ணிக்கையினர். இவற்றையெல்லாம் கடந்து, ஒட்டுமொத்தத் தமிழ்ச் சமூகத்தில், சமூக இயக்க வரலாறுகளில் அவரது செல்வாக்கும் தாக்கமும் இடமும் பெரிது.

~

'சுப்புரத்தினம்' என்னும் இயற்பெயர் கொண்ட பாரதிதாசன், பாரதி மறைந்த அடுத்த ஆண்டு தொடங்கித் தாம் மறையும் இறுதிநாள் வரை 'பாரதிதாசன்' என்னும் பெயர்பூண்டு கவிதையுலகில் திகழ்ந்தார். வாழ்க்கை முழுதும் பாரதியைப் பெயரில் மட்டுமன்றி நெஞ்சிலும் சுமந்த அவர் முதுமையில் – மரணத்தைத் தழுவும் தருணத்தில் – எழுதிய நெடும்படைப்பும் 'மகாகவி பாரதி' என்னும் பெயரில் தாம் எடுக்கவிருந்த திரைப்படத்திற்கான கதை உரையாடலே ஆகும். மகாகவி பாரதி தம் காலத்தில் கவிஞராக அரும்பத் தொடங்கியிருந்த பாரதிதாசனைப் 'புலவன்', 'தீரன்' என அன்போடு பாராட்டினார் என்பதும், வாழ்நாள் முழுதும் 'தமிழுக்குத் தகும் உயர்வளிக்கும் தலைவன்' எனப் பாரதியைப் பாரதிதாசன் கொண்டாடினார் என்பதும் குறிப்பிடத்தக்கன. *மயிலம் சுப்பிரமணியர் துதியமுது* முதலிய பக்தி இலக்கியப் பனுவல்கள், *கதர் ராட்டினப் பாட்டு, சிறுவர் சிறுமியர் தேசிய கீதம், தொண்டர்படைப் பாட்டு* முதலிய இந்திய விடுதலை இயக்க இலக்கியங்கள், *தாழ்த்தப்பட்டார் சமத்துவப் பாட்டு* எனும் தலித் இலக்கிய வரலாற்றில் முன்னோடியாக அமையும் படைப்பு, *சஞ்சீவி பர்வதத்தின் சாரல், புரட்சிக் கவி* முதலிய பகுத்தறிவு இயக்கப் பொருண்மையும் கவித்துவ உச்சமும் கொண்ட படைப்புகள் எனப் பக்தி இலக்கியம்– இந்திய விடுதலை இயக்க இலக்கியம் – சுயமரியாதை இயக்க இலக்கியம் ஆகிய நிலைகளில் வளர்ச்சி பெற்று 1938இல் வெளிவந்த *பாரதிதாஸன் கவிதைகள்* என்னும் பெயரிலான தம் முதல் கவிதைத் தொகுதியால் அவர் நன்கு அறிமுகமானார். கவிதைகள் மட்டுமல்லாமல் கதைகள், கட்டுரைகள், திரைப்படப் பாடல்கள், திரைக்கதை வசனங்கள், நாடகங்கள், இலக்கிய உரைகள் எனத் தமிழின் பன்முகப் படைப்பு வாயில்களின் வழியாகவும் இயங்கியவர் அவர். 'செவ்வாயுலக யாத்திரை'

என்னும் அவரது கதை அறிவியல், பகுத்தறிவு மனோபாவத்தில் தோன்றிய சிறந்த கதைப் படைப்பாகும். வல்லிக்கண்ணன் ஒருமுறை குறிப்பிட்டதைப் போல "*1930–க்கும் 1940–க்கும்* இடைப்பட்ட காலத்தில், தமிழ் இலக்கியப் பத்திரிகைகளில் மிகவும் துணிகரமான ஒரு சோதனை – சாதனை" ('இதய ஒலி', *இலக்கிய வட்டம், 11–09–1964,* ப.5) முயற்சியாக அமைந்தது அவர் நடத்திய தமிழின் முதல் கவிதை இதழாகிய *ஸ்ரீசுப்ரமண்ய பாரதி கவிதா மண்டலம்*. இப்படி முன்னோடி முயற்சி புரிந்த அவர் பிற்காலத்தில் குயில் என்னும் கவிதை இதழையும் நடத்திப் பன்னூறு கவிஞர்கள் உருவாக வழிகோலினார்.

குடியரசு, நகரதூதன், புதுவை முரசு முதலிய சுயமரியாதை இயக்க இதழ்கள் மட்டுமன்றிச் *சுதந்திரச்சங்கு, மணிக்கொடி* முதலிய இதழ்களிலும் அவர் முப்பதுகளில் கவிதைகள் படைத்தார். அவ்விதழ்களில் அவர் படைத்த கவிதைகளே மறுமலர்ச்சி உரைநடை இலக்கிய முக்கியப் படைப்பாளிகள் அவரை அறிய – பயிலத் தோற்றுவாயாக அமைந்தன.

மொழி இன வாதங்களைக் கவிதைகளின் வாயிலாக முன்னெடுத்தவர், பிரச்சாரத் தன்மை கொண்ட கலைத்தன்மை குன்றிய கவிதைகளை மிகுதியாகப் படைத்தவர் என அவரை மதிப்பிடுபவர்கள் இலக்கிய உலகில் உளர். இம் மதிப்பீடுகள் அவரைக் குறித்த முழுமையான மதிப்பீடுகளாக அமையவில்லை.

~

பாரதிதாசனுக்கும் மணிக்கொடிக்குமான தொடர்பு, மணிக்கொடி பற்றிய பேச்சுகளில், எழுத்துகளில் பெரிதும் இடம்பெறுவதில்லை; நவீன இலக்கிய வளர்ச்சி குறித்து மணிக்கொடியைத் தொடர்புபடுத்திப் பேசுமிடங்களிலும் இடம்பெறுவதில்லை என்னும் கருத்து ஓரிருவரிடையே நிலவுகின்றது. இக்கருத்தைக் கொண்ட கா. சிவத்தம்பி,

> கு.ப.ரா., மௌனி உருவகப்படுத்தி நிற்கும் இலக்கிய வாதத்தினை முன்வைப்போர் மணிக்கொடிக்கும் பாரதிதாசனுக்குமிருந்த உறவினை வற்புறுத்தாது விட்டுள்ளனர். ஆனால் பி.எஸ்.ராமையாவோ,
>
> > பாரதியைத் தொடர்ந்து புதிய தமிழ்க் கவிதை இலக்கியத்திற்கு வளம் சேர்க்கப் பிறந்து காத்திருந்த பாரதிதாசனை நாட்டினருக்கு அறிமுகப்படுத்தியது மணிக்கொடியின் இரண்டாவது பெரிய சாதனை
>
> என்பார். மணிக்கொடி நவீன தமிழிலக்கியத்தின் முற்றுமுழுதான பிரதிநிதி என்பதை நிலைநிறுத்தத்தக்க

> இந்த உண்மை இதுவரை வற்புறுத்தப்படாது விடப்
> பட்டுள்ளமையும், ... பிரதான மணிக்கொடிவாதிகள்
> சிலரின் சமூக அரசியல் நோக்குகளைச் சூசகமாகக்
> காட்டுகின்றன என்பதில் அதிகக் கருத்து மாறுபாடு இருக்க
> முடியாது (நவீனத்துவம் – தமிழ்–பின்நவீனத்துவம், ப.144)

எனக் குறிப்பிட்டுள்ளார். பாரதிதாசனுக்கும் மணிக்கொடிக்கு மான தொடர்பு உரிய கவனத்தைப் பெறவில்லை என்பதும், பாரதிதாசன் கவிதைகள் மணிக்கொடியில் இடம்பெற்றுள்ளமை 'மணிக்கொடி நவீன தமிழிலக்கியத்தின் முற்று முழுதான பிரதிநிதி என்பதை நிலைநிறுத்தத்தக்க உண்மை' என்பதுமான கா. சிவத்தம்பியின் கூற்றுகள் கவனத்திற் கொள்ளுதற்குரியன. அதேவேளையில் இத்தொடர்பில் வேறு சிலவற்றையும் கருத்தில் கொள்ள வேண்டுமெனத் தோன்றுகின்றது.

சிவத்தம்பியின் இக்கூற்று வெளிப்பட்ட காலத்திற்கு முன்பும் சரி பின்பும் சரி, மணிக்கொடியின் வரலாற்றையோ மணிக்கொடியின் கவிதைப் பங்களிப்பையோ எடுத்துரைப் போர் உயரிய இடத்தில் வைத்தே பாரதிதாசன் – மணிக்கொடி உறவு குறித்துப் பேசியுள்ளனர். மணிக்கொடி வரலாற்றை எழுதிய பி.எஸ். ராமையாவின் *மணிக்கொடி காலம்* நூலும், மணிக்கொடியின் கவிதைப் பங்களிப்பை எழுதிய க. உமா மகேஸ்வரியின் *கவிதை வளர்த்த மணிக்கொடியும்* இதற்குச் சரியான சான்றுகள்.

மணிக்கொடி பற்றிப் பேசுவோர், பெரிதும் மறுமலர்ச்சி உரைநடை இலக்கியம், நவீன இலக்கிய முயற்சிகள், வசன கவிதை முயற்சிகள், புதுமைப்பித்தன், ந. பிச்சமூர்த்தி, கு.ப.ரா., மௌனி ஆகியோரின் பங்களிப்புகள் ஆகியவற்றைப் பேசுவதற்காகவே மணிக்கொடியை எடுத்துரைப்பதால், கதை மணிக்கொடிக் கால இதழ்களின் மீதான ஈடுபாட்டில் பேசுவ தால் பாரதிதாசன் பற்றிப் பேசும் தேவை எழுவதில்லை. அதனால்தான் அத்தகைய இடங்களில் பாரதிதாசன் பேசப் படவில்லை. மேலும் வார மணிக்கொடி இதழ்களை அறிந்த வர்கள் குறைவென்பதும் கருத்தில் கொள்ளுதற்குரியது.

மணிக்கொடியின் சிறுகதை இலக்கிய வளர்ச்சிக்கான பங்களிப்பைப் பேசும் இடமென்பதால், பாரதிதாசன் மீது எல்லையற்ற ஈடுபாடுடைய புதுமைப்பித்தனும்,

> 1930ஆம் வருஷத்துக்குப்பின் உப்பு சத்தியாக்கிரகத்தின்
> இலக்கிய அலையாக ஒரு புது வேகம் இலக்கியத்தில்
> ஏற்பட்டது. அதாவது எதையும் சிரிக்கச் சிரிக்க எழுத
> வேண்டும் என்று ஒரு பாணியை வகுத்து அந்தத்

துறையில் சிலர் இறங்கித் திறமைகளைக் காட்ட முயன்றார்கள்... இந்த ஹாஸ்ய யுகத்தின் வேகம் ஒடுங்கும் நிலையில்தான் இன்னும் ஒரு பேரலை எழுந்தது. அதில்தான் சிறுகதை தமிழில் பூரண வடிவம் பெற்றது. இதைச் சிறப்பாக மணிக்கொடி யுகம் என்று சொல்ல வேண்டும். இக்காலத்தில்தான் சிறுகதைக்கு இலக்கிய அந்தஸ்து ஏற்பட்டது. பிச்சமூர்த்தி, கு.ப.ரா., பி.எஸ். ராமையா, சிதம்பர சுப்பிரமணியன் முதலியவர்களும் நானும் கதைகள் எழுத ஆரம்பித்தோம். வாழ்வுக்குப் பொருள் கொடுப்பதுதான் கலை. சிறுகதை வாழ்வின் பல சூட்சமங்களையும் எழுத்தில் நிர்மாணித்துக் காண்பித்தது

(புதுமைப்பித்தன் கட்டுரைகள், ப. 237)

என்னும் இப்பகுதியில் பாரதிதாசனைப் பற்றிக் குறிப்பிட வில்லை; குறிப்பிடத் தேவையும் இல்லை என்பது இத் தொடர்பில் கருத்தில் கொள்ளத்தக்கது.

பிறர் எவரைக்காட்டிலும் பாரதிதாசன் மீது, அவர்தம் கவிதைகள் மீது ஈடுபாடுகொண்டு அவரைக் கொண்டாடிய புதுமைப்பித்தன் மணிக்கொடியின் மூன்று கட்ட வரலாற்றையும் தமக்கேயுரிய பாணியில் பிழிவாகச் சொல்லும் போதும் அந்த வரலாற்றில் பாரதிதாசனைச் சுட்டவில்லை. அப்பகுதி:

மணிக்கொடிப் பத்திரிகையானது வெளிவரும் முன்பு எத்தனையோ இலக்கியப் பத்திரிகைகள் இருக்கத்தான் செய்தன. ஆனால், புதிய பரிசீலனைகளுக்கு இடங் கொடுக்கும், உத்சாகமூட்டும், வரவேற்கும் பத்திரிகைகள் அதற்கு முன்போ பின்போ கிடையாது. அந்தப் பத்திரிகையை ஆரம்பித்த லக்ஷியவாதியான கே. ஸ்ரீனிவாசன் அவருடைய அந்தக் 'குற்றத்திற்காக'(?) பாஷைப் பிரஷ்டம் செய்யப்பட்டவர்போல, வேற்று மாகாணத்திலே வேற்றுபாஷையிலே பத்திரிகைத் தொழில் நடத்தும் பாக்கியம் கிடைக்கப்பெற்று வாழ்ந்து வருகிறார். காலத்துக்கேற்றபடி உடுக்கடிக்கும் கோட்டான்களும், ஆவேசத்தோடு சீறுவது போல 'பம்மாத்து' செய்துகொண்டு இருக்கும் கிழட்டுப் புலிகளும், பாஷையையும் பாஷையின் வளர்ச்சியையும் பாழ்படுத்திக்கொண்டு இருக்கும்படி அனுமதித்து வரும் தமிழரின் பாஷா அபிமானத்தைக் கோவில் கட்டித்தான் கும்பிட வேண்டும். அன்று மறுமலர்ச்சி என்ற ஒரு வார்த்தை புதிய வேகமும் பொருளும் கொண்டது. அதைச் சிலர் வரவேற்றார்கள்; பலர் கேலிசெய்தார்கள்; பெரும்பான்மையோர் அதைப்

பற்றி அறியாதிருந்தார்கள். மணிக்கொடி பொருளாதார நிர்ப்பந்தம் என்ற நபரால் சிசுஹத்தி செய்யப்பட்டு அசிரத்தை என்ற முனிசிப்பல் குப்பைத் தொட்டியில் எறியப்பட்டது. மூச்சுப் பேச்சற்றுக் கிடந்த அந்தக் குழந்தையை எடுத்துவந்து ஆசை என்ற ஒரே அமுதூட்டி வளர்ப்பதற்காக நானும் பி.எஸ்.ராமையா என்ற நண்பரும், எங்களைப் போலவே உத்சாகத்தை மட்டும் மூலதன மாகக் கொண்ட இன்னும் சில சகா எழுத்தாளர்களும் சேர்ந்து நடத்தி வந்தோம். "அது இரண்டு மூன்று வருஷங்களில் கன்னிப்பருவம் எய்திக் கண்ணை மயக்கும் லாவண்யத்தைப் பெறும் சமயத்தில் அதைக் கைப்பிடித்து இழுத்துக்கொண்டு ஓடும் நண்பரைப் பெற்றோம்". அவர் அவளை ஒருவருக்கு விற்றார். விற்றவுடனே அவளுக்கு ஜீவன் முக்தி இந்தக் கலி காலத்தில் கிடைத்தது. இதுதான் மணிக்கொடியின் கதை. இதுதான் தமிழிலே புதிய பரிசீலனைகள் செய்ய வேண்டும் என்று கோட்டை கட்டியவர்களின் ஆசையின் கதை. இந்தக் கதையின் ஒரு அம்சம் எனது கதைகள்.

(புதுமைப்பித்தன் கதைகள், ப. 781)

வரலாற்று நிலைநின்று மணிக்கொடிபற்றிப் பேசும் இந்தப் பகுதியில் புதுமைப்பித்தனால் பாரதிதாசன் சுட்டப்படாமைக் கான காரணம், புதிய சோதனை முயற்சிகளுக்கு மணிக்கொடி இடம்தந்தமை, சிறுகதை இலக்கிய முயற்சிகள், மறுமலர்ச்சி உரைநடை இலக்கியம் என்னும் நோக்கு நிலையில் நின்று மணிக்கொடி வரலாற்றைப் பேசியமையேயாகும். இதனையும் கருத்தில் கொள்ளுதல் வேண்டும். முதற்கட்ட மணிக்கொடியே மறுமலர்ச்சி முயற்சிகளுக்கு – சிறுகதை உள்ளிட்ட நவீன இலக்கிய முயற்சிகளுக்கு – சோதனை முயற்சிகளுக்கு – இடந்தந்து விட்டமையையும், கதை மணிக்கொடிக் காலத்தில் அவை உச்சம் பெற்றன என்பதையும் புதுமைப்பித்தன் சுட்டுதல் மனங்கொள்ளத்தக்கது.

மணிக்கொடியின் பிறிதொரு முக்கியப் படைப்பாளியும், தமிழ்ச் சிறுகதை இலக்கிய வளர்ச்சியின் முக்கியப் பங்களிப்பாளரு மான கு.ப.ரா.வும் மணிக்கொடி தொடர்பாக எழுதியுள்ள பின்வரும் பகுதியில் பாரதிதாசனைக் குறிப்பிடவில்லை:

மணிக்கொடியின் மனப்பான்மை புரட்சி. வாழ்க்கையிலும், சமூகத்திலும், ரசனையிலும் புரட்சி: 'புராண மித்யேவ நசாதுசர்வம் (பழையது என்பதாலேயே எல்லாம் சிறந்தது அல்ல) என்று காளிதாசன் சொன்னது தான் அதன்

கொள்கை. போராட்டத்தில்தான் அதன் உயிர். துக்கத்திலும் வீழ்ச்சியிலும் வறுமையிலும்தான் உணர்ச்சிகள் சிறந்து ஒளிகொண்டு ஜ்வலிக்கின்றன என்பது அதன் கொள்கை. சுகம், ஏமாற்றம், துக்கம்தான் உண்மை என்பது அதன் தீர்மானம். சர்வஜன ஓட்டின் தீர்ப்புப்படி உலகத்தில் பெருவாரியான மக்கள் அனுபவிப்பது இன்பமா? செல்வமா? பதவியா? இல்லை. அதனால் மணிக்கொடி மனப்பான்மை எங்கும் தென்படும் வறுமையையும் நோயையும்தான் ஆராய்ச்சி செய்கிறது. எதையும் அது புறக்கணிப்பதில்லை. எல்லாம் இயல்பு, எல்லாம் பலவீனம் என்று தெளிவு கொள்ளுகிறது. போராட்டம்தான் அதன் லட்சியம். போரின் முடிவுகூட அவ்வளவு இல்லை.

...[இந்த] மனப்பான்மை தீவிரப் போக்குடையது. இதற்குள்ளேயே பல போக்குகள் இருக்கின்றன. உதாரணமாக வ.ரா. ஒரு போக்கு; பிச்சமூர்த்தி ஒரு போக்கு; 'புதுமைப்பித்தன்' என்ற விருத்தாசலம் ஒரு போக்கு.

(*கு.ப.ரா. கட்டுரைகள்*, பக். 476,477)

இக்கூற்றுள் பாரதிதாசன் சுட்டப்படாமைக்கும் முற்கூறிய காரணமே பொருந்தும். அதேவேளையில் மூன்றாம் கட்ட மணிக்கொடிக் காலத்தில் பாரதிதாசன் கவிதைகளின் முதல் தொகுதிக்கு மதிப்புரை எழுதிய கு.ப.ரா., தாம் வார மணிக்கொடி இதழ்களால்தாம் பாரதிதாசன் கவிதைகளைப் படித்து அறிந்ததாகத் தெளிவாகக் குறிப்பிட்டிருக்கின்றார். சிறுகதை இலக்கியம் குறித்துப் பேசுகையில் மணிக்கொடியில் பாரதிதாசன் தொடர்பு பற்றிப் பேசவில்லை; பாரதிதாசன் கவிதைகள் பற்றிப் பேசுமிடத்தில் மணிக்கொடியின் தொடர்பு பேசப்பட்டிருக்கின்றது. கு.ப.ரா. வின் இந்தப் பதிவுகள் புரிந்து கொள்ளப்பட வேண்டும்.

மணிக்கொடி – பாரதிதாசன் தொடர்பு வற்புறுத்தப்படாமையையும், அது 'சிலரின் சமூக – அரசியல் நோக்குகளைச் சூசகமாகக் காட்டுகின்றன' என்பதையும் கா. சிவத்தம்பி குறிப்பிட்டுள்ளார். அவரது அக்கட்டுரை வெளிவந்த மணிக்கொடி பொன்விழா *முனைவன்* மலரிலேயே இடம் பெற்றிருந்த பிறிதொரு முக்கியமான கட்டுரை அ. மார்க்ஸ் எழுதியது. வரலாற்று நோக்கில் வைத்து மணிக்கொடி தொடர்பாகப் பேசும் அக்கட்டுரையுள்ளும் பாரதிதாசன் சுட்டப்படவில்லை. சுட்டப்படாதமைக்குச் 'சமூக – அரசியல் நோக்கு' காரணமில்லை. மார்க்ஸின் கட்டுரை நோக்கத்தில் பாரதிதாசன் சுட்டப்படுதல் முதன்மையானதாகப் படவில்லை.

ஆனால் பாரதிதாசன் இலக்கிய உலகத்திலும், பாரதி தாசன் ஆராய்ச்சி உலகத்திலும் மணிக்கொடித் தொடர்பு பேசப்படாமைதான் முதன்மையாகக் கவனத்தில் எடுத்துக் கொள்ளப்பட வேண்டியதாகும். பாரதிதாசன் ஆய்வுலகத்தில் பேராசிரியர் இரா. இளவரசு உள்ளிட்ட ஓரிருவரே மணிக் கொடித் தொடர்பை உணர்ந்தவராவர். பாரதிய ஆய்வுலகம் பன்முக நிலைகளில் வளம்பெற்றமை போல, நுட்பமான நோக்குகளிலெல்லாம் செயல்பட்டமை போலப் பாரதிதாசன் ஆய்வுலகம் வளம்பெறவில்லை; செயல்படவில்லை என்பதையே இது உணர்த்துகின்றது. பாரதிதாசனின் இதழ்ப் பணிகளை விரிவாக ஆராய்ந்தவர்களும் குறிப்பிட்ட இதழ் என்று எடுத்துக்கொண்டு ஆராய்ந்தவர்களும் மணிக்கொடியின்பால் கண்செலுத்தவில்லை.

எனவே பொதுவான தமிழிலக்கிய உலகிலும், பாரதிதாசன் இலக்கியத் திளைப்பு மற்றும் ஆய்வுலகங்களிலும் மணிக்கொடித் தொடர்பு அழுத்தம்பெறவில்லை.

மணிக்கொடிக்கும் பாரதிதாசனுக்குமான தொடர்பை ஓரளவு பேசுவோரும், புதுமைப்பித்தன், ந. பிச்சமூர்த்தி, கு.ப.ரா., சி.சு. செல்லப்பா, க.நா.சு. முதலிய மணிக்கொடி மரபில் தோன்றிய முக்கிய ஆளுமைகளுக்கும் பாரதிதாசனுக்குமான தொடர்பை அறிந்ததில்லை. மணிக்கொடிக்கும், மணிக்கொடி மரபிலான இலக்கிய ஆளுமைகளுக்கும் பாரதிதாசனுக்கும் இடையிலான தொடர்புகளும் நவீனத் தமிழிலக்கிய வரலாற்றிலும் பாரதிதாசன் இலக்கிய வரலாற்றிலும் உரிய கவனத்தைப் பெறவில்லை; இனிப் பெறுதல் வேண்டும்.

~

மணிக்கொடி இதழ் தொடங்கப்பட்ட போது பாரதிதாசனுக்கு 43 வயது. வ.ரா.விற்கு 45. மணிக்கொடியைத் தொடங்கிய கு. சீனிவாசனுக்கு 34. புதுமைப்பித்தனுக்கு 27. ந. பிச்சமூர்த்திக்கு 33. கு.ப.ரா.விற்கு 31. வ.ரா.வைத் தவிரப் புதுமைப்பித்தன், பிச்சமூர்த்தி, கு.ப.ரா., சீனிவாசன் முதலியோரெல்லாம் பாரதி தாசனை நோக்க மிக இளைஞர்கள். எழுத்துலகில் ஏறத்தாழ அப்பொழுதுதான் அடியெடுத்து வைத்தவர்கள். அவர்கள் அனைவருமே பாரதிதாசனைப் பிரமிப்போடு அப்போது நோக்கினர். பாரதியை ஆதர்சமாகக் கொண்ட அவர்களெல்லாம், 'பாரதியோடு பழகியவர்; பாரதியால் பாராட்டப்பட்டவர்' என்னும் அறிமுகத்தை வ.ரா. வழிப் பாரதிதாசன் குறித்துப் பெற்றிருந்தனர்.

எனவே பாரதிதாசன் மீது ஈடுபாட்டோடு அந்தக் காலத்தில் மணிக்கொடியிலும் *சுதந்திரச் சங்கு* முதலிய இதழ்களிலும்

வெளிவந்த அவருடைய கவிதைகளைப் படித்து மகிழ்ந்தனர். எனினும் இவர்களெல்லாம் ஆங்கிலப் பயிற்சி மிக்கவர்கள். உலக இலக்கியப் பரிச்சயம் கொண்டவர்கள். இலக்கியங்கள் பற்றிய உலகளாவிய கொள்கைகளை, விமர்சனங்களை உணர்ந்தவர்கள். நவீன இலக்கியத் துறைகளான சிறுகதை, கட்டுரை, விமர்சனம் முதலியவற்றைத் தங்கள் துறைகளாகத் தேர்ந்து கொண்டவர்கள். ஒருபுறம் பாரதிதாசன் மீது பேரீடுபாடு கொண்ட போதிலும், சில நிலைகளில் கருத்துவேறுபாடுகளையும் விமர்சனங்களையும் அவர் மீது இவர்களில் சிலர் கொண்டிருந்தனர்.

மணிக்கொடியை நிறுவிய கு. சீனிவாசனுக்குப் பாரதியை அடுத்த சிறந்த கவிஞர் பாரதிதாசன் என்னும் மதிப்பு வாழ்க்கை முழுவதும் இருந்துவந்தது. முற்போக்கு எண்ணமும் கொண்ட வ.ரா. பாரதிதாசனின் சமகாலத்தவர். மணிக்கொடியில் பாரதிதாசன் கவிதைகள் வெளிவரப் பெரிதும் அவரே காரணம். பிற மணிக்கொடி எழுத்தாளர்களுள் புதுமைப்பித்தனுக்குப் பாரதிதாசன் மீது எல்லையற்ற ஈடுபாடு. ந. பிச்சமூர்த்தியோ பாரதியை அடுத்த சமகால ஐந்து முதன்மையான கவிஞர்களுள் ஒருவர் என அவரது புகழ்பெற்ற முதல் கவிதைத் தொகுதி வெளிவரும் முன்பே அவரைப் போற்றியவர். கு.ப.ரா.வுக்குப் பின்னாளில் வெளிவந்த பாரதிதாசன் கவிதைகள் முதல்தொகுதியில் உள்ள படைப்புகள்பற்றி விமர்சனங்கள் இருப்பினும் தம்மைப் ‘பாரதிதாசனின் பக்தன்’ என்றே சொல்லிக் கொண்டவர். பிந்தைய மணிக்கொடி எழுத்தாளர்களான க.நா.சு., சி.சு. செல்லப்பா ஆகியோருக்குப் பாரதிதாசனிடத்தில் பாரதியை அடுத்த பெருங்கவிஞர் என்னும் மதிப்பும் சில நிலைகளில் விமர்சனங்களும் இருந்தன. ஒட்டு மொத்தமாக எண்ணும் போது, மணிக்கொடிக்கு வித்திட்டவர்களாயினும், ஆசிரியர் நிலையிலிருந்து நடத்தியவர்களாயினும், மணிக்கொடியின் முதன்மையான – நவீனத் தமிழ் இலக்கியத்தின் முதன்மையான – எழுத்தாளர்களாயினும் பாரதிதாசன்மீது மதிப்பும் ஈடுபாடும் தொடர்பும் கொண்டவர்களாகவே விளங்கியிருக்கின்றனர். எனினும் இந்த வரலாறு உரிய கவனத்தைப் பெறவில்லை. பிந்தைய நவீன இலக்கிய எழுத்தாளர்களுள் சிலர் பாரதிதாசனைப் பழமையின் குறியீடாகவும், குறுகிய எண்ணம் கொண்டவராகவும் கருதத் தலைப்பட்டுவிட்டனர்.

நவீன இலக்கியத்தின் தொடக்ககாலக் குறியீடாகத் திகழ்கின்ற மணிக்கொடி இதழுக்கும், முதன்மையான மணிக்கொடி எழுத்தாளர் மரபிற்கும் பாரதிதாசனுக்கும் தொடர்பிருந்தது என்பதைப் பிந்தைய காலத்தில் பலரும் அறியாதபோதிலும் மணிக்கொடி எழுத்தாளர்களாக அறியப்படும் முக்கியமான

எழுத்தாளர்கள் பலரும் தொடக்ககால மணிக்கொடி இதழ்களின் வாயிலாகவே பாரதிதாசனை அறிந்திருந்தனர். பெரிதும் அவர்கள் நடுநிலையோடு பாரதிதாசனை உரிய இடத்தில் வைத்துப் போற்றினர். பிந்தைய நவீன இலக்கிய எழுத்தாளர்களில் பலர், தவறான முன்பதிவில், ஒருசார்போடு, பாரதிதாசனின் வரலாற்றையும், மறுமலர்ச்சித் தமிழ் இலக்கிய வரலாற்றையும், பாரதிதாசனின் முழுமையான படைப்புலகத்தையும் சரியாக உணராமல் பாரதிதாசனைப் புறக்கணிக்கவும் இகழவும் வெறுத்தொதுக்கவும் தலைப்பட்டுவிட்டனர்.

நவீனத் தமிழ் இலக்கியத்தின் முன்னோடிகளான – குறியீடுகளான புதுமைப்பித்தனும், ந. பிச்சமூர்த்தியும், கு.ப.ரா.வும், க.நா.சு.வும், சி.சு. செல்லப்பாவும் பாரதிதாசனைப் பயின்றவர்கள், பாரதிதாசன் படைப்புகளில் ஈடுபட்டவர்கள், நேரடித் தொடர்பும் உடையவர்கள், பாரதிதாசனை மிக மதித்தவர்கள், ஓரிரு கூறுகளில் கருத்து வேற்றுமை கொண்டிருந்தவர்கள். அந்தக் கருத்துவேற்றுமைகளைக்கூடப் பணிவோடும் பண்போடும் பக்குவத்தோடும் பாரதிதாசனின் உயரிய தகுதியைக் கருத்தில் கொண்டு வெளியிட்டவர்கள் என்னும் உண்மை வரலாறு, இன்றைய நவீன இலக்கிய உலகம் அறியாத ஒன்றே ஆகும். இந்த வரலாற்றையெல்லாம் உரிய ஆதாரங்களின் வழியாக முன்வைக்கும் இந்தநூல் நவீனத் தமிழ் இலக்கிய உலகத்திலும் பாரதிதாசனின் இலக்கிய உலகத்திலும் இருள் படிந்து கிடக்கும் ஒரு பகுதியில் வெளிச்சம் பாய்ச்சுவதாக அமைகின்றது.

~

மணிக்கொடி – பாரதிதாசன் தொடர்பினைப் பேசும் இந்நூல், அரிய ஆதாரங்கள் பலவற்றைப் பிற்சேர்க்கைப் பகுதியில் கொண்டுள்ளது. மணிக்கொடியில் இடம்பெற்ற பாரதிதாசன் கவிதைகள் அனைத்தும் அவ்விதழில் வெளிவந்த வடிவிலேயே பிற்சேர்க்கைப் பகுதியில் இடம் பெற்றுள்ளன. இன்று கிடைத்தற்கரிதாகிய, 1936 *தினமணி வருஷ மலரில்* வெளிவந்த ந. பிச்சமூர்த்தியின் கட்டுரை, 1938இல் வெளிவந்த *பாரதிதாஸன் கவிதைகள்* தொகுதியில் இடம்பெற்ற வ.ரா.வின் சிறப்புரை, 1938ஆம் ஆண்டு *ஹநுமான் ஆண்டுமலரில்* வெளிவந்த பேராசிரியர் கே. சுவாமிநாதனின் கட்டுரை, கு.ப.ரா. 1938ஆம் ஆண்டு மணிக்கொடியில் *பாரதிதாஸன் கவிதைகள்* முதல் தொகுதிக்கு எழுதிய அரிய மதிப்புரை, புதுமைப்பித்தன் பாரதிதாசன் குறித்து எழுதிய கட்டுரைகள், மதிப்புரைகள், *சுதேசமித்திரன்* இதழில் எழுதிப் *'படித்திருக்கிறீர்களா?'* நூலில் இடம்பெற்ற க.நா.சு.வின் கட்டுரை, பாரதிதாசன் மறைவையொட்டி *எழுத்து* இதழில்

சி. சு. செல்லப்பாவால் எழுதப்பட்ட தலையங்கம் ஆகியன இந்நூலின் பிற்சேர்க்கைகளாக அமைந்துள்ளன. இவையெல்லாம் நூல் முன்வைத்த கருத்துகளை வலுப்படுத்தும் அரிய சான்று களாகும். ஆர்வமுள்ளவர்கள் முழுமைப் பார்வையில் ஆதாரங் களைப் பார்வையிட இவை உறுதுணையாகும். வளமான இப் பிற்சேர்க்கைப் பகுதி நூலின் சிறப்பை மிகுவிப்பதாகும்.

இந்நூலுள் குறிப்பிடப்படும் நூல்கள், இதழ்களின் பெயர்கள் சாய்வு எழுத்தில் அளிக்கப்பெற்றுள்ளன. மணிக்கொடி என்னும் இதழ்ப்பெயர் மட்டும் மிகுதியாக ஆட்சி பெறுவதால் அப்பெயர் சாய்வு எழுத்தில் அளிக்கப் பெறவில்லை.

~

நெடுங்காலமாகச் சுவடியியல், பதிப்பியல், யாப்பியல், பாரதி, பாரதிதாசனியல் ஆகிய களங்களில் சில கருத்துகளைத் தனியுரையாடல்களிலும் வகுப்பறைகளிலும் பொழிவுகளிலும் வெளிப்படுத்தி வந்திருக்கின்றேன். அவற்றின் அருமை உணர்ந்தவர்களுள் சிலர் இவையெல்லாம் காற்றில் கரைந்து போகின்றனவே என அக்கறையோடு கருத்துரைத்து வந்தனர். இரண்டாண்டுகளுக்கு முன் திரு. வைகறை, திரு. வி. முத்தையா ஆகிய இருவரும் பல்கலைக்கழகத்தில் என்னுடைய அறைக்கு வந்து தாங்கள் தொடங்கும் *காக்கைச் சிறகினிலே* இதழுக்குத் தொடர்ந்து கட்டுரைகள் எழுத வேண்டுமென வேண்டினர். பாரதி குறித்து முதற்கட்டுரையை எழுதினேன்; தொடர்ந்து எழுதி வந்தேன். திரு. வி. முத்தையா, திரு. க. சந்திரசேகரன் ஆகியோர் மிகுந்த அன்போடும் ஈடுபாட்டோடும் இதழில் என் கட்டுரைகள் இடம்பெறுவதில் கவனம் செலுத்தினர். இக்கட்டுரைகள் வெளிவர வெளிவரத் தமிழுலகின் பல முதன்மையாளர்கள் இவற்றில் வெளிப்படும் புதிய செய்திகள் குறித்து மகிழ்ந்தனர். *காக்கைச் சிறகினிலே* இதழாளர்களின் முயற்சிகளே காற்றோடு கரையாமல் சில அரிய செய்திகள் தமிழுலகில் பதிவாக உறுதுணையாய் அமைந்தன.

இந்த நூற்பொருள் தொடர்பான கட்டுரைகளை வரைய அரிய ஆதாரங்கள் சில பயன்பட்டன. புதுக்கவிதை முன்னோடி ந. பிச்சமூர்த்தியின் மகள் திருமதி மீனாட்சி பாலசுப்பிரமணியம் மற்றும் திரு. எஸ். பாலசுப்பிரமணியம் ஆகியோர் 1936 தினமணி வருஷமலர் முதலியவற்றைப் பார்வையிட அளித்தனர். பாரதிதாசன் பிச்சமூர்த்திக்கு எழுதிய அரிய கடிதத்தினையும், *பாரததேவி, சூறாவளி, எழுத்து* முதலிய இதழ்களையும் பார்வையிட்டுப் பயன்கொள்ளத் திரு. கி. அ. சச்சிதானந்தம் அவர்கள் வழங்கினார். நெடுங்காலமாகக்

24

கையெழுத்துநிலையிலும் ஒளிநகல் நிலையிலும் படியெடுத்து வைத்திருந்த மணிக்கொடி இதழ்ப் பதிவுகள் பலவற்றின் காலக்குறிப்பு முதலியவற்றை மீளச்சரி பார்க்கத் தம்மிடமிருந்த மணிக்கொடி இதழ்த்தொகுப்புகளைப் பேராசிரியர் வீ. அரசு அவர்கள் வழங்கினார்.

ரோஜா முத்தையா ஆய்வு நூலகம், மறைமலையடிகள் நூலகம், சென்னை ஆவணக்காப்பகம், உலகத் தமிழாராய்ச்சி நிறுவன நூலகம், சென்னைப் பல்கலைக்கழக நூலகம் முதலியனவும் பயன்பட்டன.

காக்கைச் சிறகினிலே இதழுக்கு எழுதிய பல கட்டுரை களைத் திருச்சி பாரதிதாசன் பல்கலைக்கழகத் தமிழ்த்துறைத் தலைவர் பேராசிரியர் பா. மதிவாணன் அவர்களுக்கு அவை வெளிவரும்முன் அனுப்பிவைத்து அவர்தம் கருத்தறிவது என் வழக்கம். அவர் நூலாக்க நிலையிலும் இந்நூலினை முழுமையாக ஒருமுறை பார்வையிட்டார்.

முனைவர் பழ. அதியமான் அவர்கள் நூலை முழுமை யாகப் பார்வையிட்டு நூலுக்கு வளம் சேர்த்துள்ளார்.

சூறாவளி இதழிலே இடம்பெற்றிருந்த பாரதிதாசனின் கவிதையை நகல் எடுத்துப் பல்லாண்டுகளுக்கு முன் அஞ்சலில் விடுத்திருந்தார் பேராசிரியர் ஆ.இரா. வேங்கடாசலபதி. ஒருவகையில் அந்தக் கவிதையை அவர் அன்று அனுப்பி வைத்ததுதான் இப்பொழுது உருப்பெற்றுள்ள இந்த நூலின் தொடக்கப்புள்ளி என்று தோன்றுகின்றது. இதழில் இக்கட்டுரைகள் வெளிவந்தபோது அவற்றைப் பார்வையிட்டு மகிழ்ச்சியைப் பகிர்ந்துகொண்ட சலபதியின் முயற்சியால் இந்நூல் உருப்பெற்றுள்ளது. இந்நூல் கருக்கொண்டதிலும் உருக்கொண்டதிலும் சலபதியின் பார்வையும் பங்கும் குறிப்பிடத்தக்கன.

இந்நூலைக் காலச்சுவடு வெளியீடாகக் கொணர மகிழ் வோடு ஏற்றுக்கொண்டவர் திரு. கண்ணன் அவர்களாவார்.

– இந்த அன்பிற்கும் மதிப்பிற்கும் உரிய நெஞ்சங்களுக் கெல்லாம் நூல் மலரும் இத்தருணத்தில் நன்றியினைப் படைத்து மகிழ்கின்றேன்.

~

சுதேசமித்திரன் ஞாயிறு மலரில் வெளிவந்த ந. பிச்சமூர்த்தியின் இரு மதிப்புரைகளை என் மாணவர் திரு. இரா. செல்வன் என் பார்வைக்கு அனுப்பிவைத்தார்.

இதழில் வெளிவரும்போதும் நூலாக்கத்தின்போதும் என் ஆய்வு மாணவச் செல்வங்கள் முனைவர் பா. இளமாறன், ப. திருஞானசம்பந்தம், மு. கஸ்தூரி, அ. மோகனா, கு.சு. செந்தில், க. சசி, ச. உமாதேவி, கு. முதற்பாவலர், ஜெ. இராதாகிருஷ்ணன், செ. வீரபாண்டியன், து. ரஞ்சனி, ம.அ. மணிமேகலை ஆகியோர் ஒவ்வொரு நிலையில் செயல்பட்டிருக்கின்றனர்.

இவர்களுக்கு என் வாழ்த்துகள்.

~

நிறைவாக, எனது செயற்பாடுகளின் பின்புலத்தில் விளங்கும் என் மனைவி ம.சாந்தி, அன்புமகன் ம. நச்சினார்க்கினியன் ஆகியோர் நெஞ்சில் தோன்றுகின்றனர். இப்படிப் பலரும் . . .

ய. மணிகண்டன்

~ ~

1
பாரதிதாசனும் மணிக்கொடியும்

பாரதிதாசன் படித்திருக்கிறீர்களா?

இல்லை.

புதுமைப்பித்தனால் 'தமிழ்ச் சிறுகதையின் திருமூலர்' என்று குறிப்பிடப்பட்ட மௌனியின் பேட்டியொன்றில் (*தாய் வார இதழ், 1982: மௌனியின் மறுபக்கம்*, ப. 103) பேட்டி கண்டவர் கேட்ட கேள்வியும் மௌனியின் விடையும் இப்படி அமைந்திருந்தன.

தமிழ் இலக்கிய மறுமலர்ச்சியின் தலைவாயிலில் நின்று குறிப்பிடத்தக்க பங்களிப்பை ஆற்றிய இதழ் மணிக்கொடி. அதன் முக்கியமான எழுத்தாளர்களுள் ஒருவர் என்று குறிப்பிடப்படுபவர் மௌனி. பிற்காலத்தில் சுந்தர ராமசாமி மணிக்கொடி எழுத்தாளர்களைப் பற்றிக் குறிப்பிடும்போது பின்வருமாறு நிரல்படுத்தியிருந்தார்:

மணிக்கொடிக் காலத்தின் மூன்று முக்கியக் கலைஞர்கள் என்று புதுமைப்பித்தன், மௌனி, பிச்சமூர்த்தி ஆகியோரைச் சொல்லலாம்.

... பிற மணிக்கொடிகாரர்களான கு.ப. ராஜகோபாலன், ந. சிதம்பரசுப்ரமணியன், சி.சு. செல்லப்பா, க.நா. சுப்ரமண்யம்

(மணிக்கொடிகாரர் என்ற கை வைத்த நாற்காலியை மணிக்கொடிகாரர்களின் சம்மதமின்றியே நான் அவருக்குப் போட்டிருக்கிறேன்!) பி.எஸ். ராமையா, சிட்டி எல்லோரும் . . .

(ந. பிச்சமூர்த்தியின் கலை: மரபும் மனித நேயமும், ப. 16)

மௌனியின் பதிலைப் படித்தவர்கள், மௌனியைப் போலவே பிற மணிக்கொடி எழுத்தாளர்களும் பாரதிதாசனைப் படித்ததில்லையோ என்று கருதக்கூடும். பாரதிதாசனின் போக்கு மணிக்கொடியிலிருந்து வேறுபட்ட போக்கு; மணிக்கொடிக்கு, மணிக்கொடி எழுத்தாளர்களுக்குத் தொடர்பில்லாத, இசைவில்லாத போக்கு எனக் கருதவும் கூடும். மணிக்கொடி எழுத்தாளர்கள் பாரதிதாசனைப் படிக்கவில்லையோ என ஐயுறவும் கூடும். உண்மை அவ்வாறில்லை. உண்மையில் பாரதிதாசனே ஒரு மணிக்கொடி எழுத்தாளர்தான்; ஒரு மணிக்கொடிக் கவிஞர்தான். இன்னும் சொல்லப்போனால் பிற்கால வரலாறு எழுதுவோர்தம் பட்டியல்களில் குறிப்பிடப்படும் பெயர்களுக்கெல்லாம் முன்னோடியாக எழுதப்பட வேண்டியது அவருடைய பெயர். மணிக்கொடியின் இரண்டாவது இதழிலிருந்தே அதில் எழுதத் தொடங்கிய மூத்த, முன்னோடி மணிக்கொடிப் படைப்பாளி அவர்தாம். சுந்தர ராமசாமி, மணிக்கொடியின் முக்கியமான கலைஞர்களுள் ஒருவராகவோ பிற மணிக்கொடிக்காரர்களுள் ஒருவராகவோ பாரதிதாசனைச் சுட்டவில்லை. சு.ரா.தான் என்றில்லை. புனைகதை இலக்கியக் களத்தில் செயல்படும் படைப்பாளியாயினும் விமர்சகராயினும் தருகின்ற பட்டியல்களில் – குறிப்புகளில் பாரதிதாசன் பெரிதும் இடம்பெறுவதில்லை. மணிக்கொடியின் குறிப்பிடத்தக்க முன்னோடிப் படைப்பாளி பாரதிதாசன் என்னும் வரலாறு தமிழிலக்கியச் சூழலில் அதிகமான கவனத்தைப் பெறவில்லை.

~

மணிக்கொடி பற்றிப் பேசுவோர் பாரதிதாசனைப் பற்றிக் குறிப்பிடத் தவறுவதற்கான காரணங்கள் எனப் பின்வருவனவற்றைக் கருதலாம். மணிக்கொடி என்றதும் சிறுகதை வளர்ச்சிக்குப் பெரும்பங்களிப்பை ஆற்றிய 'கதை மணிக்கொடி' என்றும், 'இராமையா மணிக்கொடி' என்றும் குறிப்பிடப்பெற்ற மணிக்கொடியே நினைவுக்கு வருதல்; தொடக்ககால வார வெளியீடுகளாக வெளிவந்த, வ.ரா. கால மணிக்கொடி இதழ்களை அறியாதிருத்தல்; சிறுகதை வளர்ச்சிக்கான பங்களிப்புத்

தொடர்பாகவே பேசுவதால் அத்தொடர்பில் பாரதிதாசனைப் பேசத் தேவையின்றிப் போதல்.

~

மணிக்கொடி மூலவர்களாகிய கு. சீனிவாசன், வ.ரா., டி.எஸ். சொக்கலிங்கம், பி.எஸ். ராமையா நால்வருமே பாரதியால் உந்துதல் பெற்றவர்கள். பாரதியைப் போற்றிய அவர்கள், பாரதியால் ஈர்க்கப்பட்ட பாரதிவழிக் கவிஞரான பாரதிதாசன் மீதும் மிகுந்த ஈடுபாடு கொண்டிருந்தனர். அவர்களுள் மணிக்கொடி இதழ் தொடங்கப்படுவதற்கு முன்பே பாரதிதாசனோடு தொடர்புடையவராகவும் தாம் நடத்திய சுதந்திரன் இதழில் பாரதிதாசனின் கவிதைகளை வெளியிட்டவராகவும் விளங்கும் வ.ரா., பாரதிதாசனின் கவிதைகள் மணிக்கொடியில் வெளிவருவதில் மிகுந்த ஈடுபாடு காட்டினார். விளைவு, மணிக்கொடியின் இரண்டாம் இதழிலேயே (24.09.1933 கொடி 1, மணி 2) பாரதிதாசனின் கவிதை இடம்பெற்றுவிட்டது. மணிக்கொடியில் முதன்முதலில் இடம்பெற்ற பாரதிதாசன் பாடல், 'இன்பத் தமிழ்' என்னும் தலைப்பிலான, புகழ்பெற்ற "தமிழுக்கும் அமுதென்று பேர்" எனத் தொடங்கும் பாடலேயாகும்.

> பாரதி நமக்குக் கைகாட்டிவிட்டுப் போன 'பாரதிதாசனை' உலகுக்கு அறிமுகம் செய்து வைத்த ஒன்றையே 'மணிக்கொடி' தனது பெரிய சாதனையாகக் கருதிப் பெருமைப்பட முடியும். அதிலும் பத்திரிகையின் இரண்டாவது இதழிலேயே அவர் அறிமுகமானது அதன் தரத்துக்கும் சாதனைக்கும் ஒரு பெரிய சான்றாக அமைந்தது.
>
> *(மணிக்கொடி காலம், ப.51)*

மணிக்கொடி காலம் நூலை எழுதிய ராமையா மணிக்கொடி யின் சாதனைகளுள் ஒன்று 'பாரதிதாசன் மணிக்கொடியில் எழுதியது' என்று குறிப்பிட்டிருப்பது, மணிக்கொடி வரலாற்றில் பாரதிதாசனும், பாரதிதாசன் வரலாற்றில் மணிக்கொடியும் பெறும் இடத்தைத் தெளிவுபடுத்திவிடுகின்றது.

~

முதற்கட்ட வ.ரா. மணிக்கொடியில் பாரதிதாசனின் கவிதைகள் தொடர்ந்து வெளிவந்தன. இரண்டாம்கட்ட ராமையா மணிக்கொடி நிறைவுபெறும் தருணத்தில் பாரதிதாசனின் ஒரே ஒரு பொங்கல் வாழ்த்துக் கவிதை வெளிவந்தது. மூன்றாம்கட்ட ப.ரா.

நடத்திய மணிக்கொடி காலத்தில் பாரதிதாசன் கவிதைகள் முதல் தொகுதிக்கான கு.ப.ரா.வின் புகழ்பெற்ற மதிப்புரை வெளிவந்தது. முதற்கட்ட மணிக்கொடியின் காலத்தில் பாரதிதாசனின் கவிதைகள் மட்டுமல்லாமல் ஒரு வேண்டுகோள் கடிதமும் இடம்பெற்றிருக்கின்றது. மணிக்கொடியின் மூன்று கட்டங்களிலும் ஒவ்வொரு நிலையில் அதனோடு பாரதிதாசனுக்குத் தொடர்பிருந்திருக்கின்றது. வ.ரா. மணிக்கொடியிலிருந்து நீங்கிய பின்னர் பாரதிதாசனின் ஒரே ஒரு கவிதைதான் அதுவும் மூன்றாண்டுகளுக்குப் பின்னர் வெளிவந்தது என்னும் செய்தி, மணிக்கொடி – பாரதிதாசன் தொடர்புக்கான அடிப்படை வ.ரா.வே என்பதைத் தெளிவுபடுத்திவிடுகின்றது.

பாரதிதாசன் மணிக்கொடியில் கவிதைகள் படைத்த வரலாறு மிக முக்கியமானது. வ.ரா. முன்னின்று செயல்பட்ட மணிக்கொடியில் பாரதிதாசன் ஒன்றிரண்டு அல்ல; பதினான்கு கவிதைகளை எழுதியிருக்கின்றார். 24.9.1933 முதல் 16.9.1934 வரை, ஓராண்டுக் காலத்திற்குள் பாரதிதாசன் இத்தனை கவிதைகளை எழுதியிருக்கின்றார். இவற்றில் சில கவிதைகள் மிக நீண்டவை. இவற்றுள் 26.11.1933இல் வெளிவந்த 'மக்கள் மறந்த இன்பம்' என்னும் கவிதையானது வ.ரா. விலகிய பின்னர் வெளிவந்த இதழில் மறுபிரசுரமும் செய்யப்பட்டிருக்கின்றது. இந்தக் கவிதையைத்தான் கு.ப.ரா. "'மக்கள் நிலை' என்ற ஒரு பாடலுக்கு ஈடு சொல்லக்கூடிய மற்றொரு முழுப் பாடல் புத்தகத்திலில்லை" என்று *பாரதிதாஸன் கவிதைகள்* (1938) நூலுக்கான மதிப்புரையில் குறிப்பிட்டிருக்கின்றார் (மணிக்கொடி, 15.06.1938). ந. பிச்சமூர்த்தியும் மணிக்கொடியில் பார்த்த நிலையிலேயே இந்தக் கவிதையை 1936இல் வெளிவந்த *தினமணி வருஷமலரில்* சிறப்பாக எடுத்துப் பேசியிருக்கின்றார். மேலும் *சுதந்திரச் சங்கு* இதழில் (08.12.1933) தமிழ்க்காதல் என்னும் தலைப்பில் வெளிவந்த பாரதிதாசனின் கவிதை 02.09.1934இல் ஒருமுறை முழுமையாகவும், 15.4.1938இல் பகுதியாகவும் இருமுறை மணிக்கொடியில் மறுபிரசுரம் செய்யப்பட்டது.

மணிக்கொடியில் வெளிவந்த பாரதிதாசன் கவிதைகளைப் பின்வருமாறு காலவரிசைப்படுத்தலாம்:

1. இன்பத்தமிழ் *(24–09–1933)*

2. வளர்ந்ததிங்கொரு தீ *(15–10–1933)*

3. எழுச்சியுற்ற பெண்கள் *(19–11–1933)*

4. மக்கள் மறந்த இன்பம் *(26–11–1933)* (மறுவெளியீடு மணிக்கொடி 13–01–1935)

5. மின்னும் தமிழ் (03–12–1933)

6. கர்ப்பத்தடை/சந்தான முறை நன்று; தவிர்க்கும் முறை தீதோ? (17–12–1933)

7. சக்திப் பாட்டு (07–01–1934)

8. பாட்டின் சுவையறியும் பாக்கியம்/பாரதியாருக்கு வந்த கடிதம்/ வேண்டுமடி எப்போதும் விடுதலை பிறந்த வகை (21–01–1934)

9. இயற்கைத் தேவியின் கோபம் (18–02–1934)

10. தமிழ்க் கனவு (25–03–1934)

11. புத்தக சாலை வேண்டும் (08–07–1934) (முகப்புப் பக்கம்)

12. கொடைத் தமிழன் (22–07–1934)

13. தமிழ்க்கல்வி (09–09–1934) (முகப்புப் பக்கம்)

14. சங்கங்கள் (16–09–1934)

15. தை (01–02–1938)

இந்தக் கவிதைகளுள் 'புத்தகசாலை வேண்டும்', 'தமிழ்க் கல்வி' ஆகியவை மணிக்கொடி இதழில் அட்டை முகப்புக் கவிதைகளாகவே வெளிவந்தன. முதன்முதலில் மணிக்கொடியில் அட்டை முகப்புக் கவிதையாக இடம்பெற்றது பாரதிதாசன் கவிதையேயாகும். பிற்காலங்களில் ந. பிச்சமூர்த்தி, கு.ப.ரா. ஆகியோரின் சில வசனகவிதைகள் வார மணிக்கொடியிலேயே அட்டை முகப்புக் கவிதைகளாக வெளிவந்தன.

பாரதிதாசனின் கவிதைகள் மணிக்கொடியில் இடம்பெற்றபோது இயற்றியவர் பெயர் பெரும்பாலும் 'பாரதிதாஸன்' என்னும் வடிவிலேயே இடம்பெற்றிருந்தது. 'வளர்ந்த திங்கொரு தீ' என்னும் கவிதையில் 'க.சு. பாரதிதாஸன்' என்னும் வடிவிலும், 'கர்ப்பத் தடை' என்னும் கவிதையில் 'பாரதிதாசன்' என்னும் வடிவிலும் இயற்றியவர் பெயர் இடம்பெற்றிருந்தன.

மணிக்கொடியில் வெளிவந்த 15 கவிதைகளுள் இன்பத்தமிழ், எழுச்சியுற்ற பெண்கள், மக்கள் மறந்த இன்பம், கர்ப்பத்தடை, தமிழ்க்கனவு, புத்தகசாலை வேண்டும், தமிழ்க்கல்வி ஆகிய ஏழும் பாரதிதாசன் கவிதைகள் முதல் தொகுதியில் (1938) இடம்பெற்றன. சக்திப்பாட்டு என்னும் கவிதை முதல்தொகுதியின் நான்காம் பதிப்பில் (1944) இடம்பெற்றது.

பாட்டின் சுவையறியும் பாக்கியம், சங்கங்கள் ஆகிய இரண்டும் பாரதிதாசன் கவிதைகள் இரண்டாம் தொகுதியில் (1949) இடம்பெற்றன. பிற ஐந்தும் நெடுங்காலம் நூல்வடிவம் பெறாதிருந்து பேராசிரியர் இரா. இளவரசு தொகுத்த *பாவேந்தர் பாரதிதாசனின் பழம்புதுப் பாடல்கள்* நூலில் அண்மையில் (2005) இடம்பெற்றன.

இக்கவிதைகளுள் 'இன்பத்தமிழ்', 'மின்னும்தமிழ்', 'தமிழ்க்கனவு', 'தமிழ்க்கல்வி' ஆகியன 'தமிழ்' என்னும் பொருண்மையில் அமைந்தவை. 'பாட்டின் சுவையறியும் பாக்கியம்', 'கொடைத்தமிழன்', 'சக்திப்பாட்டு' ஆகிய மூன்றும் பாரதி குறித்த கவிதைகளாகும். 'வளர்ந்ததிங்கொரு தீ' இந்திய விடுதலைப் பொருண்மையில் அமைந்தது. 'எழுச்சியுற்ற பெண்கள்', 'கர்ப்பத்தடை', 'புத்தகசாலை வேண்டும்', 'இயற்கைத் தேவியின் கோபம்', 'சங்கங்கள்' ஆகியன சமூகப் பொருண்மையில் அமைந்தவை. குடும்பக் கட்டுப்பாட்டை ஆதரித்து எழுதப்பட்ட முதல் தமிழ்க் கவிதை என்று கருதப்படும் 'கர்ப்பத்தடை' முதன்முதலில் மணிக்கொடியில்தான் வெளிவந்தது. தமிழ், பாரதி, இந்திய விடுதலை, சமூக முன்னேற்றம் ஆகிய பொருண்மைகளில் மணிக்கொடியில் வெளிவந்த கவிதைகள் அமைந்தன.

மணிக்கொடியில் வெளிவந்த பாரதிதாசன் கவிதைகளில் சில சமகாலத்திலும், ஒட்டிய பிற்காலத்திலும் மணிக்கொடியிலிருந்து எடுக்கப்பட்டவை என்ற குறிப்புடனும் குறிப்பின்றியும் *நகரதூதன், சுதந்திரச்சங்கு, அறிவு, ஸ்ரீ சுப்ரமண்ய பாரதி கவிதா மண்டலம்* ஆகிய இதழ்களில் இடம்பெற்றன. மணிக்கொடியில் (07–01–1934) இடம்பெற்ற 'சக்திப்பாட்டு' முதலில் சுதேசமித்திரனில் வெளி வந்தது. பாரதி முன்னிலையில் பாடப்பட்ட அக்கவிதை சுதேசமித்திரனுக்குப் 'பாரதியின் கவிதா மண்டலத்தைச் சேர்ந்த கனக சுப்புரத்தினம் எழுதியது' என்னும் குறிப்புடன் பாரதியால் அனுப்பப்பட்டது.

~

மணிக்கொடியில் வெளிவந்தபோது 'சக்திப்பாட்டு', 'கொடைத்தமிழன்', 'தமிழ்க்கல்வி', 'மக்கள் மறந்த இன்பம்' ஆகிய கவிதைகள் அழகான உரைநடையில் அமைந்த முன்னுரைக் குறிப்புகளுடன் இடம்பெற்றன. இந்தக் குறிப்புகள் இன்று பாரதிதாசனின் கவிதை நூல்களில் இடம்பெறுவதில்லை. இவற்றை இங்கு நிரல்பட நோக்கலாம். இவற்றுள் 'மக்கள் மறந்த இன்பம்' என்ற கவிதைக்கான குறிப்பு மணிக்கொடி சீனிவாசனால் எழுதப்பட்டது என்னும் ராமையாவின் கூற்று நினைவுகொள்ளத்தக்கது.

சின்னச் சின்னச் சிறுமொழிகள்
பின்னிப் பின்னிப் புரளும் பெருநடை
மின்னி மின்னி ஜொலிக்கும் கருத்துக்கள்
இவைகள் கொண்டது "பாரதிதாஸன்" பாட்டு.

காதில் இனிக்கும் ஒலியில், கண்ணில் காணும் உவமையில், கருத்தில் தவழும் உணர்ச்சிகளைச் சித்திரிக்கிறார்.

வாழ்வின் பெரும் பயனில் ஒன்று இன்பம். இதை மக்கள் எவ்வாறு மாசுபடுத்தி விட்டனர்! "சிட்டைப்பார்; அணிலைப்பார்; வானைப்பார்; முல்லையைப்பார். இயற்கை வாழ்வில் இன்பத்திற்கு என்ன உன்னதம், என்ன எழில் பார்!"என்று இடித்துரைக்கிறார்.

மனக்குருடு, மனச்செவிடு இல்லாதவர்களுக்குத் தெரியும், கேட்கும்.

('மக்கள் மறந்த இன்பம்', மணிக்கொடி 26–11–1933, ப. 6)
(மறுவெளியீடு 13–1–1935, ப. 16)

எண்ணத்தில் அடங்காத சக்தியின் வடிவத்தை எழுத்தில் சித்திரித்திருக்கிறார் பாரதிதாஸன். பதினாறு வரியில் அன்னையின் வண்ணம், வடிவு, வீரம், எல்லாம் படிப்பவர் கண்முன்னே தோன்றுகின்றன.

"பாரதிதாஸன்" பாடியது இதுதான் முதல் பாட்டு. பல வருஷங்களுக்கு முன் பாடியது. சுப்பிரமணிய பாரதி, பாரதிதாஸன், இன்னும் நண்பர் பலரும் அளவளாவிக் கொண்டிருந்தனர். "பாரதிதாஸன் பாடுவனே" என்றார் பாரதி. நண்பர்கள் "புன்னகை" புரிந்தனர். "பாடு" என்று கட்டளையிட்டார் பாரதி. "தாஸன்" பத்து நிமிஷத்தில் பதினாறு வரிகளை எழுதிக்கொண்டு வந்தார். அந்த வரிகள்தான் இவை.

('சக்திப்பாட்டு', மணிக்கொடி 07–1–1934, ப. 9)

~

இருள் அடர்ந்த இரவு கழிந்து "விடியுங்" காலம் வருவதை அறிவிக்கும் குரலை அருகிருந்து, உடனிருந்து கேட்டவர் "பாரதிதாஸன்".

அந்தக் குரலொலி கேட்டுத் தமிழ்நாட்டு மக்கள், தமது தொழிலை மேற்கொண்டு வெளிப்பட்டதையும், அவர்களது போரையும் நேரில் கண்டனுபவித்தவர்.

சென்ற சட்டமறுப்பு இயக்கத்தில் கலந்துகொண்ட தமிழனின் குரலில் ஒலித்த வீரம், ஆவேசம், ஆதர்சம் யாவும் அந்த ஒரு குரலிலிருந்து எழுந்தவைதான்.

அந்த முதல் குரல் நாட்டுமக்களுக்கு ஊட்டிய ஆவேசத்தையும், காட்டிய ஆதர்சத்தையும், இந்தப் பாடலில் எழில் கலந்து பாடியிருக்கிறார் பாரதிதாஸன்.

('கொடைத்தமிழன்', மணிக்கொடி 22-07-1934, ப. 5)

~

கவிஞனின் கற்பனைக்கண் திறந்தது. எதிரே ஓராயிரம் அழகுகள். "எதை எழுதுவேன்" என்று மலைக்கிறார்.

வான், தாமரைப்பூக்கள், காடு, கழனி, கார்முகில், ஆடு மயில் நிகர் பெண்கள், இன்னும் எவ்வளவோ!

நமது புறக்கண்களுக்கு எட்டாத இனிமை, எழில் கவிஞனின் கற்பனைக் கண்களுக்குப் படுகிறது.

ஆனாலும், மனித ஜாதியின் உயர்ச்சி ஒன்றுதான் அவனுடைய ஆத்ம தாகம். தன்னை வளர்த்த தமிழ்ச் சமூகத்தில் "எல்லாரும், இன்பத் தமிழ்க்கல்வி கற்றவர் என்று சொல்லும் நிலை"தான் அவனது உள்ளத்திலிருந்து எழும் கூவல்.

டக்டக்கென்று வரும் பட்டாள நடையிலே பாரதிதாஸன் அந்தக் கருத்தை அள்ளி வீசுகிறார்.

('தமிழ்க்கல்வி', மணிக்கொடி 09-09-1934, முகப்பு அட்டை)

~

மணிக்கொடி – பாரதிதாசன் தொடர்பில் குறிப்பிடத்தக்க பதிவினைக் கொண்டதாக 02-09-1934 மணிக்கொடி இதழ் அமைந்துள்ளது. படைப்பாளிகளின் நெஞ்சில் கவிதைப்பெண் தோன்றும் தருணம் குறித்த கவிதைகளையும் கதையையும் உரை ஓவியத்தையும் கொண்டதாக அவ்விதழில் ஒருபகுதி வெளிவந்தது. அப்பகுதி 'அவள் வரும் நேரம்' என்னும் தலைப்பில் அமைந்திருந்தது. தலைப்பையடுத்து உரைநடையில் ஒரு முற்குறிப்பை இதழாளர்கள் வழங்கியிருந்தனர். மகாகவி பாரதியாரும் பாரதிதாசனும் கவிதைகளில் கவிதாதேவி காட்சிதரும் அனுபவத்தை எழுதிய

பாடல்களையும் புதுமைப்பித்தனின் சிறுகதையையும் கு.ப.ரா.வின் உரையோவியத்தையும் இப்பகுதியில் வழங்கியிருந்தனர். அந்த முற்குறிப்பிலே, "கவிஞனின் கவிதை உள்ளத்தில் கற்பனை ஊற்று எப்பொழுது பெருக்கெடுக்கிறது? அப்போது அவன் அடையும் குதூகலம் எப்படிப்பட்டது? பாரதிதாசன் அழகாக அதைச் சித்திரித்திருக்கிறார்" எனவும், "அந்த மகா வினாடியை ஒரு காதலியின் வருகையாகச் சித்திரிக்கிறார்கள் கவிஞர்கள். பாரதியாருக்கு அந்தக் காதலியிடம் எவ்வளவு உரிமையிருந்தது! எத்தகைய பாத்யதை கொண்டாடினார்!" எனவும், "உள்ளத்தைக் கொள்ளை கொள்ளும் இயற்கையின் வனப்பு, இயற்கை அன்னையின் எழில்காட்சி கவிஞனின் உள்ளத்தை உருக்கி, கவிதைப் பெருக்கெடுக்கச் செய்வதுபோல, மனித ஹ்ருதயத்தின் துக்கமும், அவனுடைய உள்ளத்தைத் தூண்டிவிடுகிறது என்கிறார் கூத்தன்" எனவும், "அப்படிப் பிறந்த கவிதை, கவிஞனின், காதலி, தேவி, ரஸிகனுடைய உள்ளத்தில் எழுப்பும் உணர்ச்சிகளை, கு.ப. ராஜகோபாலன் சித்திரிக்கிறார்" எனவும் குறிப்பிட்டிருந்தனர்.

'பிள்ளைப் பிராயத்திலே', 'பத்துப் பன்னிரண்டு தென்னைமரம்' எனத் தொடங்கும் பாரதி பாடல்களையும், 'கவிதைக் காதலி' என்னும் தலைப்பில் 'கமலம் அடுக்கிய செவ்விதழால்' எனத் தொடங்கும் பாரதிதாசன் கவிதையையும், கூத்தன் என்னும் புனைபெயரில் வெளிவந்திருந்த புதுமைப் பித்தனின் 'சித்தம் போக்கு' சிறுகதையையும், 'கவிதை' என்னும் தலைப்பிலேயே அமைந்த கு.ப.ரா.வின் உரையோவியத்தையும் இப்பகுதி கொண்டிருந்தது. கவிதா தேவியைத் தரிசிக்கும் தருணத்தை, அனுபவத்தைப் படைப்பாளிகளின் படைப்புகள் வாயிலாக ஒருசேரக் காட்டும்போது பாரதி, பாரதிதாசனோடு புதுமைப்பித்தனும் கு.ப.ரா.வும் இணைந்து இடம்பெற்ற இப்பதிவு குறிப்பிடத்தக்கதாகும். பாரதிதாசனின் இந்தக் கவிதை சுதந்திரச்சங்கு இதழில் 'தமிழ்க்காதல்' என்னும் தலைப்பில் மணிக்கொடிக்கு முன்னரே (8–12–1933) வெளிவந்ததாகும். ஒரு குறிப்பிட்ட நோக்குநிலையில் பாரதிதாசனின் கவிதையும் புதுமைப்பித்தனின் சிறுகதையும் கு.ப.ரா.வின் உரையோவியமும் ஒருங்குவைத்து எண்ணப்பட்டுள்ளமை மணிக்கொடி வரலாற்றில் குறிப்பிடத்தக்கதாகும். மறுமலர்ச்சி உரைநடை இலக்கிய எழுத்தாளர்களின் எழுத்தோவியங்களோடு ஒருசேரப் பாரதிதாசனின் கவிதை கருதப்பட்ட இந்தப் பதிவு அவ்வகையிலும் தனித்து எண்ணத் தக்கதாகும். இவை இடம்பெற்ற மணிக்கொடி வ.ரா. ஆசிரியராக இருந்து நடத்தியதாகும்.

~

மணிக்கொடியிலிருந்து வ.ரா. விடுவிக்கப்பட்ட பின்னர் நட்பறம் கருதிப்போலும் பாரதிதாசன் மணிக்கொடிக்குக் கவிதைகள் எழுதவில்லை. எனினும் இதழை நடத்தியோர் அவர் எழுதிய 'மக்கள் மறந்த இன்பம்' என்னும் கவிதையை வ.ரா. பணிபுரியாத காலத்திலும் அதாவது 13.1.1935இல் மறுமுறையும் வெளியிட்டிருக்கின்றனர். சிலகாலத்துக்குப் பின்னர் 1.2.1938இல் கதை மணிக்கொடிக் காலகட்டத்தில், நிருவாகத்தால் பி.எஸ்.ராமையா விலக்கப் பெற்ற தருணத்தில் 'தை' என்னும் தலைப்பிலான கவிதை வெளிவருகின்றது. இந்தக் கவிதை வெளிவந்த அதே இதழில்தான் ந. பிச்சமூர்த்தியின் 'கொம்பும் கிணறும்' என்னும் வசனகவிதை/புதுக்கவிதையும் இடம்பெற்றது என்பது குறிப்பிடத்தக்கது. மணிக்கொடியில் இடம்பெற்ற வசனகவிதை/புதுக்கவிதை முயற்சிகளைப் பாரதிதாசன் அறிந்திருப்பார் என்பதை இதழோடு கொண்ட அவரது தொடர்பால் பொதுவாக அறியலாம் எனினும், இந்தத் 'தை' என்னும் அவரது கவிதை வெளிவந்த இதழால் கட்டாயம் புதுக்கவிதை முயற்சிகளை அறிந்திருந்தார் என்பதை உறுதிப்படுத்திக் கொள்ளலாம்.

~

மணிக்கொடி இதழில் வ.ரா. பொறுப்பு வகித்த காலத்தில் பாரதிதாசன் கவிதைகளை மட்டும் எழுதவில்லை; ஒரு வேண்டுகோள் கடிதத்தையும் எழுதியிருக்கின்றார். புதுச்சேரியில் உள்ள தமது நண்பரொருவர் காணாமல் போய்விட்டதைக் குறிப்பிட்டு, அவரைக் கண்டவர்கள் புதுவைக்கு அனுப்பி வைக்க அல்லது தமக்குச் செய்தி தெரிவிக்க வேண்டி அவர் அந்த வேண்டுகோள் குறிப்பை எழுதியிருந்தார். 10.12.1933ஆம் நாளிட்ட மணிக்கொடியில் (ப. 14) பின்வருமாறு அக்குறிப்பு வெளிவந்திருந்தது:

தெரிந்தால் சொல்லுங்கள்

மணிக்கொடி வாசக நேயர்களே!

உங்களில் யாராவது, எனது நண்பரும், புதுவை – சுப்ரமணிய பாரதி சங்க ஸ்தாபகருமாகிய சுப்ரமணியன் அவர்களைக் காணுவீர்களானால்,

"உமது பெற்றோரும் சுற்றத்தாரும், ஆதரவாளர்களும், நண்பர்களும் உம்மைத் தேடுகிறார்கள் என்று சொல்லி" – உடனே அவரைப் புதுவைக்கு அனுப்ப ஏற்பாடு செய்யும்படி நான் வணக்கமாகக் கேட்டுக்கொள்ளுகிறேன்.

அனுப்ப முடியாது போனால் அவர் விலாசத்தையேனும் தெரிவிக்க வேண்டுகிறேன்.

பாரதிதாஸன்
12,செங்குந்தர் தெற்கு வீதி,
புதுச்சேரி.

இந்தக் கடிதத்தில் குறிப்பிடப்பட்டுள்ள சுப்ரமணியன் பிற்காலத்தில் சர்வோதயத் தலைவராக விளங்கிய எஸ்.ஆர். சுப்ரமணியன் ஆக இருக்கக்கூடும். இவ்வாறு காணாமல் போன நண்பரைக் கண்டுபிடிக்க வேண்டுகோள் செய்தி வெளியிடும் அளவுக்கு மணிக்கொடியில் பாரதிதாசன் உறவும் உரிமையும் பூண்டிருந்திருக்கின்றார்.

~

மணிக்கொடியின் முதன்மையான மூன்று கலைஞர்களாகப் புதுமைப்பித்தன், மௌனி, ந. பிச்சமூர்த்தி ஆகியோரையும், பிற மணிக்கொடிக்காரர்களில் முதல் இடத்தில் கு.ப.ரா.வையும் வைத்துப் பேசியிருப்பார் சுந்தர ராமசாமி. இவர்களுள் ந. பிச்சமூர்த்தி மணிக்கொடி இதழில் வெளிவந்த பாரதிதாசனின் கவிதைகளைப் படித்து அவற்றைப் பாராட்டித் *தினமணி (1936)* ஆண்டு மலரில் எழுதியிருக்கின்றார். புதுமைப்பித்தன் மணிக்கொடியில் வெளிவந்த கவிதைகளையும், பின்னர் வெளிவந்த நூல்களையும் கருத்தில் கொண்டு தமிழ்க் கவிதை வரலாற்றில் பாரதிதாசனின் பேரிடத்தை,

> பாரதிதாஸனாகிவிட்ட ஸ்ரீ கனக சுப்புரத்தினம் பாரதி வகுத்த பாதையிலே பல அழகுக் கனவுகளை நிர்மாணித்துத் தந்திருக்கிறார். பாரிச வாய்வும், பக்க வாதமும் போட்டலைக்கும் இன்றைய கவிதையுலகிலே, அவருடைய பாட்டுக்கள்தான் நிமிர்ந்து நடக்கின்றன ...
>
> இதில் பாரதியாருக்குச் சமதையாக இருப்பவர்கள் இன்றைய கவிஞர்களில் பாரதிதாஸன் ஒருவர்தான் என்பது எனது அபிப்ராயம்

(புதுமைப்பித்தன் கட்டுரைகள், பக். 202, 209)

என்று போற்றியிருக்கின்றார். கு.ப.ரா. மணிக்கொடி வாரப் பதிப்பின் வாயிலாகத் தாம் பாரதிதாசன் கவிதைகளை முதலில் படித்து மகிழ்ந்ததாகவும் வியந்ததாகவும் அவ்விதழிலேயே அழுத்தமாகப் பின்வருமாறு பதிவு செய்திருக்கின்றார்:

> நான் முதன்முதலாகப் பாரதிதாஸன் அவர்களின் தனிப்பாடல்களைப் பழைய மணிக்கொடி வாரப் பதிப்பில் பார்த்தேன். அவைகளிலிருந்த வார்த்தை நயத்தையும், சொல் வேகத்தையும், தெளிவையும், உண்மையான கவிதை ஸாரத்தையும் கண்டு திகைப்பும் சந்தோஷமும் கொண்டேன். 'பாரதிக்குப் பிறகு தமிழ் நாட்டில் ஒரு உண்மையான கவி இருக்கிறார். அவரிடம் நாம் எது வேண்டுமானாலும் எதிர்பார்க்கலாம். நான் படித்த வரிகளை எழுதக்கூடிய ஒருவர் ஒருபோதும் மட்டமாக எழுத முடியாது' என்று சொல்லிக் கொண்டேன்.
>
> *(மணிக்கொடி, 15.06.1938. ப. 61)*

கு.ப.ரா. இப்படிக் குறிப்பிட்டது மட்டுமல்ல; தம்மைப் 'பாரதிதாசனுடைய பக்தர்களில் ஒருவன்' என்றும் அழைத்துக்கொண்டார்.

தமிழுலகம் பாரதிதாசன் எழுதிய கவிதைகளை 1938ஆம் ஆண்டில் வெளிவந்த *பாரதிதாஸன் கவிதைகள்* என்னும் தலைப்பிட்ட முதல் தொகுதியால்தான் பரவலாக அறியத் தொடங்கியது. அந்தத் தொகுதி வெளிவருவதற்கு முன்பே மறுமலர்ச்சித் தமிழ் இலக்கியத்தின் முன்னோடிகளான புதுமைப்பித்தன், ந. பிச்சமூர்த்தி, கு.ப.ரா., பி.எஸ். ராமையா, சி.சு. செல்லப்பா முதலியவர்கள் பாரதிதாசனை நன்கு அறிந்திருந்தனர்; பாரதிதாசன் கவிதைகளின்பால் ஈடுபாடு கொண்டிருந்தனர். மறுமலர்ச்சி இலக்கிய முன்னோடிகளெல்லாம் அறிந்திருக்கக் காரணமாக, ஈடுபாடு கொள்ளக் காரணமாக அமைந்தது, மறுமலர்ச்சி இலக்கிய வரலாற்றிற்குத் தோரணவாயில் அமைத்த மணிக்கொடிதான். ஆனாலும் மணிக்கொடியிலேயே எழுதிய மௌனி மட்டும் பாரதிதாசனைப் படித்ததில்லை என்று பகிரங்கமாகச் சாதித்தார்.

ஒருமுறை கு.ப.ரா. தமிழ் இதழ்களின் மனப்பான்மை குறித்துக் கருத்துரைத்திருந்தார். தமிழ் இதழ்களில் *ஆனந்தவிகடன், கலைமகள், மணிக்கொடி* மூன்றும் மூவகை மனப்பாங்கின என்றும், மணிக்கொடிக்குள்ளேயே பலவகைப் போக்குகள் உண்டு என்றும் அவர் குறிப்பிட்டிருந்தார் (கு.ப.ரா. கட்டுரைகள், பக். 476, 477). பாரதிதாசன் தொடர்பில் மணிக்கொடிக்குள்ளும் சில போக்குகள் இருந்திருக்கின்றன. பாரதிதாசனைப் படித்த தில்லை என்று சாதித்த மௌனி ஒருவகைப் போக்கு; மணிக் கொடியால்தான் பாரதிதாசனைப் படித்தோம் என்றும்,

பாரதிதாசன் பாரதி மரபில் தலைசிறந்த கவிஞர் என்றும் பதிவுசெய்த மற்றவர்களெல்லாம் இன்னொருவகைப் போக்கு.

~

மணிக்கொடியால்தான் பாரதிதாசனைப் படித்தேன் எனவும், தாம் ஒரு பாரதிதாசன் பக்தன் எனவும் குறிப்பிட்டுக் கொண்ட போதிலும் கு.ப.ரா. 1938இல் மணிக்கொடியிலேயே எழுதிய முதல் தொகுதிக்கான மதிப்புரையில் தமது நோக்கில் சில விமர்சனங்களையும் வைத்திருந்தார். அதில் ஒன்று: "கடைசி மூன்று பகுதிகளும் பிரச்சாரச் செய்யுட்கள் நிறைந்திருக்கின்றன. 'தமிழ்' என்ற பகுதி அவ்வளவு உயர்ந்ததன்று" (ப. 63) என்பதாகும்.

உண்மையில், *பாரதிதாசன் கவிதைகள்* முதல் தொகுதியில் தமிழ் என்னும் பகுதியில் 'தமிழின் இனிமை', 'இன்பத் தமிழ்', 'தமிழ் உணவு', 'தமிழ்ப்பேறு', 'எங்கள் தமிழ்', 'தமிழ் வளர்ச்சி', 'தமிழ்க் காதல்', 'எந்நாளோ', 'சங்க நாதம்', 'தமிழ்க் கனவு' ஆகிய பத்துக் கவிதைகள் இடம்பெற்றிருந்தன. இவற்றுள் 'இன்பத் தமிழ்', 'தமிழ்ப் பேறு (தமிழ்க் கல்வி)', 'தமிழ்க் கனவு' ஆகிய மூன்று கவிதைகள் பாரதிதாசன் மீது கு.ப.ரா.வுக்கு ஈடுபாட்டை ஏற்படுத்திய மணிக்கொடியில் வெளிவந்தவைதாம். 'தமிழ்க் காதல்' என்னும் கவிதையும் *சுதந்திரச்சங்கு* இதழில் இடம்பெற்று மணிக்கொடியில் இடம்பெற்ற கவிதைதான். அதுமட்டுமன்று, மணிக்கொடியில் வெளிவந்த பாரதிதாசன் கவிதைகளின் பொருண்மையைக் குறித்துக் கொஞ்சம் ஆராய்ந்தால் தமிழ் என்னும் பொருண்மையில் அமைந்த கவிதைகள்தாம் கணிசமானவை. கு.ப.ரா.வுக்குள்ளும் பாரதிதாசனை முழுமையாகப் புரிந்துகொள்ளாத போக்கு சற்றே இருந்திருக்கின்றதோ என எண்ணத் தோன்றுகின்றது. இத்தகைய போக்குகளைக் குறிவைத்துத்தான் புதுமைப்பித்தன் இப்படி எழுதினார்:

> பாரதிதாஸனைப் பழகி அனுபவிக்கவேண்டுமெனில் ஸ்ரீ கனக சுப்புரத்தினத்தின் கருத்துக்களைக் கண்டு பயப்படுவது விவேகமல்ல; 'நட்ட கல்லும் பேசுமோ' என்று பாடியவரைவிட இவர் பிரமாதமான தவறு எதுவும் செய்துவிடவில்லை. அவருடைய காவியங்களில், ராமாயணம் என்னும் பெரும் புளுகும், 'எங்கள் மடாதிபதி' 'சைவத்தை ஆரம்பித்த' விமரிசையும் இருந்தால் என்ன குற்றம்? அவர் கவி... பாரதிதாஸனின் இன்னும் இரண்டொரு விசேஷ அம்சங்களைப் பற்றிக் குறிப்பிட விரும்புகிறேன். அவர் ஏதோ சுயமரியாதைக் கொள்கைகளுக்கு அடிமையானவர், அதனால் அவரிடம்

தேசபக்திப் பாட்டுக்களைப் பார்க்க முடியாது; அந்தமட்டில் அவர் மட்டமான கவிஞரெ‌ன சிலர் சித்தாந்தம் பண்ணுகிறார்கள். அப்படிப்பட்டவர்களுக்கு 'உன்னை விற்காதே' என்ற பாட்டை ஞாபகப்படுத்த விரும்புகிறேன்.

(புதுமைப்பித்தன் கட்டுரைகள், பக். 202, 210)

பாரதிதாசனை முழுமையாகப் புரிந்துகொண்டு உயர்த்திப் பிடித்த புதுமைப்பித்தனின் இந்தப் போக்கே, பாரதிதாசனின் கவிதைகள் மணிக்கொடியில் துலங்கிய காலங்களில் விளங்கிய மணிக்கொடியின் போக்குமாகும்.

~ ~

2
பாரதிதாசனும் மணிக்கொடி மூலவர்களும்

1. மணிக்கொடி கு. சீனிவாசன்

செந்தமிழ்

தீந்தமிழ்

ஓங்குதமிழ்

பச்சைத் தமிழ்

வீரத் தமிழ்

கன்னித் தமிழ்

1938ஆம் ஆண்டில் வெளிவந்த ஒரு கவிதையில் இடம்பெற்றிருந்த தொடர்கள் இவை. இந்தக் கவிதையை எழுதியவர் பாரதிதாசன் அல்லர். ஆனால் அந்த ஆண்டின் தொடக்கத்தில்தான் புகழ்பெற்ற பாரதிதாசன் கவிதைகள் – முதல் தொகுதி வெளிவந்திருந்தது. அந்தத் தொகுதி 'தமிழ்' என்று ஒரு பகுப்பில் பல கவிதைகளையும் கொண்டிருந்தது. அந்தத் தொகுதி தொடங்கிவைத்த மரபில்தான் பின்னாள்களில் ஆயிரம்ஆயிரம் கவிஞர்கள் தங்கள் கவிதைத்தொகுதிகளில் 'தமிழ்' என்று ஒரு பகுப்பை அமைத்தனர். முதலில் சுட்டிய தொடர்கள் அமைந்த கவிதையை எழுதியவர் எவராக இருக்கக்கூடும் எனச் சிந்திக்கத் தலைப்பட்டால், பாரதிதாசன் பரம்பரைக் கவிஞர்களில் முதலணியைச் சார்ந்தவராகவோ, சுயமரியாதை இயக்கக் கவிஞர்களுள் ஒருவராகவோ,

தனித்தமிழ் இயக்கக் கவிஞர்களுள் ஒருவராகவோ இருக்கக்கூடும் எனத் தோன்றும்.

அந்தக் கவிதையை எழுதியவர் முப்பத்திரண்டு ஆண்டுகளுக்குப் பின்னர்த் தம் மனைவி இறந்தபொழுது (1970) கவிதை போலொரு கவிதையை எழுதியிருந்தார். அதனை இப்படிப் பின்வரும் வரிகளோடு முடித்திருந்தார்:

காமஞ் சான்ற கடைக்கோட் காலை
ஏமஞ் சான்ற மக்களொடு துவன்றி
அறம்புரி சுற்றமொடு கிழவனும் கிழத்தியும்
சிறந்தது பயிற்றுவம் என்று செருக்குடன்
யான் கண்ட, கண்டு வந்த காப்பியக் கனவில்
நீ கண்மூடி நான் கண் விழிக்க
அந்தோ! அந்தோ! அந்தோ!

(மணிக்கொடி சீனிவாசன் எழுத்துக்கள், ப. 131)

இந்த வரிகளைச் சற்றே ஊன்றிப் பார்த்தால், *தொல்காப்பியத்*தின் கற்பியல் நூற்பாவைக் கவிதைக்குள் கொணர்ந்து அந்த நெறியில் வாழக் கண்ட கனவு கலைந்து விட்டதைச் சுட்டுவதை உணரலாம். இதனை உணர்ந்ததும் இந்தக் கவிதையைப் படைத்தவர் தொல்காப்பியக் கல்வியில் ஆழத் தலைப்பட்ட ஒரு தமிழறிஞரோ, புலவரோ என்ற எண்ணம் எழும்.

1938ஆம் ஆண்டிலும் 1970ஆம் ஆண்டிலும் இவ்வாறெல்லாம் கவிதைகளைப் படைத்த அவர் அடிப்படையில் ஒரு கவிஞர் அல்லர். பொருளாதாரத்திலும் வரலாற்றிலுமாகச் சென்னை மாநிலக் கல்லூரியில் பயின்று பி.ஏ. ஆனர்ஸ் பட்டம் பெற்றவர். இங்கிலாந்து சென்று இதழியல் பணிகளை மேற்கொண்டவர். தமிழை முதன்மைப் பாடமாகப் பயிலாத, தமிழ்க் கவிஞராகத் தொடர்ந்து வடிவம் பெறாத, அயல்நாடு சென்று இதழியல் பணிகளை ஆற்றும் அளவுக்கு இதழியலிலும் ஆங்கிலத்திலும் ஆற்றல் மிக்க அவர்தாம் தமிழை ஆசைஆசையாகத் தீந்தமிழ், ஓங்குதமிழ், பச்சைத்தமிழ், வீரத்தமிழ் என்றெல்லாம் தமது கவிதையில் போற்றிப் பாடியிருந்தார்.

அந்தக் கவிதையை எழுதியவர் – நவீனத் தமிழிலக்கியத்தின் தோரணவாயிலாய் அமைந்த 'மணிக்கொடி' இதழை நிறுவிய ஆசிரியர் மூவருள் ஒருவர்; அந்தக் கவிதை கூட மணிக்கொடி இதழில்தான் வெளிவந்திருந்தது. தம் பெயரைக்கூடக் கு. சீனிவாசன் என்றே பொறித்துக் கொள்ளப் பெரிதும் விழைந்தவர் அவர். தமிழ் உணர்விலும் தமிழ் மேம்பாட்டிற்கான செயற்பாடுகளிலும்,

இந்திய விடுதலைப் போராட்டத்திலும் வாழ்க்கை முழுதும் தம்மைக் கரைத்துக் கொண்டவர். 'ஸ்டாலின் சீனிவாசன்' எனவும் அழைக்கப்படும் மணிக்கொடி கு. சீனிவாசனே இந்தப் பெருமைக்குரியவர்.

~

மணிக்கொடி இதழ் தொடங்கியது முதல் நடைபெற்று நின்றது வரை ஆசிரியர் பெயராகக் கு. சீனிவாசன் பெயரே இடம்பெற்றிருந்தது. எனினும் முதற்கட்டத்தில் வ.ரா.வும், இரண்டாம் கட்டத்தில் பி.எஸ். ராமையாவும், மூன்றாம் கட்டத்தில் ப. ராமஸ்வாமியும் ஆசிரியர் நிலையில் இருந்து இதழை நடத்தினர். மணிக்கொடியைத் தொடங்குவது என்னும் எண்ணம், இதழின் பெயர் ஆகியன கு. சீனிவாசனின் உள்ளத்தில்தான் உதித்தன. எனினும் இதழை நடத்துவது தொடர்பாகக் கூடித்திட்டமிட்டவர்கள் மூவர். கு. சீனிவாசன், வ.ரா., டி.எஸ். சொக்கலிங்கம் ஆகியோரே அவர்கள். சொக்கலிங்கத்தோடு ஏ.என். சிவராமனும் இந்தக் குழுவில் இருந்தார் எனினும், முதல் இதழில் முதல் மூவரின் பெயர் பொறித்தே இதழ் விளக்க அறிக்கை வெளியிடப்பட்டது. இந்த மூவரே மணிக்கொடியின் மூலவர்கள். இந்த மூலவர்களுள் முதலிடம் பெறுபவர் கு. சீனிவாசன். முதலிதழ் வெளிவந்தபின் மூலவர்களுள் முதல்வரை ஆர்வத்தோடு அணுகி, விளம்பரம் சேகரிப்பவராக வாய்ப்பைப் பெற்ற பி.எஸ். ராமையா பின்னாள்களில் மணிக்கொடியின் முதன்மையாளர்களுள் ஒருவர் என்னும் இடத்தை அடைந்தார்.

~

இந்திய விடுதலை, தமிழ் இலக்கிய மறுமலர்ச்சி என்னும் நோக்கங்களோடு மணிக்கொடியைத் தொடங்கும் எண்ணம் முதலில் கு. சீனிவாசன் நெஞ்சில்தான் தோன்றியது. சைமன் கமிஷன் விசாரணை, அது தொடர்பான ஒரு கமிட்டியின் செயல்பாடுகள் ஆகியன இங்கிலாந்தில் தொடர்ந்தன. அவை பற்றிய செய்திகளைத் திரட்டி இந்தியாவுக்கு அனுப்பும் ஒரு செய்தியாளராக அவர் அங்குச் சென்றிருந்தபோது இப்படி ஓர் இதழைத் தொடங்க வேண்டும் என்னும் எண்ணம் அவருக்குள் எழுந்தது.

1920, 30களில் இலண்டன் தினசரி இதழ்கள் ஞாயிற்றுக்கிழமை தவிர வாரத்தின் ஆறுநாள்களில் மட்டுமே வெளிவரும். ஞாயிற்றுக்கிழமைகளில் மட்டும் வெளிவந்த ஓர் இதழ் உண்டு. அது செய்திகள், கலை, இலக்கியம் முதலிய

வற்றோடு வெளிவந்தது. அதன் பெயர் *சண்டே அப்சர்வர்*. இங்கிலாந்து வழக்கப்படியே அந்தக் காலத்தில் தமிழ்நாட்டிலும் ஞாயிற்றுக்கிழமைகளில் பெரும்பாலும் தினசரிகள் வெளிவருவதில்லை. இதனைக் கருத்தில்கொண்ட கு. சீனிவாசன் *சண்டே அப்சர்வரைப்* போன்ற செய்தி – இலக்கிய இதழ் ஒன்றைத் தமிழில் கொண்டுவரவேண்டும் என்று திட்டமிட்டார். அதன் விளைவே மணிக்கொடி.

இந்த வரலாற்றைக் கு. சீனிவாசன் பின்வருமாறு விவரிக்கும் பகுதி ஓர் ஆவணமாகவே திகழ்கின்றது:

> *புதிய வேலையில் முதலில் பம்பாய்க்கும், பிறகு லண்டனுக்கும் போக நேர்ந்தது. லண்டனில் வெளி வந்து கொண்டிருந்த "அப்ஸர்வர்" பத்திரிகையைப் பார்த்ததிலிருந்து அதன்மீது எனக்கு மோகம் பிறந்தது. காரணம், அதன் பரந்த நோக்கு, கொள்கைத் திட்பம், செய்திச் செறிவு, கலை ஆர்வம், கட்டுரை வன்மை இவைகளே. "அப்ஸர்வர்" ஞாயிறுதோறும் வெளிவரும். அன்று மற்ற தினஸரிகள் வெளிவருவதில்லை. ஆகவே, "அப்ஸர்வரு"க்குத் தனிமதிப்பு. தமிழில் அத்தகைய ஞாயிறு செய்திப் பத்திரிகையை வெளியிட வேண்டும் என்று ஆசை பிறந்தது. அதுவே "மணிக்கொடி"க்குக் கரு. அப்பொழுது அதற்கு அந்தப் பெயர் இல்லை.*
>
> *1930இல் உப்பு ஸத்தியாக்ரகம். தீவிர தேசீய லட்சியங்களை ஆதரிக்கத் தமிழில் பத்திரிகை இல்லை. சொக்கலிங்கம் "தமிழ்நாட்டை" விட்டு விலகி "காந்தி" என்ற காலணா பத்திரிகையை நடத்தி வந்தார். "சுதந்திரச் சங்கு"ம் "காந்தி"யுமே காங்கிரஸ் போராட்டத்தை ஆதரித்து வந்த பத்திரிகைகள். பம்பாயில் "ஃப்ரீ பிரஸ் ஜர்னல்" உதவிப் பொறுப்பு என்னிடம் இருந்தது. 1931 – மார்ச்சு மாதம் ஸத்தியாக்ரகத்தின் வெற்றி. அதே வருஷம் டிஸம்பரில் லண்டன் வட்ட மேஜை மகாநாடு முறிந்தது. 1932 – ஜனவரியில் போராட்டம் மீண்டும் ஆரம்பமாயிற்று. ஸத்தியாக்ரகப் போரில் மூவரும் பங்கு கொண்டோம். நாஸிக்கில் சிறைவாசத்தை முடித்துவிட்டு, 1933 நடுவில் சென்னை வந்தேன். அப்பொழுது வ.ரா. தமது ஊர் திருப்பழனத்தில் இருந்தார். போய், அவரை அழைத்து வந்தேன். சொக்கலிங்கம் (திரு. சிவராமன் – அந்தநாளில் சொக்கலிங்கத்துள் அடக்கம்), வ.ரா., நான், மூவருமாக எங்கள் லட்சியப் பத்திரிகைக்குத் திட்டமிட்டோம்.*
>
> (*வ.ரா. வாசகம்*, பக். xi, xii)

மணிக்கொடியின் தோற்றப்பின்புலத்தை டி.எஸ். சொக்கலிங்கம் இப்படி விளக்கியுள்ளார்:

> முதலில் சதானந்தர் "பிரீ பிரஸ்" என்ற செய்தி ஸ்தாபனத்தை ஆரம்பித்தார். அச்சமயம் சீனிவாசன் அவருக்கு உதவியாய் இருந்தார். சென்னையில் "பிரீ பிரஸ்" காரியாலயத்தை வைப்பதற்கு, "தமிழ்நாடு" காரியாலயத்தில் 1925–இல் டாக்டர் நாயுடு இலவசமாக இடம்கொடுத்தார். அங்கேதான் முதலில் சீனிவாசனைச் சந்தித்தேன். அவர், நான், வ.ரா. ஆகிய மூவரும் அடிக்கடி சந்தித்துப் பேசுவதுண்டு. "தமிழ்நாடு" காரியாலயத்திற்குப் பக்கத்தில்தான் "சுயராஜ்யா" காரியாலயம் இருந்தது. அச்சமயம் "தமிழ் சுயராஜ்யா"வில் வ.ரா. வேலைபார்த்து வந்தார். ஆங்கில "சுயராஜ்யா"வில் சீனிவாசன் வேலைபார்த்த பின்பு தான் அதைவிட்டு, பிரீ பிரஸில் சேர்ந்தார். பின்னால் சென்னையிலிருந்து பம்பாய்க்குப் போனார். அதன் பின்னால் 'பிரீ பிரஸ்' நிருபராக லண்டனில் சில வருஷங்கள் இருந்தார்.
>
> சீனிவாசன் ஒரு லட்சியவாதி. சதானந்தர் காரியவாதி. அதனால் இருவருக்கும் அடிக்கடி அபிப்பிராய பேதங்கள் ஏற்படுவதுண்டு. எத்தனை தடவைகள் அவர்கள் பிரிந்து மீண்டும் சேர்ந்தார்கள் என்பது யாருக்கும் தெரியாது. அம்மாதிரி அவர் பிரிந்திருந்த ஒரு சமயத்தில்தான் 1927–இல் "தமிழ்நாடு" தினசரி வெளிவந்தது. தினப் பத்திரிகையில் இருந்து அநுபவமடைந்த யாரும் அச்சமயம் "தமிழ்நாடு" காரியாலயத்தில் இல்லை. சீனிவாசன் உடனிருந்து உதவிசெய்து "தமிழ்நாடு" ஒழுங்காய் வெளிவர ஏற்பாடுகள் செய்து கொடுத்தார். அதே மாதிரி அவர் பிரிந்திருந்த ஒரு சமயத்தில்தான் "மணிக்கொடி"யை அவர் சென்னையில் ஆரம்பித்தார்.
>
> *(எனது முதல் சந்திப்பு,* பக். 88, 89)

இவ்விரண்டு குறிப்புகளும் மணிக்கொடி உருவான வரலாற்றை எடுத்துரைப்பதுடன், "மூலவர்களுள் மூலவர்" கு. சீனிவாசன் என்பதை நாமறியத் தருகின்றன.

இத்தகு சீர்த்திக்குரிய கு. சீனிவாசனின் தோற்ற ஆளுமையை யும் அறிவாற்றல் ஆளுமையையும் சுவையாகவும் அழுத்தமாகவும் மொழிந்துள்ள பின்வரும் பி.எஸ். ராமையாவின் கூற்றுகள், 'மணிக்கொடி கு. சீனிவாசன்' என்னும் பெயரையே மறந்துவிட்ட நிகழ்காலத் தலைமுறையின் நெஞ்சத்திற்கு நல்ல அறிமுகங்களாக அமைகின்றன:

> "தமிழ் இலக்கிய வட்டாரங்களில் மணிக்கொடி சீநிவாசன் என்றால் உடனே தெரியும். ஆனால், வெளியே ஸ்டாலின் சீநிவாசன் என்றால்தான் அவரைத் தெரியும். அவருடைய மீசையினால் அவருக்குக் கிடைத்த அடைமொழி ஸ்டாலின்.
>
> உயரம், உருவ வார்ப்பு, மீசை மூன்றிலும் மணிக்கொடி சீநிவாசனுக்கும், ம.பொ. சிவஞானத்துக்கும் சிறிதளவு ஒற்றுமை உண்டு. 'அசப்பிலே பார்த்து' ஒருவரை மற்றவராக மயங்க வைக்கும் தோற்ற ஒற்றுமை.
>
> மணிக்கொடி சீநிவாசன், கு. சீநிவாசன் என்ற பெயரில் தமிழில் எழுதுகிறார். அவருக்கு, தமிழ், வடமொழி, ஆங்கிலம் மூன்று மொழிகளிலும் நல்ல தேர்ச்சி உண்டு. தமிழில் சங்க இலக்கியங்கள் படித்தவர். இலக்கணமும் முறையாகப் பயின்றவர். வடமொழியில் ராமாயணம், மகாபாரதம் இரண்டையும் ஆழ்ந்து படித்தவர். ஆங்கிலத்திலும் ஆழ்ந்த சிந்தனையாளர்கள் நூல்களை நிறையப் படித்திருக்கிறார்."
>
> *(மணிக்கொடி காலம், ப. 21)*

மும்மொழிப் புலமை, இந்திய விடுதலைக்காக அர்ப்பணித்த வாழ்க்கை, இந்திய அளவில் ஏன் உலக அளவில் விசாலப்பட்ட இதழியல் செயல்பாடுகள், சமூக சீர்திருத்தத்தில் அழுந்திய உள்ளம் என்றெல்லாம் விரிகின்றன அவரது சரித ஏடுகள்.

மூலவர்கள் மூவருமாகச் சேர்ந்து திட்டமிட்ட மணிக்கொடியின் உருவாக்க நிகழ்வைக் கு. சீனிவாசன் பின்வருமாறு காட்சிப்படுத்துகின்றார்:

> என்ன பெயரிடுவது என்று வெகுவாக விவாதித்தோம். ஒரு நாள் ஏதோ நினைவாகக் கம்பனைப் புரட்டிய போது அவன் மிதிலையில் மணிக்கொடிகளைக் கண்டதாகச் சொன்னது என் மனத்தை நெருடிக் கொண்டே இருந்தது. அன்றுமாலை கோட்டைக்கடுத்த கடல் மணலில் நாங்கள் மூவரும் பத்திரிகையைப் பற்றிப் பேசிக்கொண்டிருந்தோம். கோட்டைக் கொடி மரத்தில் பறந்து கொண்டிருந்த யூனியன் ஜாக் திடீரென்று கீழே வந்தது. இதைக் கண்ட எங்களுக்கு உணர்ச்சி பொங்கிற்று. "விழுந்தது ஆங்கிலக்கொடி. இனி அங்கு பறக்கவேண்டியது நமது மணிக்கொடி" என்றேன். ஜெயிலில் மாதந்தோறும் கொடி வணக்கம் செய்வோம். அதனால்தான் கொடிக்கு அத்தனை மகத்துவம்.

அதுவே எங்கள் பத்திரிகைக்குப் பெயராகட்டும், என்று குதூகலத்துடன் முடிவு செய்தோம்.

மூவரும் கையெழுத்திட்டு, "மணிக்கொடி"யைத் தமிழ் நாட்டுக்கு அறிமுகம் செய்தோம். அது ஒரு குட்டித் தலையங்கம். அறிமுக வாக்கியங்கள் நான்கே நான்கு – குலமும் கோத்திரமும் சொல்லி வணங்கினோம். "பாரதி பாடியது மணிக்கொடி; காந்தி ஏந்தியது மணிக்கொடி; சுதந்திரப் போராட்டத்தில் பல்லாயிரம் வீரர்களை ஈடுபடச் செய்தது மணிக்கொடி. மணிக்கொடி பாரத மக்களின் மனத்திடை ஓங்கிவளரும் அரசியல் லட்சியத்தின் நுனி, முனை, கொழுந்து" என்று கிளைமுறை கிளர்த்தி வாசகர்களின் ஆசிகளையும் இறைவன் அருளையும் வேண்டினோம்.

(வ.ரா. வாசகம், பக். xii, xiii)

இந்தக் கொடி வரலாற்றை அந்த நிகழ்வில் ஒருவராக இடம்பெற்றிருந்த டி.எஸ். சொக்கலிங்கமும் பின்வருமாறு பதிவு செய்திருக்கின்றார்:

> 1933–இல் 'காந்தி' என்ற பெயரோடு நான் பத்திரிகை நடத்தி வந்தபோது ஓர் இலக்கிய வாரப் பத்திரிகையை நடத்த வேண்டும் என்ற எண்ணத்தோடு ஸ்டாலின் சீனிவாசன் பம்பாயிலிருந்து சென்னை வந்தார். திருவையாறு சென்று வ.ரா.–வையும் அழைத்து வந்தார். ஒரு நாள் சென்னை ஹைக்கோர்ட் கடற்கரையில் நாங்கள் மூவரும் உட்கார்ந்து புதிய பத்திரிகைக்கு என்ன பெயர் வைக்கலாம் என்று யோசித்துக் கொண்டிருந்தோம். அச்சமயம் கோட்டை மீது பறந்து கொண்டிருந்த பிரிட்டிஷ்கொடியின் கயிறு அறுந்து கீழேவிழுந்தது. அது வீழ்ந்ததில் எங்களுக்குச் சந்தோஷம். "பிரிட்டிஷ் கொடி வீழ்ந்தது. இனி நமது கொடிதான் பறக்கப் போகிறது" என்று பேசிக் கொண்டோம். அச்சமயத்தில்தான் புதுப் பத்திரிகைக்கு 'மணிக்கொடி' என்ற பெயர் உதயமாயிற்று.

(எனது முதல் சந்திப்பு, ப. 52)

மணிக்கொடியின் தோற்றத்திற்கு இவ்வாறெல்லாம் அடிப்படையாக இருந்த அந்தப் பெருந்தகைக்குத்தாம் பாரதிதாசன் மீது எத்துணை ஈடுபாடு? பொது வாழ்வில், தமிழ் வாழ்வில், இதழியல் வாழ்வில் தலைப்பட்ட அடிநாள் தொடங்கி இறுதிக் காலம்வரை பாரதிதாசனைப் போற்றிய,

அவரது உயர்ந்த இடத்தை உரக்கச் சொன்ன பெரிய உள்ளம் அவர்தம் உள்ளம்.

மணிக்கொடியின் (24.9.1933) இரண்டாம் இதழிலேயே பாரதிதாசன் கவிதை வெளிவந்து விடுகிறது. அந்த நாள் தொடங்கிப் பாரதிதாசனை நன்கறிந்திருந்தார் கு. சீனிவாசன் எனலாம். தொடர்ந்து பாரதிதாசனின் கவிதைகள் மணிக்கொடியில் இடம்பெற்றன.

மணிக்கொடி அலுவலகத்திற்கு இரண்டு மூன்று முறை வந்து சென்றவர் பாரதிதாசன் என்பதை முதலில் பதிவு செய்தவர் சீனிவாசனே. வந்தவரிடம் கவிதைகளை வ.ரா. பெற்ற வரலாற்றையும், பாரதியாரின் முன்னிலையில் பாரதிதாசன் 'எங்கெங்குக் காணினும்' எனத் தொடங்கும் சக்திப் பாட்டைப் படைத்த நிகழ்வை வ.ரா. சொல்லக் கேட்ட வரலாற்றையும் பதிவு செய்திருக்கின்றார் சீனிவாசன் (*வ.ரா. வாசகம்*, பக். xix, xx).

சென்னை வந்த பாரதிதாசனுக்குத் தம் நண்பர் அய்யாசாமி என்பவர் உதவியோடு பி.எஸ். ராமையா அளித்த அறுசுவை விருந்தில் கு. சீனிவாசனும் பங்கேற்றிருக்கின்றார். இதனை ராமையா மணிக்கொடி காலம் நூலில் பதிவுசெய்திருக்கின்றார்.

26.11.1933ஆம் நாளிட்ட மணிக்கொடி இதழில் பாரதிதாசனின் புகழ்பெற்ற, கு.ப.ரா. முதலியோரால் கொண்டாடப்பட்ட 'மக்கள் மறந்த இன்பம்' என்னும் கவிதை வெளிவந்தது. அந்தக் கவிதைக்குக் கவித்துவ நடையில் தாமே ஓர் அழகிய அறிமுகப் பகுதியைக் கு. சீனிவாசன் எழுதியிருந்தார். பல காலங்களுக்குப் பின்னரும் இதனை அவர் நினைவுகூர்ந்திருக்கிறார் (*மணிக்கொடி காலம்*, ப. 51).

'கு. சீனிவாசன் – பாரதிதாசன்' தொடர்பு வரலாற்றில் சிறப்பாகக் குறிப்பிடத்தக்க நிகழ்வொன்று 1935இல் நடந்தது. அப்போது அவர் மும்பையில் *பாம்பே ஸ்டாண்டர்டு* என்னும் ஆங்கில இதழை நடத்திக்கொண்டிருந்தார். இந்திய அளவில் பாரதிதாசனை அறிமுகப்படுத்த வேண்டும் என்னும் 'ஆசைபற்றி' அவர் ஓர் அரிய முயற்சியைப் புரிந்தார். மணிக்கொடியில் வெளிவந்த, பாரதி முன்னிலையில் பாரதிதாசன் பாடிய முதல் பாடலான 'எங்கெங்குக் காணினும்' எனத் தொடங்கும் சக்திப் பாட்டை ஆங்கிலத்திலே மொழிபெயர்த்து அவர் வெளியிட்டார்.

அவர் இப்படி வெளியிட்ட வரலாற்றைப் புரட்சிக் கவிஞர் பாரதிதாசன் வாயிலாகவே நாம் அறிகின்றோம். 1935இல் தாம் ஆசிரியராக இருந்து தம் பெயர் பொறித்து நடத்திய தமிழின் முதல் கவிதை இதழான *ஸ்ரீ சுப்ரமண்ய பாரதி கவிதாமண்டலம்*

இதழில் தம்முடைய அணுக்க இளநண்பர் எஸ்.ஆர். சுப்ரமணியன் என்பாரை அறிமுகக் குறிப்பெழுதச் செய்து, மூலம் மொழிபெயர்ப்பு ஆகிய இரண்டையும் மறு வெளியீடு செய்தார் பாரதிதாசன். அவ்விதழில் மறுவெளியீடாக இடம்பெற்றிருந்த கு. சீனிவாசனின் ஆங்கில மொழிபெயர்ப்பு இப்படி அமைந் திருந்தது:

The Mother's Majesty
Manifestations of the Primal Power

(A Tamil Poem By Bharathi Dasan)
(Translated by K. Sreenivasan)

Whichever side the eye turns to
It sees but the Mother's Majesty.
Seven foaming seas clothe Her form divine
Scores of worlds which roll in boundless space
Are tiny balls in Her playful hands
The roaring thunder in the raining cloud
Is the whisper of Her smile, a suppressed laugh.
Where the dreamer stands on the shore of poesy
And speeds his soul across the waves
In his fancy the Mother steps out a dance
The world acclaims him poet and sage.
When swift you draw the sword and say
"With this I cleave the world in twain"
And your inner soul echoes that vow
The Mother shines in the sinews of your arm.

(Bombay Standard)

(ஸ்ரீ சுப்ரமண்ய பாரதி கவிதாமண்டலம் 1935 சித்திரை, ப. 12)

இந்த மொழிபெயர்ப்பு, பாரதிதாசன் கவிதைகள் – முதல் தொகுதி வெளிவருவதற்கு மூன்றாண்டுகள் முன்பே வெளியானது என்பது சிறப்பாக எண்ணத்தக்கது. கால நிலையைக் கருத்தில் கொண்டால் பாரதிதாசன் கவிதையின் முதல் மொழிபெயர்ப்பாளர் அல்லது முன்னோடி மொழி பெயர்ப்பாளர்களுள் ஒருவர் மணிக்கொடி கு. சீனிவாசனாக இருக்கலாம் என்னும் எண்ணம் எழுகிறது. ஆனால் *கவிதா மண்டலம்* இதழில் இம்மொழிபெயர்ப்பின் தொடக்கத்தில் எஸ்.ஆர். சுப்ரமணியன் பெயரால் இடம்பெற்றிருந்த குறிப்புப் பின்வருமாறு அமைந்திருந்தது:

சு.பா. கவிதாமண்டலம் ஆசிரியர் ஸ்ரீ பாரதிதாஸன் சுமார் 20 ஆண்டுகளாக எழுதி வெளியிட்டுவந்துள்ள தமிழ்க் கவிகளில் அநேகம் இங்கிலீஷ், தெலுங்கு முதலிய பாஷை வல்லுநர் தமது பத்திரிகையில் மொழிபெயர்த்து வெளியிட்டு வந்துள்ளார்கள். ஸ்ரீ பாரதிதாஸன் முதல் முதலில் ஸ்ரீ பாரதியார் முன்னிலையில் அவர் கட்டளைப்படி எழுதிய சக்திப்பாட்டு ஒன்றை "பாம்பே ஸ்டாண்டர்டு" என்ற சிறந்த இங்கிலீஷ் பத்திரிகையில் அதன் ஆசிரியர் ஸ்ரீ K. ஸ்ரீநிவாசனவர்கள் இங்கிலீஷில் மொழிபெயர்த்து வெளியிட்டுள்ளார்.

(ஸ்ரீ சுப்ரமண்ய பாரதி கவிதாமண்டலம் 1935 சித்திரை, ப. 12)

இக்கூற்று கு. சீனிவாசனின் மொழிபெயர்ப்புக்கு முன்னரே பல மொழிபெயர்ப்புகள் தெலுங்கு, ஆங்கில இதழ்களில் வெளிவந்துள்ளன எனத் தெரிவிக்கின்றது. இக்கூற்று அன்பின் மிகையால் எழுதப்பட்டதா உண்மை நிலையா என்பதை அறுதியிட இயலவில்லை. உண்மையெனின் காலத்தால் முந்தைய அம்மொழிபெயர்ப்புகளைத் தேடித் திரட்டுதல் பாரதிதாசனியலை வளப்படுத்தும். எவ்வாறெனினும் பாரதிதாசன் படைப்புகளை மொழிபெயர்த்த முன்னோடிகளுள் கு. சீனிவாசன் முதன்மையானவர் என்பது உறுதி. வேறெந்த மொழிபெயர்ப்பாளரின் மொழிபெயர்ப்பையும் பாரதிதாசன் இவ்வாறு போற்றி மறுவெளியீடு செய்யாமையே இதனை உறுதிசெய்யும்.

~

1964இல் பாரதிதாசன் காலமாகின்றார். அதற்கு அடுத்த ஆண்டில் பி.எஸ். ராமையாவின் மணிவிழா நடைபெறுகிறது. அதனையொட்டி வெளியிடப்பெற்ற மலரில் கு. சீனிவாசன் ஒரு கட்டுரையை ராமையா குறித்து எழுதுகின்றார். அந்தக் கட்டுரையில், 'பாரதி வைத்துவிட்டுப்போன சொத்துக்களுள் ஒன்று பாரதிதாசன்' என்று புதுமைப்பித்தன் முத்தாய்ப்பாகக் குறிப்பிட்டதைப் போல ஓர் அற்புதமான கூற்றை எழுதியிருக் கின்றார். அந்தக் கூற்று, பாரதியார் வசனத்தை வ.ரா.விற்கும், கவிதையைப் பாரதிதாசனுக்கும் தாம் மறைவதற்கு முன்பே பட்டயம் கட்டிவிட்டுச் சென்றார் என்று மொழிகின்றது:

தமிழில் இது பாரதி யுகம். கவிதையோ, வசனமோ, அவர் வகுத்த வாய்க்கால்களில்தான் இன்றைய எழுத்து வெள்ளம் ஓடிக்கொண்டிருக்கிறது. அவர் மறைவதற்கு

முன் கவிதையைப் பாரதிதாஸன் சுப்புரத்தினத்திற்கும், வசனத்தை வ. ராமஸ்வாமி அய்யங்காருக்கும் பட்டய மாகக் கட்டிவிட்டுச் சென்றார்.

(*பி.எஸ். ராமையா மணிமலர்*, ப. 16)

தீபம் இதழில் 'இலக்கியச் சந்திப்பு' பகுதியில் மணிக்கொடி கு. சீனிவாசனின் பேட்டி வெளிவந்திருந்தது. பேட்டி கண்டவர் தி.க. சிவசங்கரன். "தத்ரூபக் கொள்கைக்கு (Realism) நமது கலை இலக்கியத்தில் என்ன உதாரணம்?" என்னும் கேள்வி கு. சீனிவாசனிடம் கேட்கப்பட்டிருந்தது. சங்க இலக்கியத்தில் காணப்படும் நடப்பியலைக் காட்டிவிட்டுப் பத்தொன்பது, இருபதாம் நூற்றாண்டுகளில் ராஜமய்யர், மாதவையா படைப்புகள் என நடப்பியல் நெறி பயில்வதைச் சுட்டிவிட்டுத் தொடர்ந்து பாரதிதாசன் கவிதைகள் பற்றி அவர் இப்படி எடுத்துரைத்திருந்தார்:

...பாரதிதாசனின் சமூகப் புரட்சிக் கவிதைகள் உதய தாரகைகளாக மிளிர்ந்தன. மாய்ந்து வந்த இருளில் அவை ஒளிப்பிழம்புகளாகப் பிரகாசித்தன.

(*தீபம்*, ஜனவரி 1966, ப. 67)

நெடிய தமிழ் இலக்கிய வரலாற்றைக் குறிப்பிட்ட நோக்கில் அணுகிச் சுட்டுகையில் அதில் பாரதிதாசன் கவிதைகளுக்குக் கு. சீனிவாசன் அளித்துள்ள இடமும், சிறப்பித்துச் சுட்டியுள்ள தொடர்களும் பாரதிதாசன் படைப்புகள் மீதான அவரது தொடர்ந்த ஈடுபாட்டையும் உயரிய மதிப்பீட்டையும் புலப்படுத்தி அமைகின்றன.

மணிக்கொடி மூலவர்களுள் மூலவரான கு. சீனிவாசன் பாரதிதாசனோடு நேர்முகமாகப் பழகி இருக்கின்றார்; மணிக்கொடியில் பாரதிதாசனின் கவிதைகள் இடம்பெறுவதில் ஈடுபாடு காட்டியிருக்கின்றார்; மணிக்கொடியில் இடம்பெற்ற பாரதிதாசனின் கவிதை ஒன்றிற்கு அறிமுகக் குறிப்பொன்றைக் கவித்துவ நடையில் வரைந்திருக்கின்றார்; இந்திய அளவிலான ஆங்கில இதழில் தாம் செயல்பட்ட போது பாரதிதாசனின் கவிதையை மொழிபெயர்த்து இந்திய இலக்கிய உலகம் அறியச் செய்திருக்கின்றார்; தமிழ்க் கவிதையில் பாரதியின் வாரிசு பாரதிதாசன் என்பதைப் பதிவு செய்திருக்கின்றார்; நெடிய தமிழ் இலக்கிய வரலாற்றில் பாரதிதாசன் கவிதைகளின் தனித்த இடத்தை உறுதிபட மொழிந்திருக்கின்றார்; பாரதிதாசன் வாழ்ந்த காலத்திலும் பாரதிதாசன் மறைவிற்குப் பின்னரும் அவரைப் போற்றியிருக்கின்றார்.

பிற்கால மணிக்கொடி மரபிலான சில படைப்பாளிகள் ஓரிரு கூறுகளில் பாரதிதாசன் மீது எதிர்நிலை விமர்சனங்களை முன்வைத்தமை போல அவர் எந்த விமர்சனத்தையும் வைக்கவில்லை என்பதும் குறிப்பிடத்தக்கது.

தாய்மொழியின் மேம்பாட்டிற்காகவும் தாய்நாட்டின் மேம்பாட்டிற்காகவும் வாழ்க்கையை அர்ப்பணித்த இலட்சிய வாதியான கு. சீனிவாசன் 1965இல் *ராமையா மணிமலரில்* தாமும் தம்மொத்தவர்களும் வாழ்ந்த வாழ்க்கையையும் சமகால நடப்பையும் கண்ட கனவுகளின் நிகழ்கால நிலையையும் பின்னோக்கி நினைந்து இரங்குதல் தொனியில் பின்வருமாறு எழுதியிருந்தார்:

> எனினும் எங்களை இணைத்த லட்சியங்களுக்கு என்ன ஆயிற்று? இந்தியா சுதந்திர நாடாகி 18 ஆண்டுகள் கடந்துவிட்டன. பாரதத்தின் விசுவரூபம் எப்படிக் காட்சி அளிக்கிறது? தமிழ் எவ்வாறு வளர்ந்திருக்கிறது? தமிழ் இலக்கியம் எப்படி வளம் பெற்றிருக்கிறது? தமிழர் சமூகம் இன்று எந்த நிலையில் இருக்கிறது? எதிர்காலம் என்ன சொல்லி அழைக்கிறது என்று கேட்டால், ராமையாவிற்கு வயது அறுபது ஆகிவிட்டது. அவர் தாத்தா ஆகிவிட்டார். எனக்கு ஆறு வருஷங்களுக்கு முன்பே அறுபது ஆகிவிட்டது. எதிர்காலம் என்ன வேண்டிக்கிடக்கிறது என்று மனத்தின் ஆழத்தில் இருந்து ஒருகுரல் கேட்கிறது. அதன் எதிரொலி பக்கத்திலிருந்தும் கேட்கிறது. முப்பது வருஷங்களுக்குமுன் லட்சியம் லட்சியம் என்று பேசிக்கொண்டிருந்தவர்கள் இன்று மரை பிறழ்ந்த திருகாணிகள், முனை முறிந்த கிராமபோன் ஊசிகள், சொன்னதையே சொல்லிக்கொண்டு தொணதொணப்பவர்கள் என்றெல்லாம் பிறர் பேசுவது காதில் விழுகிறது. அப்படித்தான் போலிருக்கிறது என்று மனம் ஒப்பவைக்க முன்வருகிறது. மனத்திற்கு அப்பால் இருந்து 'இல்லை இல்லை' என்ற அதட்டல் ஒன்று ஒலிக்கிறது.

(*பி.எஸ். ராமையா மணிமலர்*, ப. 16)

இக்குறிப்பில் இடம்பெற்றிருக்கும் தமிழ் வளர்ச்சிபெறல், தமிழிலக்கியம் வளம்பெறல், தமிழர் சமூகம் உயர்நிலை பெறல் ஆகியவற்றை நாடிய மணிக்கொடி கு. சீனிவாசனின் உள்ளப்போக்கே பாரதிதாசனையும் அவரையும், பாரதி தாசனையும் மணிக்கொடியையும் பிணைக்கக் காரணம் எனச் சொல்லலாம். இருவருக்கும் பொதுவாக அமைந்த மொழியைக்

குறித்தும் சமூகத்தைக் குறித்துமான கவலையும் அக்கறையுமே 'கு. சீனிவாசன் – பாரதிதாசன்', 'மணிக்கொடி – பாரதிதாசன்' உறவுக்கு அடிப்படைகளாகத் திகழ்கின்றன.

2. வ.ரா.

"கேட்பதெல்லாம் ஹரிகேசவன் பேர் – இங்கு
கிடைப்பதெல்லாம் கிரி எடுத்தவன் சீர்"

என்னும் திருமாலைப் பரவும் பாடலை நாரதர் பாடுவதாகப் பாரதிதாசன் ஸ்ரீராமானுஜர் என்னும் திரைப்படத்திற்கு 1937ஆம் ஆண்டின் இறுதியில் எழுதியிருந்தார் (*பாரதிதாசன் திரைப்பாடல்கள்*, ப. 29). அடுத்த ஆண்டு *பாரதிதாஸன் கவிதைகள்* முதல் தொகுதி வெளிவந்தது. அந்தத் தொகுதியில் தான் "இல்லையென்பார்கள் சிலர்; உண்டென்று சிலர் சொல்வர் எனக்கில்லை கடவுள் கவலை" எனவும், "கனமான கடவுளே உனைச் செய்த சிற்பி எவன்?" எனவும் கருத்துரைத்த, வினாக்களை எழுப்பிய கவிதைகள் இடம்பெற்றிருந்தன. கடவுட் கோட்பாட்டைத் தகர்க்கும் கருத்துகளும் அத்தொகுதியில் இடம்பெற்றிருந்தன. "சுயமரியாதை இயக்கத்தின் ஒப்பற்ற கவி" என்று தந்தை பெரியாரால் அந்த நூலின் சிறப்புரையில்தான் பாரதிதாசன் பாராட்டப்பட்டிருந்தார். அத்தகைய நிலையில் இப்படி ஒரு துதிப்பாடலைப் பாரதிதாசன் அக்காலகட்டத்தில் ஏன் எழுதினார் என்ற கேள்வி எவர் நெஞ்சிலும் எழுவது இயல்பு. கதைச் சூழலுக்கேற்பக் கதாபாத்திரம் பாடும் பாட்டாகவே எழுதியிருக்கின்றார் என்பது ஒருபுறமிருக்க, வேறு இரு காரணங்கள் முதன்மையாக இருக்கின்றன. ஒன்று, அந்தத் திரைப்படம் இராமானுஜர் குறித்தது என்பதாகும். இராமானுஜர் மீது பாரதிதாசனுக்குத் தனி ஈடுபாடு இருந்தது.

'முத்தியோ சிலரின் சொத்தென இருக்கையில்
இத்தமிழ் நாடுதன் இருந்தவப் பயனாய்
இராமா னுசனை ஈன்ற தன்றோ?'

('புதுநெறி காட்டிய புலவன்', *பாரதிதாசன் கவிதைகள் – இரண்டாம் தொகுதி*)

எனத் திருச்சிராப்பள்ளி வானொலிக் கவியரங்கக் கவிதையில் அவர் போற்றிப் பாடியிருப்பதைத் தமிழுலகம் நன்கறியும். இரண்டாவது காரணம், அந்தப் படத்தை எடுத்த வ.ரா. நீண்டகால நட்புக்குரியவர் என்பதும், அவர் அத் திரைப் படத்திற்காகப் பாடல் எழுதித் தர வேண்டிக்கொண்டமை என்பதுமாகும்.

சுயமரியாதை இயக்கத்தின் ஒப்பற்ற கவிஞராக விளங்கிய வேளையிலும் இப்படி ஒரு பாடலைப் பாரதிதாசன் எழுதியளிக்க வ.ரா.வும் ஒரு காரணம் என்பதே பாரதிதாசனுக்கும் வ.ரா.வுக்குமான உறவின் வலிமையைப் பறைசாற்றப் போதுமானதாகும்.

'பாரதியின் கவிதை வாரிசு பாரதிதாசன்; உரைநடை வாரிசு வ.ரா.' என்பது தமிழுலகில் வழங்கி வந்த மதிப்பீடாகும். அந்த அளவிற்கு உரைநடையில் நடையாலும் கருத்தாலும் சாதித்தவர் வ.ரா... சமூகச்சீர்திருத்த எண்ணம் கொண்டு எழுத்தாக்கங்களைப் படைத்தவர் அவர். வாழ்க்கையிலும் நடைமுறைப்படுத்திக் காட்டியவர் அவர். பூணூலை அகற்றியமை, கலப்புமணம் புரிந்து கொண்டமை என அவரது செயற்பாடுகள் திகழ்கின்றன. இந்திய விடுதலைப் போராட்டத்தில் ஈடுபட்டுச் சிறைவாசம் சென்று வந்தவரும் அவர். பல இதழ்களின் ஆசிரியராகத் திகழ்ந்தவர். மணிக்கொடி இதழை உருவாக்கியவர்களுள் ஒருவர். அதன் முதற்கட்டத்தில் ஆசிரியராகவும் செயல்பட்டவர். புதுமைப்பித்தன், ந. பிச்சமூர்த்தி, கு.ப.ரா. முதலியவர்களைத் தொடக்கத்திலேயே அடையாளங்கண்டு ஊக்கப்படுத்தி வளர்த்தவர் அவர். சுந்தரி, கோதைத்தீவு முதலிய புதினங் களும் *மகாகவி பாரதியார்* என்னும் வாழ்க்கை வரலாற்று இலக்கியமும் வ.ரா.வின் படைப்பாளுமையைப் பறைசாற்றும் கீற்றுகளுள் சில. இருபதாம் நூற்றாண்டின் முற்பகுதித் தமிழிலக்கிய வரலாற்றில் மிக முக்கியமான ஆளுமைகளுள் ஒருவராக ஒளிர்பவர் அவர். நடைச்சித்திரம் என்னும் எழுத்துவகை அவரது கொடையாகும். இந்திய விடுதலைப் போராட்டப் பங்களிப்பு, பாரதியியல் பங்களிப்பு, சமூகச் சீர்திருத்த நோக்கிலான இலக்கியப் படைப்புகள் – வாழ்க்கைச் செயல்பாடுகள், இதழியல் பணிகள் என்றெல்லாம் விசாலப்படுகின்ற வ.ரா., சமூகச்சீர்திருத்த இயக்க வரலாற்று நோக்கில் சுயமரியாதை இயக்கம் துளிர்விடும் காலங்களிலும் அதற்கு முன்பாகவுமே அந்நோக்கில் எழுத்துகளை வடித்தவர் என்பதை விதந்து குறிப்பிட்ட அண்ணா அவரை "அக்ரகாரத்து அதிசயப் பிறவி" என்று போற்றினார்:

> அவருடைய "சுந்தரி" நமக்கு, அவரிடம் மதிப்பும், அன்பும் பிறக்கச் செய்கிறது. ஏனெனில், சுயமரியாதைச் சூறாவளிக்குப் பிறகு, உதிர்ந்த மலர் என்று "கோதைத் தீவு" கூறப்படலாம், சுந்தரி அவ்விதமல்ல! ஏறக்குறைய சுந்தரிக்கும் சுயமரியாதை வீரனுக்கும் சமவயது! நம் இயக்கம் பிறந்து வளர்கிறபோது, சுந்தரியை வ.ரா. பெற்றெடுத்து வளர்த்துக் கொண்டு வந்திருக்கிறார்.

> சுந்தரி சிந்தனையில் வ.ரா.வுக்குச் சீர்திருத்தக் கருத்து, இருபது ஆண்டுகளுக்கு முன்பே இருந்து, வளர்ந்து வந்திருக்கிறது என்பதற்கு மறுக்க முடியாத எடுத்துக் காட்டு.
>
> "சுந்தரி" 1917இல் பிறந்தவள். சுயமரியாதை இயக்கம், தமிழகத்தில் தவழ்வதற்குத் தொடங்கும் நாட்கள் என்று கூறலாம். அந்த நாளிலே வெளிவந்த 'சுந்தரி'யில் காணப்படும் கருத்துக்கள் எப்படிப்பட்டவை என்பதைக் காணும்போதுதான், வ.ரா. அக்ரகாரத்து அதிசயப்பிறவி என்று நாம் கூற முடிகிறது.
>
> (http://www.annavinpadaippugal.info/katturaigal/naan_magizhchi_adaigiraen.htm>)

அத்தகு வ.ரா., அவ்வாறெல்லாம் வளர்ந்து வடிவம் பெறுவதற்கு முன்பு தம் இளமையில் அரவிந்தரைச் சந்திப்பதை முதல்நோக்கமாகக் கொண்டு புதுவை சென்றார். ஆனால் அவர் அங்கே முதலில் சந்தித்தது பாரதியைத்தான். அன்று தொடங்கி வாழ்க்கை முழுவதும் பாரதியின்பால் பேரீடுபாடு கொண்டுவிட்டார். அந்தக் காலகட்டத்தில் புதுவையில் தங்கியிருந்தபோது கனகசுப்புரத்தினம் (*பாரதிதாசன்*) வ.ராவிற்கு அறிமுகம் ஆகின்றார்.

இந்திய விடுதலை இயக்க வரலாற்றில் குறிப்பிடத்தக்க கட்டமாகிய ஒத்துழையாமை இயக்கக் காலத்தில் வ.ரா. தஞ்சையிலிருந்து *சுதந்திரன்* என்னும் இதழை நடத்தியுள்ளார். அந்தக் காலகட்டத்திலேயே வ.ரா.வின் இதழில் கவிதைகளைப் பாரதிதாசன் எழுதியிருக்கின்றார். இன்று அந்த இதழ்கள் காணக் கிடைக்காதனவாய் ஆகிவிட்டன. எனினும் முதன்முறையாகப் பாரதிதாசன் கவிதைகள் ஒரு தொகுதியாக வடிவம் பெற்றபோது அதில் இடம்பெற்ற "ஆசிரியர் வாழ்க்கைக் குறிப்பு" என்னும் பகுதியில் இச்செய்தி பாரதிதாசன் சார்பாகப் பதிப்பித்தோரால் பின்வருமாறு அளிக்கப்பட்டிருந்தது:

> ஒத்துழையாமைக் காலத்தில் இவர் 'வ.ரா' அவர்களின் 'சுதந்திரன்' முதலிய பத்திரிகைகட்கு எழுதிய கவிதைகள் நல்ல எழுச்சியை உண்டாக்கி உதவின.
>
> (*பாரதிதாஸன் கவிதைகள்*, ப. 7)

இவ்வாறு தொடங்கிய வ.ரா. – பாரதிதாசன் தொடர்பு மணிக்கொடி காலத்தில் செழித்து வளர்ந்தது என்று சொல்ல வேண்டும்.

மணிக்கொடியின் இரண்டாவது ஏட்டிலேயே பாரதிதாசனின் கவிதை இடம்பெறத் தொடங்கிவிடுகிறது. இதற்குக் காரணம் ஆசிரியர் வ.ரா. . மணிக்கொடி இதழில் இதழாசிரியராகக் கு. சீனிவாசன் பெயர் பொறிக்கப்பட்டிருந்தது. கு. சீனிவாசன், வ.ரா., டி.எஸ். சொக்கலிங்கம் ஆகிய மூவர் பெயரில் முதலிதழில் அறிக்கை வெளிவந்தது. ஏறத்தாழ ஓராண்டுக் காலத்திற்குப் பின்னர் வ.ரா.விற்கும் மணிக்கொடிக்கும் தொடர்பில்லை என்னும் அறிவிப்பு மணிக்கொடியில் வெளிவந்தது. இந்நிலையில் முதற்கட்ட மணிக்கொடியின் ஆசிரியர் வ.ரா. எனவும், அக்கால மணிக்கொடி வ.ரா. மணிக்கொடி எனவும் இலக்கிய உலகில் மரபாகக் குறிப்பிடப்படுகின்றது. உண்மையில் பெயர் பொறிக்கப்படாத போதிலும் மணிக்கொடியில் வ.ரா. ஆசிரியராக விளங்கினார் என்பதனை உறுதிப்படுத்தும் வகையில் பதிவுகள் உள்ளன. இதழ் தொடங்குவது என்னும் எண்ணம் ஏற்பட்டதுமே கு. சீனிவாசன் திருவையாறு சென்று அதன் பொருட்டு வ.ரா.வை அழைத்துவந்தார் என்பதனைச் சீனிவாசனே பதிவு செய்திருக்கின்றார் (வ.ரா. வாசகம், ப. xii).

டி.எஸ். சொக்கலிங்கமும் மணிக்கொடி தொடங்குவது என எண்ணம் எழுந்ததும் வ.ரா.வைச் சீனிவாசன் அழைத்து வந்தார் என்பதனை உறுதிப்படுத்தியுள்ளார் (*எனது முதல் சந்திப்பு*, ப. 52).

மணிக்கொடிக்காகவே ஊரிலிருந்து அழைத்து வரப்பட்ட வ.ரா.வே ஆசிரியராக உண்மையில் செயல்பட்டார் என்பதனைக் கு. சீனிவாசனின் மூன்று பதிவுகள் காட்டுகின்றன:

"மணிக்கொடி"யில் மற்றவர்கள் மணிகளைப் பொருத்தினார்கள். தங்கத் தமிழில் கடைக்கல் நாட்டினது வ.ரா.

(*வ.ரா. வாசகம்*, ப. xv)

எனவும்

இந்த தரிசனம் ஏற்பட்டதிலிருந்து அவர் ஒரு சிந்தனைச் சிற்பி, சொல்லேர் உழவன் ஆகிவிட்டார். பத்துப் பத்திரிகைகளில் பணியாற்றினார் — வர்த்தகமித்திரன், சுதந்திரன், பிரபஞ்சமித்திரன், தமிழ்நாடு, ஊழியன், ஸ்வராஜ்யா, மணிக்கொடி, வீரகேசரி, பாரததேவி, நவயுகம். பத்திலும் தலை – ஏர் பிடித்தார்; ஆழ உழுதார்

(*வ.ரா. வாசகம்*, ப. xx)

எனவும்

நான் [கு. சீனிவாசன்] [பம்பாய்] போகும்பொழுது ஆசிரியப் பொறுப்பு வ.ரா.விற்கும், நிர்வாகப் பொறுப்பு ராமையாவிற்கும் ஏற்பட்டது. சிறிது காலத்திற்குப் பிறகு வ.ரா. விலக நேர்ந்ததால், ஆசிரியப் பொறுப்பு, நிர்வாகப் பொறுப்பு இரண்டும் ராமையா தலையில் சுமந்துவிட்டன

(*பி.எஸ். ராமையா மணிமலர்*, ப. 14)

எனவும் அமைந்த பதிவுகள் மணிக்கொடியில் வ.ரா.வின் இடத்தைத் தெளிவுபடுத்திவிடுகின்றன. மணிக்கொடியின் ஆசிரியர் நிலையில் செயல்பட்ட வ.ரா. தொடர்ந்து பாரதிதாசன் கவிதைகளை இடம்பெறச்செய்தார். வ.ரா. ஆசிரியராகச் செயல்பட்ட மணிக்கொடியில் பாரதிதாசனின் பதினான்கு கவிதைகள் வெளிவந்தன. மணிக்கொடி தொடர்பில் பாரதிதாசன் வ.ரா.விற்கு ஒரு கடிதம் 11.11.1933இல் எழுதியிருந்தார். அந்தக் கடிதத்தின் ஒருபகுதி பின்வருமாறு அமைந்திருந்தது:

பழய பாட்டை வெளிப்படுத்தி என்னைக் கொலை பண்ணாதீர்கள், நல்லதென்று தோன்றினால் பிரசுரிக்க அனுப்பியுள்ளேன். உங்கள் – என் புதிய – நண்பர் சங்கு ஆசிரியர் தோழர் சுப்பிரமணியன் அவர்கட்கு நமஸ்காரம். ஒரு தடவை இந்தப் பக்கம் வந்து போகலாகாதா? என்னை அழைக்காமலிருக்க இதைச் சொல்லவில்லை. அதென்ன ஆசிரியரென்றால் பிள்ளையார் சுழிமுதல் முற்றிற்று வரைக்கும் அல்லவோ எழுத வேண்டும். மணிக்கொடியில் அப்படியில்லை போலிருக்கிறதே?

(*பாரதிதாசன் கடிதங்கள்*, ப. 3)

இந்தக் கடிதம் சில செய்திகளை உணர்த்துகின்றது. இந்தக் கடிதம் எழுதப்படுவதற்கு முன் 'இன்பத்தமிழ்', 'வளர்ந்த திங்கொரு தீ' ஆகிய பாரதிதாசனின் இரு கவிதைகளே மணிக்கொடியில் வெளிவந்துள்ளன. வ.ரா. பாரதிதாசனைப் 'புதிதாகக் கவிதை எழுதி அனுப்புங்கள் இல்லாவிடில் உங்கள் பழைய கவிதைகளை மீண்டும் எடுத்து மணிக்கொடியில் வெளியிடுகிறேன்' என்று முதல் கடிதத்தில் எழுதியிருப்பார் போலும். அல்லது முன்னர் வெளிவந்த இரு கவிதைகளும் மணிக்கொடிக்கு முன்பே வேறு இதழில் வெளிவந்திருக்கலாம். அப்படியாயின் அது வ.ரா. இதற்கு முன் நடத்திய *சுதந்திரன்* இதழாக இருக்கலாம்.

பாரதிதாசன் வ.ரா.வைத் தேடிக்கொண்டு மணிக்கொடி அலுவலகத்திற்கு இரண்டு மூன்று முறை வந்தார் என்பதையும்,

அவரிடம் வ.ரா. கவிதைகளை மணிக்கொடிக்காகப் பெற்றார் என்பதையும் கு. சீனிவாசன் பின்வருமாறு பதிவு செய்திருக்கின்றார்:

> வ.ரா.–வைத் தேடிக்கொண்டு பாரதிதாஸன் "மணிக்கொடி ஆபீஸுக்கு" இரண்டு மூன்றுமுறை வந்துபோனார். வந்தவரிடமிருந்து வ.ரா. பாட்டுக்களைக் கறந்ததுண்டு.

(*வ.ரா.வாசகம்*, ப. xix)

இந்தக் குறிப்பும் பாரதிதாசன் – மணிக்கொடி தொடர்புக்கு வ.ரா. முதன்மையான காரணம் என்பதை உணர்த்தும்.

மேலும் கு. சீனிவாசன், 'எங்கெங்குக் காணினும் சக்தியடா' என்னும் பாடலைப் பாரதி கேட்டுக் கொண்டதற்கிணங்கப் பாரதிதாசன் பாடிய நிகழ்வை வ.ரா. பெருமையாக விளக்கினார் என்பதனையும் பின்வருமாறு குறிப்பிட்டுள்ளார்:

> பாரதியின் கவித்திறனின் தனிச்சிறப்புப் பிறரைக் கவிபாட ஊக்குவிப்பது. இந்த முறையில் பிறந்த பாரதிதாஸனின் சக்திப்பாடல் "மணிக்கொடி" இலக்கியச் சோலையில் வெளிவந்தது. "பாரதி கூப்பிட்டு, 'சுப்புரத்னம், பாடு' என்றார். சுப்புரத்னம் கொஞ்ச நேரம் ஏதோ யோசித்தார். பின்னர், ஒரு மூலையில் போய் உட்கார்ந்து கொண்டு இந்தப் பாடலை இயற்றி விட்டார்" என்று வ.ரா. பெருமையாக விளக்கினார்.

(*வ.ரா.வாசகம்,* பக். xix, xx)

மணிக்கொடி அலுவலகத்தில் பத்துப் பன்னிரண்டு நண்பர்களிடையே பாரதிதாசனின் 'தமிழுக்கு அமுதென்று பேர்' என்னும் பாடலைச் சங்கு சுப்பிரமணியன் கம்பீரமாகப் பாடிய நிகழ்வில் பாரதிதாசனைப் பற்றி வ.ரா. எடுத்துச் சொன்னார் என்பதைப் பி.எஸ். ராமையா தமது *மணிக்கொடி காலம்* (ப. 49) நூலில் பதிவு செய்துள்ளமையும் இவற்றோடு எண்ணத்தக்கதாகும்.

24.09.1933இல் வெளிவந்த மணிக்கொடியின் இதழ் தொடங்கி 16.09.1934இல் வெளிவந்த இதழ் வரை பாரதிதாசனின் கவிதைகள் வெளிவந்தன. வ.ரா.வுக்கும் மணிக்கொடிக்கும் தொடர்பில்லை என்ற அறிவிப்பு வெளிவரும்வரை பாரதிதாசன் மணிக்கொடிக்கு எழுதிக்கொண்டிருந்தார்.

> "மணிக்கொடி ஆசிரியர் ஸ்ரீ.வ. ராமஸ்வாமி ஐயங்கார்" பல இடங்களில் பேசியதாக பத்திரிகைகளில் செய்திகள்

பிரசுரிக்கப்படுகின்றன. இது தவறு. ஸ்ரீ. வ. ராமஸ்வாமி ஐயங்காருக்கும் "மணிக்கொடி"க்கும் இம்மாதம் 1௳ யிலிருந்து யாதொரு சம்பந்தமும் கிடையாதென்பதை அறிவித்துக்கொள்ளுகிறோம். – ஆசிரியர்

(*மணிக்கொடி*, 21.10.1934)

இந்த அறிவிப்பு வெளிவந்தபின் பாரதிதாசனின் கவிதைகள் மணிக்கொடியில் இடம்பெறவில்லை.

அதன்பின் மூன்றாண்டுகளுக்குப் பிறகு பாரதிதாசனின் ஒரே ஒரு பொங்கல் வாழ்த்துக் கவிதை மட்டும் மணிக்கொடி 1.2.1938இல் வெளிவந்தது. இத்தகவல்கள் வ.ரா.விற்கும் பாரதி தாசனுக்குமான நட்பே பாரதிதாசனுக்கும் மணிக்கொடிக்கு மான தொடர்பாக வடிவம் பெற முதன்மைக் காரணமாக இருந்தது என்பதை உணர்த்துகின்றன.

இன்னொரு செய்தி, இக்காரணத்தை மேலும் உறுதி செய்கின்றது. மணிக்கொடி இதழில் வ.ரா. பொறுப்பு வகித்த காலத்தில் பாரதிதாசன் கவிதைகளை மட்டும் எழுதவில்லை; ஒரு வேண்டுகோள் கடிதத்தையும் எழுதியிருக்கின்றார். அவர் வ.ரா.விடம் எவ்வளவு உரிமை படைத்தவராக இருந்தார் என்பதை அது காட்டுகின்றது. புதுச்சேரியில் உள்ள தமது நண்பரொருவர் காணாமல் போய்விட்டதாகவும் அவரைக் கண்டவர்கள் புதுவைக்கு அனுப்பி வைக்கவோ தமக்குச் செய்தி தெரிவிக்கவோ வேண்டி அவர் அந்த வேண்டுகோளை எழுதியிருந்தார். 10.12.1933ஆம் நாளிட்ட மணிக்கொடியில் அக்குறிப்பு வெளிவந்திருந்தது.

1935–36இல் *காந்தி* இதழில் வ.ரா. பாரதியாரின் வாழ்க்கை வரலாற்றைத் தொடராக எழுதினார். அவையே பின்னர் *மகாகவி பாரதியார்* என்னும் நூலாக 1944இல் வெளி வந்தன (*சித்திர பாரதி*, ப. 191). அந்நூலில் பாரதிதாசனைக் குறித்துப் பின்வருமாறு வ.ரா. குறிப்பிட்டிருந்தார்:

> பாரதியாரைப் பற்றி நல்ல விவரங்கள் கொடுக்கக் கூடியவர்களுள் முதன்மையானவர் மண்டையம் சீனிவாஸாச்சாரியார். . .
>
> புதுச்சேரியில் வசிப்பவரும் "பாரதிதாஸன்" என்ற புனைபெயருடன் பாரதியாரைப் போலவே அருமையாகக் கவிபாடும் ஆற்றல் கொண்டவருமான வாத்தியார் சுப்புரத்தினம், பல வினோதத் துக்கடாக்கள் சொல்லக்கூடும்.

(*மகாகவி பாரதியார்*, பக். 13, 14)

இந்தக் குறிப்பு, பாரதிதாசன் கவிதை ஆற்றலின் சிறப்பையும், பாரதியின் புதுவை வாழ்க்கையை அறிந்த அவர் அது தொடர்பான சுவையான செய்திகளைச் சொல்லக் கூடியவர் என்பதையும் உணர்த்துகின்றது.

1938இல் பாரதிதாசன் கவிதைகள் முதல் தொகுதியை வெளியிட்ட குஞ்சிதம் அவர்களின் கணவர் குருசாமியும், அந்நூல் வெளியீட்டுக்குப் பொருளுதவி செய்த கடலூர் நாராயணசாமி நாயுடுவும் (சைவ சித்தாந்த சமாஜ செயலாளராகவும் விளங்கியவர்.) தம்மைச் சந்தித்துச் சிறப்புரை கேட்டமையை வ.ரா. பாரதிதாசனுக்கு எழுதிய ஒரு கடிதத்தில் (1937 வாக்கில்) குறிப்பிட்டு, மேலும் தாம் எடுக்கவுள்ள இராமானுஜர் திரைப்படத்திற்குப் பாடல் எழுதப் புறப்பட்டு வருமாறும் பை நிறையப் பணம் உண்டு என்றும் எழுதியிருந்தார். அதையொட்டிச் சென்னை வந்த பாரதிதாசன் அத்திரைப்படத்திற்குப் பாடல்கள் எழுதினார். (பாடல் எழுதச் சென்னைக்கு வரவழைத்த வ.ரா. சொன்னபடி பணம் தராததால் தாம் நெருக்கடிக்குள்ளானதாகவும், அவ்வாறு வ.ரா. நடந்து கொண்டது சரியன்று எனவும், எனினும் தமது 'சிநேக தர்மத்தை' அச்செயல் அணுவும் மாற்றிவிடாது எனவும் குறிப்பிட்டு, பணம் ஏற்பாடு செய்து வைக்குமாறும் தாம் நேரில் வந்து பெற்றுக்கொள்வதாகவும் தெரிவித்துப் பாரதிதாசன் வ.ரா. விற்கு ஒரு கடிதம் 15.01.1938இல் எழுதினார்.)

ஸ்ரீராமானுஜர் படத்திற்காகப் பாரதிதாசன், 'வாழிய எழில் பாரத நிலம்', 'கேட்பதெல்லாம் ஹரி கேசவன் பேர்', 'யோகி தேகநிலை சோகமாகுதே', 'ஓர் அணுவினை மேரு ஆக்குவாய்', 'கோவிந்த ராஜா ஹரி முராரி ஆள்வாய் என்னை', 'வாராயோ கண்ணா நீல வண்ணா', 'மாதவனே கருணாகரனே', 'மனிதர்கள் சமமே என்று சொல்வோம்', 'வந்தால் வரட்டும் எனக்கே' எனத் தொடங்கும் ஒன்பது பாடல்களை எழுதினார். அத்திரைப்படம் குறித்த அறிவிப்பில் "வசனம் : வ.ரா., பாட்டுகள் : பாரதிதாசன்" எனக் குறிப்பிடப்பட்டிருந்தது. இத்திரைப்படத்தில் இராமானுஜராகச் சங்கு சுப்பிரமணியமும் ஆளவந்தாராக ந. பிச்சமூர்த்தியும் நடித்தனர் என்பதும் குறிப்பிடத்தக்கது.

இந்தக் காலகட்டத்தில்தான் வ.ரா. எழுதிய அணிந்துரை பாரதிதாசன் கவிதைகள் முதல் தொகுதியில் மூன்றாவதாக இடம்பெற்றது. பெரியாருடைய சிறப்புரை முதலாவதாகவும், சென்னை மாகாண விளம்பர இலாக்கா மந்திரி எஸ். இராமநாதனின் சிறப்புரை இரண்டாவதாகவும் இடம்பெற்றிருந்தன. இம்மூவரின் சிறப்புரைகள் மட்டுமே அத்தொகுதியை அணிசெய்தன. பாரதிதாசன் வ.ரா.வை எத்தகு நிலையில் மதித்தார் என்பதை இது காட்டுகின்றது.

அந்தத் தொகுதியின் அணிந்துரையில் வ.ரா.,

இத்தகைய உயிர்க் கவிதையைச் சேர்ந்தது காலஞ் சென்ற தமிழ்நாட்டுக் கவி சுப்பிரமணிய பாரதியாரின் கவிதை. காந்தியின் எழுத்தும் பாரதியாரின் கவிதையும் மனிதவர்க்கத்துக்கு உயிரைக் கொடுப்பனவாகும். இந்தக் காவியத்தில் காணப்படும் கவிதைகளை ஆக்கியவர் பாரதிதாஸன். இவர் பாரதியாரின் நேர் பரம்பரையைச் சேர்ந்தவர் என்பது இவர் வைத்துக்கொண்டிருக்கும் புனைபெயரான 'பாரதிதாஸன்' என்பதிலிருந்தே விளங்கும். பெயரிலிருந்து மட்டுமல்ல; இவர் எழுதியிருக்கும் கவிதைகளிலிருந்தும், இவர் 'உயிர்க்கவி' இனத்தைச் சேர்ந்தவர் என்பது நன்றாக, தெளிவாகத் தெரியும்.

பாரதிதாஸன் ஆவேசக்கவி; அவர் (அழகு) அலங்காரக் கவி அல்ல. வெறும் ஜோடிப்பு வேலை செய்பவரல்ல. அகராதியைக்கொண்டு 'கவிகட்டும்' மேஸ்திரி அல்ல. உண்மைக் கவிதையைக் கண்டு மனம் பொங்கும் 'புலவர்' அல்ல. ஆவேசத்தையும் உணர்ச்சியையும் வெள்ளமாகக் கொட்டும் உயிர்க்கவி பாரதிதாஸன் என்பது, எனது தாழ்மையான எண்ணம். அவர் கையாளும் சொற்களின் எழிலையும் பசையையும் விசித்திரத் தன்மையையும் கண்டு அனுபவிப்பவர்கள், நான் சொல்லுவதை ஆதரிப்பார்கள் என்று எனக்கு நிச்சயமாகத் தெரியும்.

பாரதிதாஸன் தமிழ்நாட்டின் பொக்கிஷம். அந்தப் பொக்கிஷத்தை, தமிழர்கள் அனைவரும் போற்றுவார்களாக!

(பாரதிதாஸன் கவிதைகள், பக். 12, 13)

பாரதிமரபில் தோன்றிய உயிர்க்கவி பாரதிதாசன் என்பதனையும், தமிழ்நாட்டின் பொக்கிஷம் அவர் என்பதனையும் வ.ரா. இந்த அணிந்துரையிலே அழுத்தமாக எடுத்துரைத்துள்ளார்.

1944ஆம் ஆண்டு சென்னையில் நடைபெற்ற இலக்கிய மாநாட்டிற்குக் காந்தியடிகள் வருகை தந்தார். அந்த மாநாட்டிலே வ.ரா. "தமிழ் இலக்கிய மறுமலர்ச்சி" என்னும் பொருளில் உரையாற்றினார். அந்த உரை எழுத்து வடிவமும் பெற்றுள்ளது. அந்த உரையில் பாரதியாருக்குப் பின்னர்த் தோன்றி ஒளிவீசும் கவிஞர்களைக் குறிப்பிடும் இடத்தில் முதலாமவராகப் பாரதிதாசனையே வ.ரா. கூறியிருக்கின்றார்:

பாரதியாருக்குப்பின், இப்பொழுது தமிழ்நாட்டில் பிரகாசித்துக் கொண்டிருக்கும் கவிஞர்களின் பெயர்களைக் குறிப்பிடுவது நலம். பாரதிதாசன், தேசிக விநாயகம் பிள்ளை, ராமலிங்கம் பிள்ளை ...

('தமிழ் இலக்கிய மறுமலர்ச்சி',
வ.ரா. வாசகம், ப. 57)

1940களில் பாரதிதாசனுக்கு நிதியளிப்பினைச் செய்யும் முயற்சி தமிழகம் தழுவி மேற்கொள்ளப்பட்டது. விரிவான நிலையில் நிதிசேகரிப்புக்கான குழு அமைக்கப்பட்டிருந்தது. அந்தக் குழுவின் உறுப்பினர்களைக் கொண்ட படங்களும் *கவிஞர் மலர்* என்ற மலரில் இடம்பெற்றன. "கவிஞர் நிதிக்குழுவினர்" படவரிசையில் முதலில் இடம்பெற்ற படம் வ.ரா.வினுடையது என்பது குறிப்பிடத்தக்கது. அந்த அளவிற்கு அவருக்குப் பாரதிதாசனைச் சார்ந்தவர்களும், நிதியளிப்பு முயற்சியை மேற்கொண்டோரும், விழாவை ஏற்பாடு செய்தவர்களும் முக்கியத்துவம் அளித்திருந்தனர். அண்ணா முன்னின்று செயல்பட்டுச் சென்னையில் 28.07.1946இல் மிகப்பெரும் அளவில் நிதியளிப்பு விழாவை நடத்தினார். நிதியளிப்பு விழாவில் பேசுவோர் பட்டியலிலும் வ.ரா.வின் பெயர் இடம்பெற்றிருந்தது சுட்டத்தக்கது.

இவ்வாறு வ.ரா.வுக்கும் பாரதிதாசனுக்கும் இடையே இருந்த நீண்ட தொடர்புகள் குறித்த பதிவுகள் காணக்கிடக்கின்றன. 1910களில் பாரதி புதுவையில் வசித்தபோது பாரதிதாசனுடன் ஏற்பட்ட அறிமுகம், ஒத்துழையாமை இயக்கக் காலத்தில் தம் *சுதந்திரன்* இதழில் பாரதிதாசனின் கவிதைகளை வெளியிட்டமை, தாம் ஆசிரிய நிலையில் செயல்பட்ட மணிக்கொடியில் தொடர்ந்து பாரதிதாசன் கவிதைகளை வெளியிட்டமை, மணிக்கொடி நண்பர்களிடையே பாரதிதாசனின் பெருமையை எடுத்துரைத்தமை, பாரதியின் வாழ்க்கை வரலாற்றை எழுதுமிடத்திலும் பாரதிதாசன் குறித்துச் சுட்டியமை, தாம் எடுத்த திரைப்படத்திற்குப் பாரதிதாசனைக் கொண்டு பாடல்கள் எழுதச் செய்தமை, முதன்முதலாகத் தொகுதியாக வெளிவந்த பாரதிதாசனின் கவிதைகளுக்குச் சிறப்புரை அளித்தமை, இலக்கிய மகாநாட்டில் ஆற்றிய உரையில் பாரதி மரபிலான கவிஞர்களை நிரல்படுத்துகையில் முதலாமவராகப் பாரதி தாசனைச் சுட்டியமை, நிதியளிப்புக் குழுவில் பங்கேற்றமை, விழாவில் பங்கேற்றமை என அவை காட்சிதருகின்றன.

முதன்முறையாகத் தமது கவிதைகள் தொகுதியாக வடிவம் பெற்றபோது பெரியாரிடமும் அமைச்சர் இராமநாதனிடமும்

சிறப்புரைகளைப் பெற்ற பாரதிதாசன், வ.ரா.விடமும் சிறப்புரை பெற்றார் என்பது வ.ரா.வைப் பாரதிதாசன் உயர்நிலையில் மதித்தமையை உணர்த்துகின்றது. உரிமையோடு கூடிய நெருக்கமான நட்பை வ.ரா.வோடு பாரதிதாசன் கொண்டிருந்திருக்கிறார். எனினும் 1939இல் வ.ரா. ஆசிரியராக இருந்து நடத்திய *பாரததேவி* இதழில் பாரதிதாசன் கவிதைகள் எதுவும் இடம்பெறவில்லை என்பதும், 1948இல் நிகழ்ந்த வ.ரா. மணிவிழாவில் பாரதி தாசன் பங்கேற்றதாக எச்செய்தியையும் அறிய முடியவில்லை என்பதும், *மணிவிழா மலரில்* பாரதிதாசனின் வாழ்த்து முதலிய எதுவும் இடம்பெறவில்லை என்பதும் எண்ணத் தக்கன. 1951இல் வ.ரா. காலமாகின்றார். வ.ரா.வின் மறைவை யொட்டிப் பாரதிதாசன் எழுதியதாக இரங்கற்பாவோ, இரங்கல் உரையோ காணக்கிடைக்கவில்லை. எதிர்காலத் தேடலில் ஏதேனும் கிடைத்தால் வ.ரா.வின் இறுதிக்காலங்கள் குறித்த பாரதிதாசனின் பதிவாக அது அமையும்.

எனினும் தமது இறுதிநாள்களில் – 1964இல் பாரதிதாசன் எழுதி முடித்த படைப்பான 'பாரதி – திரைப்படக் கதை உரையாடலி'ல் பாரதியின் புதுவை வாழ்க்கை குறித்த பகுதியில் வ.ரா. குறிப்பிடப்படுகிறார். தமது தொடர்புடைய நிகழ்வான 'எங்கெங்குக் காணினும் சக்தியடா' பாடல் சுதேசமித்திரனில் வெளிவந்ததனை அனைவரும் கண்ணுறுவதான காட்சி அது.

157. சுதேசமித்திரன்

எங்கும் சுதேசமித்ரன் படிக்கப்படுகிறது. அரவிந்தர் வீட்டில் ராமசாமி ஐயர் (வ.ரா.) முதலியவர்கள் எங்கெங்குக் காணினும் சக்தியடா என்ற பாட்டைப் பாடிக்காட்ட அங்கிருந்த வங்காளி இளைஞர்கள் அனைவரும் சுவைக்கிறார்கள்.

(பாட்டுப் பறவைகள், ப. 151)

வ. ராமசாமி ஐயங்கார் என்பதனை வ. ராமசாமி ஐயர் எனப் பாரதிதாசன் எழுதியுள்ளார். இப்படைப்பின் வேறு சில இடங்களிலும் இவ்வாறான சில சிறு பிழைகள் காணப்படுவதனைப் பாரதிதாசனின் புதல்வர் மன்னர்மன்னன் சுட்டியிருக்கின்றார். நோயோடு போராடிக் கொண்டிருந்த நிலையில் விரைந்து முடித்துவிட வேண்டும் என்ற வேகத்தில் எழுதிய படைப்பாதலால் இத்தகு பிழைகள் ஏற்பட்டு விட்டனபோலும். இந்தப் பதிவால், தமது இறுதிக் காலத்தில் பாரதியின் வாழ்க்கையை எண்ணுகையில், தம் தொடர்பான நிகழ்வை எண்ணுகையில் வ.ரா.வை நினைவு கூர்ந்து பாரதிதாசன் பதிவு செய்துள்ளார் என்பதை அறிய முடிகின்றது. இந்தப் பாடல் உருவான சூழலை

வ.ரா.வும் நண்பர்களிடையே எடுத்துரைத்ததனை மணிக்கொடி கு. சீனிவாசனும் பதிவு செய்துள்ளார் என்பது இங்கே இணைத்துக் கருதத்தக்கதாகும்.

மணிக்கொடியின் உருவாக்கத்தில் மூன்று முதன்மை யாளர்களுள் ஒருவராகவும், முதற்கட்ட வரலாற்றில் மணிக்கொடி ஆசிரியராகவும் திகழ்ந்த வ.ரா. பாரதிதாசன் மீது கொண்ட ஈடுபாடும், வ.ரா.வின் மீது பாரதிதாசன் கொண்டிருந்த ஈடுபாடும் நட்புமே மணிக்கொடியோடு பாரதிதாசனுக்கு ஏற்பட்ட தொடர்புக்கு அடிப்படைக் காரணங்களாகும். அதன் விளைவாகவே பாரதிதாசனின் கவிதைகள் மணிக்கொடியை அணிசெய்தன.

3. டி.எஸ். சொக்கலிங்கம்

டி.எஸ். சொக்கலிங்கம் என்னும் பெயர் இன்று தமிழிலக்கிய உலகில் அழுத்தமாக உச்சரிக்கப்படுவதில்லை. 1940, 50களில் தமிழுலகம் அரசியலுலகம் முதலியவற்றிலெல்லாம் அவர் பெயர் பட்டொளிவீசிப் பறந்தது. காங்கிரசின் வளர்ச்சியிலும், தேர்தலைச் சந்தித்து வெற்றி வாகை சூடியதிலும் டி.எஸ். சொக்கலிங்கத்தின் எழுத்துகள் முக்கியமான சக்தியாய் இருந்தன.

தமிழ் இலக்கிய வரலாற்றைப் பொறுத்தவரை, இதழியல் வரலாற்றைப் பொறுத்தவரை காந்தி என்னும் இதழை நடத்திவந்த அவர் மணிக்கொடியை உருவாக்கிய மூவருள் ஒருவருமாவார். கு. சீனிவாசன், தெ.ச. சொக்கலிங்கம், வ.ரா. என்னும் மூவர் அணியுள் அவர் ஒருவர். கு. சீனிவாசன் பம்பாய் சென்றுவிடச் சொக்கலிங்கமே மணிக்கொடியின் நிருவாகத்தை நடத்திய சக்தியாக விளங்கினார். மணிக்கொடியில் அவரது ஆளுமை, செல்வாக்கு எந்த அளவுக்கு இருந்தது என்றால், மணிக்கொடி தொடங்கப்பட்ட ஓராண்டுக் காலத்தில் வ.ரா.வையே மணிக்கொடியில் இருந்து நீக்கும் அளவுக்கு ஓங்கி இருந்தது. அந்த நிகழ்ச்சி நடந்தபோது மணிக்கொடியின் பெயர் பொறிக்கப்பட்ட ஆசிரியரான கு. சீனிவாசன் பம்பாயில் இருந்தார்.

இந்த நிகழ்ச்சி மணிக்கொடியின் வரலாற்றைப் பொறுத்த வரை மிக முக்கியமானதாகும். இந்த நிகழ்வை வைத்துக்கொண்டு சொக்கலிங்கமும் வ.ரா.வும் எதிரிகளென்றோ இருவருக்குமான உறவு அத்தோடு முடிந்து விட்டது என்றோ எண்ணமுடியாது.

மணிக்கொடி இதழ்ச் சூழலில் வ.ரா.வுக்கும் நிருவாகத்தை மேற்கொண்ட மற்றவர்களுக்கும் இடையே சிறு கசப்புகள் அவ்வப்போது எழுந்திருக்கின்றன. தினமணி இதழ் தொடங்கப்பட்டபோது அதன் ஆசிரியர் பொறுப்பைச்

சொக்கலிங்கம் ஏற்க வ.ரா. உதவினார். சொக்கலிங்கம் ஆசிரியராகத் தாம் உதவியமை பற்றி வ.ரா. சொக்கலிங்கத்திடம் கூறியமுறை அவர் நெஞ்சில் கசப்பை ஏற்படுத்திவிட்டது. வ.ரா. பங்கேற்கும் பொதுநிகழ்ச்சிகளில் மணிக்கொடி ஆசிரியர் என அவர் குறிப்பிடப்படுவதும், அவை இதழ்களில் வெளி வருவதும் சொக்கலிங்கத்திற்கு உறுத்தலை ஏற்படுத்தியிருக் கின்றன. இவ்வாறான கசப்புகளின் விளைவு ஒருகட்டத்தில் மணிக்கொடியிலிருந்து வ.ரா.வை விலக்கிய நிகழ்வாக அமைந்துவிட்டது.

வ.ரா. பற்றிப் பிற்காலத்தில் ஒருமுறை எழுதிய சொக்கலிங்கம், முதன்முறையாக வ.ரா.வைச் சந்தித்தது முதல் தங்களுக்கிடையே நிலவிய நட்பையும், இடையிடையே ஏற்பட்ட கருத்து வேறுபாடுகளையும் இப்படி விவரித்திருந்தார்:

> அன்று சேலத்தில் ஏற்பட்ட நட்பு அவர் காலமாகிற வரையில் நீடித்தது. இடையில் எத்தனையோ அபிப்பிராய பேதங்கள் இருவருக்கும் ஏற்பட்டதுண்டு. என்றாலும், அந்த அபிப்பிராய பேதங்களுக்கு அப்பால் அவர்மீது இருந்த மதிப்பும் நட்பும் மட்டும் என்றும் மாறியதில்லை.
>
> (*எனது முதல் சந்திப்பு*, ப. 52)

இது உண்மையே என்பதைப் பிந்தைய வரலாறு காட்டு கின்றது. 1941இல் யுத்த பீதியில் சென்னை நகரம் பெரிதும் காலியானபோது சொக்கலிங்கத்தின் ஆலோசனைப்படி அவருக்கு நெருக்கமானவரான ஏகாம்பரம் என்பவர் தமது சிற்றூருக்கு வ.ரா.வைக் குடும்பத்தோடு அழைத்துச் சென்று குடியிருக்கச் செய்தார். அப்போது வ.ரா. மனைவி கருவுற்றிருந்தார். ஆண்குழந்தை பிறந்தால் சொக்கலிங்கம் என்று பெயர் வைக்கப் போகிறேன் என நண்பர்களிடம் வ.ரா. கூறியிருக்கின்றார். பிற்காலத்தில் *குமரிமலர்* இதழில் வ.ரா. குறித்துச் சொக்கலிங்கம் எழுதிய கட்டுரை கண்டு வ.ரா. மகிழ்ந்திருக்கின்றார். வ.ரா. படுத்த படுக்கையாய் இருந்தபோது சொக்கலிங்கம் பணம் கொடுத்துவிட்டுப் போயிருக்கின்றார். 1948இல் வ.ரா. மணிவிழா கொண்டாடப்பட்டபோது மணிவிழாக் குழுவின் மூன்று செயலாளர்களுள் ஒருவராக டி.எஸ். சொக்கலிங்கம் விளங்கியிருக்கின்றார்; மணிவிழா மலரில் முதற்கட்டுரையையும் எழுதியிருக்கின்றார்.

~

மணிக்கொடியின் வரலாற்றிலும் வ.ரா. வாழ்விலும் இப்படியெல்லாம் தொடர்புடைய டி.எஸ். சொக்கலிங்கத்திற்கும்

பாரதிதாசனுக்குமான உறவினை – தொடர்பினை எண்ணும்வண்ணமான பதிவுகள் மிகுதியான அளவில் காணக்கிடைக்காத போதிலும் குறிப்பிடத்தக்கனவாகச் சில உள்ளன. தினமணியிலிருந்து விலகிய பின்னர் டி.எஸ். சொக்கலிங்கம் தொடங்கிய *தினசரி* நாளிதழில் பாரதிதாசனின் புகழ்பெற்ற ஒருகவிதை இடம்பெற்றதை அறிய முடிகின்றது.

தமிழுக்குத் தொண்டுசெய்வோன் சாவ தில்லை
தமிழ்த்தொண்டன் பாரதிதான் செத்த துண்டோ?

என்னும் புகழ்பெற்ற கவிதையடிகளைக் கொண்ட "தமிழனுக்கு வீழ்ச்சியில்லை" என்னும் தலைப்பிலான கவிதை தினசரியில் வெளியானதாகவும், தினசரியின் ஆசிரியர் அதனைப் பாரதிதாசனிடம் வேண்டிப் பெற்றார் என்றும் முருகுசுந்தரம் குறிப்பிட்டிருக்கின்றார் *(பாவேந்தர் ஒரு பல்கலைக்கழகம்,* ப. 102).

சொக்கலிங்கம் நடத்திய தினசரியில் புதுமைப்பித்தன் துணையாசிரியராகப் பணியாற்றினார். *தினசரியில்தான்* புதுமைப்பித்தனின் "இரவல் விசிறி – மடிப்பு" என்னும் ஏ.எஸ்.ஏ. சாமியின் "பில்ஹணன்" நாடகம் குறித்த மதிப்புரை வெளிவந்தது. அந்த மதிப்புரையில் பாரதிதாசனுடைய 'புரட்சிக்கவி'யின் உச்சமான சிறப்புகளையெல்லாம் புதுமைப்பித்தன் குறிப்பிட் டிருந்தார்.

1946இல் நிகழ்ந்த பாரதிதாசன் நிதியளிப்பு விழாக் குழுவில் முக்கியமான உறுப்பினராக டி.எஸ். சொக்கலிங்கம் விளங்கியிருக்கின்றார். விழாக்குழு உறுப்பினர்களைக் கொண்ட படத்தில் சொக்கலிங்கமும் உண்டு. பாரதிதாசன் மீது ஈடுபாடு கொண்டவர் என்னும் நிலையிலும், முக்கியமான பத்திரிகையாசிரியர் என்னும் நிலையிலும் அவரைக் குழுவில் உறுப்பினராகக் கொண்டிருக்க வேண்டும். அல்லது பாரதிதாசனே அவரைக் குழுவில் உறுப்பினராகச் சேர்த்துக்கொள்ளச் சொல்லியிருக்கலாம்.

சொக்கலிங்கத்துடனான தொடர்பைப் பாரதிதாசனே ஒருமுறை எடுத்துரைத்துள்ளமை அரிய பதிவாக இருவர்தம் உறவு வரலாற்றிலே காட்சிதருகின்றது. 06.09.1947இல் சென்னை பச்சையப்பன் கல்லூரியில் நடைபெற்ற விழாவில் தலைமையேற்றுப் பாரதியாரைக் குறித்து ஆற்றிய உரையில் பாரதிதாசன் சொக்கலிங்கத்தைப் பற்றிக் குறிப்பிட்டிருக்கிறார். பாரதிதாசனுக்கு முன்னர் விழாவில் பேசிய பேராசிரியர் மா. இராசமாணிக்கனார் பாரதிதாசனை நோக்கிப் பாரதியார் பற்றி நூல் ஒன்றை எழுதக் கேட்டுக் கொண்டிருக்கின்றார்.

அதற்குப் பதில் அளிப்பதுபோல் பேசிய பாரதிதாசன், முன்னர்த் *தினசரி* ஆசிரியர் டி.எஸ். சொக்கலிங்கமும் அவ்வாறே தம்மைக் கேட்டார் எனவும் தாம் எழுதிக் கொண்டிருப்பதாகவும் பேச்சில் குறிப்பிட்டிருக்கின்றார். அந்தச் சொற்பொழிவுப் பகுதி வருமாறு:

> இங்கே எனக்கு முன் பேசிய விவேகானந்தா கல்லூரித் தமிழ்ப் பேராசிரியர் மா. ராசமாணிக்கம் அவர்கள் என்னைப் பாரதியாரைப் பற்றி "நான் கண்ட பாரதி" என்ற தலைப்பில் ஒரு புத்தகம் எழுதும்படி கேட்டார். இதே போல் முன்பே தினசரி ஆசிரியர் டி.எஸ். சொக்கலிங்கமும் கேட்டார். நான் எழுதிக் கொண்டுதான் இருக்கிறேன். அது ஆயிரம் பக்கங்கள் வரும்.
>
> *(பாரதியாரோடு பத்தாண்டுகள், ப. 88)*

இப்பகுதி சொக்கலிங்கத்துடன் பாரதிதாசனுக்கிருந்த தொடர்பைத் தெளிவாகப் புலப்படுத்துகின்றது.

மணிக்கொடியில் கவிதைகளை எழுதிய காலந்தொட்டே பாரதிதாசன் சொக்கலிங்கத்தையும் சொக்கலிங்கம் பாரதி தாசனையும் அறிந்திருந்தனர். இதன் தொடர்ச்சியாகவே *தினசரி*யில் பாரதிதாசனின் கவிதையைக் கேட்டுப் பெற்றுச் சொக்கலிங்கம் வெளியிட்டிருக்க வேண்டும். இந்த உறவின் தொடர்ச்சியாகவே நிதியளிப்பு விழாக்குழுவிலும் சொக்கலிங்கம் இடம்பெற்றிருப்பார். பாரதியோடு நெருங்கிப் பழகிப் பாரதி பற்றிப் பல அரிய செய்திகளையெல்லாம் அறிந்திருந்த பாரதிதாசன் பாரதி குறித்து நூலொன்றை எழுதவேண்டும் என ஏதோ ஒரு சந்தர்ப்பத்தில் சொக்கலிங்கம் கூறியிருக்கின்றார். அதனைப் பின்னர்ப் பாரதிதாசன் நினைவுகூர்ந்திருக்கின்றார். இவையெல்லாம் இருவருக்குமான உறவின் அடிப்படையில் உருப்பெற்ற செயல்பாடுகளாக, மணிக்கொடியின் அடிப்படையில் மலர்ந்தவையாகக் காட்சிதருகின்றன.

4. பி.எஸ்.ராமையா

கு. சீனிவாசன், டி.எஸ். சொக்கலிங்கம், வ.ரா. ஆகிய மூவரும் கூட்டாகத் திட்டமிட்டுத் தொடங்கிய இதழ், முதற்கட்டத்தில் வ.ரா. ஆசிரியராக இருந்த இதழ் என்றெல்லாம் மணிக்கொடியின் வரலாறு அமைந்தாலும், மணிக்கொடி என்றதும் தோற்றம் காட்டுவன பி.எஸ். ராமையா ஆசிரியப் பொறுப்பில் இருந்து நடத்திய கதை மணிக்கொடி இதழ்களே. மூவர் வித்திட்ட வரலாற்றையும் வ.ரா.வின் முதற்கட்டப் பங்களிப்பையும் அறியாதோர் நெஞ்சிலும் தோன்றி மறைவது ராமையா நடத்திய

மணிக்கொடியே. பொதுநிலையில் மணிக்கொடி என்றதும் பி.எஸ். ராமையா பொறுப்பேற்று நடத்தியது; சிறுகதை வளர்ச்சிக்குத் தனித்த பங்களிப்பை நல்கியது; புதுமைப்பித்தன், கு.ப.ரா., ந. பிச்சமூர்த்தி முதலியோர் எழுதியது என்பவையே எவர் நெஞ்சிலும் எழும் பதிவாகும்.

பொதுவுடைமை இயக்கத் தலைவர் ப. ஜீவானந்தம் தொடர்ந்து படித்தது, இதழின் கதைகளைப் படித்துவிட்டு அலுவலகத்திற்கே இராஜாஜி தேடி வந்தது (மணிக்கொடியின் ஓர் இதழுக்கு இராஜாஜி கௌரவ ஆசிரியராகக் கொள்ளப் பட்டமை, மணிக்கொடி இதழில் இராஜாஜி கதை எழுதியமை, மணிக்கொடியின் இதழ்கள் வெளிவந்ததும் தமது கருத்தை ஓர் அஞ்சல் அட்டையில் மணிக்கொடிக்கு அவ்வப்போது எழுதியமை என்பனவெல்லாமும் வரலாறு), திரைப்பட வசனகர்த்தா இளங்கோவன் அழைத்துவர மணிக்கொடி அலுவலகத்திற்கு அண்ணா வந்தமை முதலியனவெல்லாம் ராமையா நடத்திய மணிக்கொடி இதழ்க் காலத்தில் நிகழ்ந்தனவேயாகும்.

மணிக்கொடி முதல் இதழைப் படித்துவிட்டு மணிக்கொடி கு. சீனிவாசன் முன்னர் வந்துநின்ற ராமையா மணிக்கொடிக்கு விளம்பரம் சேகரிப்பவராகப் பணியமர்த்தப்பட்டார். ஆனால் அவரது ஈடுபாட்டாலும் – இலக்கிய வேட்கையாலும் மணிக்கொடி என்றால் ராமையா என்று பேசப்படும் அளவிற்கு வரலாற்றில் உயரிய இடத்தைப் பெற்றுவிட்டார். மணிக்கொடியை உருவாக்கியவர்களைவிட அதிகம் நினைக்கப்படுபவராக அவர் நிலைத்துவிட்டார். இதனைக் கு. சீனிவாசனே,

> “மணிக்கொடி” முதல் ஏட்டு அறிமுகத்தில் கையொப்ப மிட்டிருந்தது, வ.ரா., சொக்கலிங்கம், நான், நாங்கள் மூவரே. எங்களுக்குப் பக்கத்துணையாக நின்றவர் சிவராமன். பின்னால் வந்து சேர்ந்தவர் ராமையா. “மணிக்கொடி” வரலாற்றில், அதன் வளர்ச்சியில் வாமனனாக வந்த ராமையா திருவிக்ரமனாக வளர்ந்து விட்டார்; மாயையினால் அல்ல; சேவையினால்.
>
> (*பி.எஸ். ராமையா மணிமலர்*, ப. 14)

என அழகுறப் பதிவு செய்திருக்கின்றார்.

மணிக்கொடி வரலாற்றுக்குள் சிறந்தோங்கி நின்ற பி.எஸ். ராமையா, இந்திய விடுதலைப் போராட்ட ஈடுபாடு, சிறைவாசம், சிறுகதைப் படைப்பு, அரசியல், திரைத்துறை, நாடகத்துறைச் செயல்பாடுகள் எனவெல்லாம் பன்முகப் பரிமாணங்களோடு வாழ்ந்தவர். வ.ரா. அதிரடியாக நீக்கப்பட்டது

போலவே அதே சொக்கலிங்கத்தால் ஒரு கட்டத்தில் மணிக்கொடியிலிருந்து அதிரடியாக ராமையாவும் நீக்கப்பட்டார். இலக்கிய வாழ்வில் ஏறுமுகங்களையும் இறங்குமுகங்களையும் கண்டவர் அவர். புதுமைப்பித்தன் உள்ளிட்டவர்களோடு மிக நெருக்கமாகப் பழகியவர். கலாசாகரம் இராஜகோபால் அவரது மார்பளவுச் சிற்பத்தை அவர் வாழ்ந்த காலத்திலேயே வடித்தார் என்பதும், காமராஜர் தலைமையில் மணிவிழா நிகழ்ந்தது என்பதும், மணிவிழாக் குழுவின் தலைவராக ஏ.வி. மெய்யப்பன் விளங்கினார் என்பதும், மூன்று துணைத்தலைவர்களுள் ஒருவராக மு.வ. திகழ்ந்தார் என்பதும் ராமையாவின் வாழ்க்கை பெற்ற வெற்றிகளுக்குச் சாட்சியங்கள் எனலாம். மணிக்கொடியிலிருந்து அவரை விலக்கிய சொக்கலிங்கமும் அந்த நிகழ்வை மௌனசாட்சியாகப் பார்த்துக்கொண்டிருந்த ஏ.என். சிவராமனும் கூட மணிவிழாக்குழுவின் உறுப்பினர்களாக இருந்தனர் என்பதும் குறிப்பிடத்தக்கது. எஸ்.எஸ். வாசன் எடுத்த திரைப்படத்தில், சகஸ்ரநாமம் நடித்த நாடகங்களில் தமது அரிய பங்களிப்புகளை நல்கிப் புகழ்பெற்றவராகவும் அவர் பொலிந்திருக்கிறார். தமிழ்ச் சிறுகதையின் மிகு முதன்மை வாய்ந்த படைப்பாளியாகிய மௌனியை அவர் எழுதத் தொடங்கும் முன்பே அடையாளம் கண்டு 'உங்களால் சிறந்த சிறுகதைகளைப் படைக்க முடியும்' எனத் தீர்க்கதரிசனத்தோடு சொல்லி அவரை ஊக்கப்படுத்தியவரும், பின்னாள்களில் மௌனி எழுதத் தொடங்கியதும் அவருக்கு 'மௌனி' என்னும் பெயரைச் சூட்டியவரும் ராமையாவே. மணிக்கொடியை இயக்கிய சக்திகளுள் ஒருவராகவும், மணிக்கொடி காலத்தைத் தீபம் இதழில் தொடராக எழுதியவராகவும் ஒளிரும் அவர் அதன் பொருட்டுச் சாகித்திய அகாதெமியின் விருதையும் பெற்றார் என்பது குறிப்பிடத்தக்கது.

மணிக்கொடி வரலாற்றில் ராமையா குறித்து எண்ணும் பொழுது,

> இலக்கிய வானில் ராமையாவும் நண்பர்களும் ஜோதி மண்டலமாகப் பவனி வருபவர்கள். இவர்களால் மணிக்கொடிக்குப் பெருமை மணிக்கொடியால் இவர் களுக்குப் பெருமை. இந்தத் துறையில் ராமையாவின் சாதனை வரலாற்று முக்யத்வம் பெற்றது.
>
> (பி.எஸ். ராமையா மணிமலர், ப. 16)

சிறந்த இலக்கியப் பத்திரிகை என்ற கீர்த்தியை "மணிக்கொடி"க்குத் தேடித் தந்த பெருமை வ.ரா. அவர்களைச் சேர்ந்தது. தமிழ்மொழியில் ஒப்பற்ற

சிறுகதைப் பத்திரிகை என்ற புகழைத் தேடித் தந்த பெருமை ராமையாவையும், அவருடன் கூடி உழைத்த புத்திலக்கியச் சிற்பிகளையும் சார்ந்தது.

(மேலது, ப. 14)

சிறிது காலத்திற்குப் பிறகு வ.ரா. விலக நேர்ந்ததால், ஆசிரியப் பொறுப்பு, நிர்வாகப் பொறுப்பு இரண்டும் ராமையா தலையில் சுமந்துவிட்டன. முழுப்பொறுப்பை ஊக்கத்துடனும், திறனுடனும் தூய்மையுடனும் வகித்து வந்தார்

(மேலது, ப. 14)

என்னும் மணிக்கொடி மூலவரான கு.சீனிவாசனின் மதிப்பீடுகள் அவரது இடத்தை உணர்த்துகின்றன; உறுதிப்படுத்துகின்றன.

~

இப்படிப்பட்ட வரலாற்றுக்கும் பெருமைக்கும் உரிய ராமையா 'பாரதிதாசன் பித்தர்' என்றே சொல்லுமளவிற்குப் பாரதிதாசன் மீது தனித்த ஈடுபாடு கொண்டவர். உணர்வு நிலையிலும் அறிவுநிலையிலும் பாரதிதாசன் மீது மட்டற்ற பற்றுக்கொண்டு அவரைக் கொண்டாடியவர். முப்பதுகளில் மணிக்கொடி இதழ் நடைபோட்ட காலத்தில் பாரதிதாசனைக் கண்டும் அவர் கவிதைகளைப் படித்தும் ஈடுபாடு கொண்ட அவர் எண்பதுகளில் அவற்றையெல்லாம் மகிழ்ச்சியோடு அசைபோட்டு எடுத்துரைத்தவர்.

மணிக்கொடியின் இரண்டாவது இதழில் பாரதிதாசன் படைத்த 'தமிழுக்கும் அமுதென்று பேர்' என்று தொடங்கும் கவிதை வெளிவந்திருந்தது. இதழில் வெளிவந்த கவிதையை முதலில் படித்தபோது அதன் ஆற்றலை அவர் முழுமையாக உணரவில்லைதான். ஆனால் இதழ் வெளிவந்த நான்கைந்து நாள்களுக்குப் பின்னர் மணிக்கொடி அலுவலகத்தில் சங்கு சுப்பிரமணியம் அந்தக் கவிதையை நண்பர்களிடையே இசை இன்பத்துடன் பாடிக்காட்டியபோது ராமையாவிற்கு "உடல் சிலிர்த்தது". ராமையாவின் "உள்ளத்தில் என்னவோ பொங்கிப் பொங்கி வந்தது". அதன் பின்தான் அந்தக் கவிதையின் "உயிர்த்துடிப்பு, விசை, வேகம் ஆகியவற்றை முழுவதும்" அவர் உணர்ந்தார். உணர்ந்ததும் நண்பர்கள் கூட்டத்தில் தன்னைவிட மூத்தவர்கள் இருப்பதையும் மறந்து உற்சாகமாகப் பாடலைப் போற்றிப் பேசத் தொடங்கிவிட்டாராம். இப்படித்தான் பாரதிதாசன் குறித்த அறிமுகமும் ஈடுபாடும் ராமையாவிடம்

ஏற்பட்டிருக்கின்றன. அந்தச் சந்தர்ப்பத்தில் பாரதிதாசனைப் பற்றி வ.ரா. அறிமுகமும் செய்திருக்கிறார். எல்லாமுமாகச் சேர்ந்து அவரைப் பாரதிதாச அன்பராக ஆக்கிவிட்டிருக்கின்றன.

மணிக்கொடியில் 'இன்பத்தமிழ்', 'வளர்ந்த திங்கொரு தீ', 'எழுச்சியுற்ற பெண்கள்', 'மக்கள் மறந்த இன்பம்', 'மின்னும் தமிழ்', 'சக்திப் பாட்டு', 'கர்ப்பத்தடை', 'பாட்டின் சுவையறியும் பாக்கியம்', 'இயற்கைத் தேவியின் கோபம்', 'தமிழ்க் கனவு' என்னும் தலைப்புகளிலான கவிதைகள் வெளிவந்தமை பற்றி ராமையா தமது *மணிக்கொடி காலம்* நூலில் குறிப்பிட்டிருக்கின்றார். 'எழுச்சியுற்ற பெண்கள்' கவிதையிலே இடம்பெற்றிருந்த "பொன்னுருக்கு வெள்ளத்தில் செம்பரிதி மிதக்கும் நேரம்" என்னும் பாடலடி அவரை ஈர்த்த விதத்தை இப்படிப் பதிவு செய்துள்ளார்:

> அந்தப் பாடலின் தொடக்கவரி முதல் தடவை படித்த பொழுதிலேயே என் மனத்தில் பதிந்துநின்றது. "பொன்னுருக்கு வெள்ளத்தில் செம்பரிதி மிதக்கும் நேரம்" என்ற சொற்கள் – என் உள்குரலில் திரும்பத் திரும்பச் சுழன்று கொண்டேயிருந்தன.
>
> (*மணிக்கொடி காலம்*, ப. 51)

'மக்கள் மறந்த இன்பம்' என்னும் கவிதையைப் பாரதிதாசனின் கையெழுத்திலேயே தாம் படித்ததை நினைவுகூர்ந்த ராமையா, அந்தக் கவிதைக்குக் கு. சீனிவாசன் எழுதிய அறிமுகக் குறிப்பையும் விதந்து சுட்டியிருப்பார். இந்தக் கவிதையை மணிக்கொடி அலுவலகத்தில் அடுத்த வாரம் நடந்த நண்பர்களின் கூட்டத்தில் சங்கு சுப்பிரமணியம் மூன்று முறை பாடியதையும், அதனால் அந்தப் பாடல் எல்லாருக்கும் 'மனப்பாடம் ஆகிவிட்டது' என்பதையும் குறித்திருப்பார். பாரதி முன்னிலையில் பாரதிதாசன் எழுதிய முதற்பாடலான 'சக்திப் பாட்டு' எழுதப்பெற்ற நிகழ்ச்சியை வ.ரா. சொல்லக் கேட்டிருந்தார் ராமையா. அதே பாடலை மணிக்கொடியில் வெளியிடப் பாரதிதாசன் மணிக்கொடி அலுவலகத்திலே அமர்ந்து தமது கையெழுத்தில் எழுதிக்கொடுத்தார் என்பதையும், பாரதியார் அனுப்பிச் *சுதேசமித்திரனில்* வெளிவந்த பாடலில் மூன்று கணுக்களே இருந்தன எனவும், அப்பாடலில் நான்காவது கணு மணிக்கொடி அலுவலகத்தில் எழுதியபோது புதிதாகச் சேர்க்கப்பட்டது எனவும் குறிப்பிட்ட ராமையா அந்தப் பாடல் பகுதிகளைத் தந்து, "பாரதிதாசன், கவிதையில் முதல்முதலாக வாளெடுத்தது இந்தப் பாடலில்தான்" என்றும் முத்தாய்ப்பாகக் குறிப்பிட்டிருப்பார்.

பாரதிதாசனைச் சென்னைக்கு வரச் சொல்லி வ.ரா. வற்புறுத்தி எழுதிக்கொண்டிருந்தார் எனவும், 1934ஆம் ஆண்டு பாரதிதாசன் சென்னை வந்து மணிக்கொடி அலுவலகத்திற்கும் வந்தார் எனவும் குறிப்பிட்ட ராமையா அவரை முதன்முறையாகச் சந்தித்த நிகழ்வை ஆனந்தாதிசய உணர்வு தோன்ற விவரித்திருக் கின்றார். வ.ரா.வோ சீனிவாசனோ பாரதிதாசனைக் காட்டி "இவர்தான் பாரதிதாசன்" என்று சொன்னபோது ராமையாவின் உள்ளத்தில் உணர்ச்சி பொங்கி எழுந்ததாம். ராமையாவின் முகத்திலும் கண்களிலும் இருந்த வியப்பைக் கண்டு பாரதிதாசனே "இதென்ன பைத்தியமோ" என்று கூடத் தம்மை நினைத்திருக்கக்கூடும் என்று அந்தச் சூழலை உணர்வின் எல்லையில் நின்று வெளிப்படுத்தியிருக்கின்றார். பாரதியாரைப் பார்த்துப் பழக வாய்க்காத தமக்கு – பாரதிதாசன் கவிதைகளை மட்டும் படித்திருந்த தமக்கு – பாரதிதாசனைக் கட்டாயமாகக் கண்டு பேசிப் பழக வேண்டும் என்ற ஆவல் தீவிரமாக இருந்ததாகவும் அதன் விளைவாகவே பைத்தியமோ என்று நினைக்கும் நிலையில் பாரதிதாசனைப் பார்த்துக்கொண்டே நிற்க நேர்ந்ததாகவும் எழுதியிருக்கின்றார்.

பாரதிதாசன் சென்னை வந்தபோது அவருக்கு ஒரு விருந்து அளிக்க வேண்டுமென்ற ஆசை மணிக்கொடி குழுவினரிலேயே ராமையாவுக்குத்தான் தோன்றியது. பாரதிதாசன் சென்னை வந்திருப்பதாகவும் அவருக்கு ஒரு விருந்து கொடுக்க வேண்டு மென்று ஆசைப்படுவதாகவும் எங்கே கொடுப்பது, எப்படிக் கொடுப்பது எனத் தெரியவில்லை எனவும் அய்யாசாமி என்னும் தமது நண்பரிடம் அவர் தெரிவிக்க, நண்பர் அய்யாசாமியின் உதவியோடு மணிக்கொடி குழுவினரெல்லாம் பங்கேற்க ஒரு வீட்டு மாடியில் பாரதிதாசனுக்கு ராமையா நல்ல நிலவொளி வீசிய நேரத்தில் அருமையான விருந்தொன்றை வழங்கியிருக்கின்றார். இந்த நிகழ்வை "பாரதி வழிவந்த கவிஞருக்கும், என் மதிப்பைப் பெற்ற மணிக்கொடி அறிஞர் குழுவுக்கும் விருந்தளித்ததில் எனக்குக் கட்டுக்கடங்காத பெருமை" – என்று சிறப்பித்து எழுதியிருக்கின்றார்.

மணிக்கொடியின் வரலாற்றை *மணிக்கொடி காலம்* என்னும் தலைப்பில் வரைந்த ராமையா மணிக்கொடியில் பாரதிதாசன் கவிதைகள் இடம்பெற்றமை குறித்து,

> பாரதி என்ற பெயருடன் தொடங்கிய தமிழ்க் கவிதை வெள்ளப் பெருக்கு பாரதிதாசன் என்ற பெயருடன் மேலும் தொடர்ந்து பாய்ந்துகொண்டேயிருக்கிறது என்ற உண்மையைத் தமிழ் படிப்பவர்கள் அறிய வழி செய்தது.

(*மணிக்கொடி காலம்*, ப. 52)

> பாரதியைத் தொடர்ந்து புதிய தமிழ்க் கவிதை இலக்கியத்திற்கு வளம் சேர்க்கப் பிறந்து காத்திருந்த பாரதிதாசனை நாட்டினருக்கு அறிமுகப்படுத்தியது "மணிக்கொடி"யின் இரண்டாவது பெரிய சாதனை
>
> *(மணிக்கொடி காலம், ப. 64)*

என்றெல்லாம் விதந்து குறிப்பிட்டிருக்கின்றார்; மணிக்கொடியில் பாரதிதாசன் கவிதைகள் வெளிவந்தமை மணிக்கொடியின் சாதனைகளுள் தலைசிறந்ததாகும் என அழுத்தமாக எழுதி யிருக்கின்றார்.

பி.எஸ். ராமையாவைக் குறித்த எழுத்துப்பதிவுகள் எதுவும் பாரதிதாசனின் எழுத்துலகில் கண்ணிற்படவில்லை. ராமையாவோ பாரதிதாசன் உயிருடன் இருந்த காலத்திலும், பாரதிதாசன் காலமான பின்னரும் மணிக்கொடியில் பாரதி தாசன் பங்குகுறித்து உணர்வு ததும்ப எழுதிச் சென்றிருக்கின்றார்.

ராமையா பாரதிதாசனின் கவிதைகளை மணிக்கொடியில் வெளிவந்த நிலையில் படித்து மகிழ்ந்திருக்கின்றார்; சங்கு சுப்பிரமணியம் பாடக் கேட்டுத் திளைத்திருக்கின்றார்; பாரதிதாசனை நேரில் சந்திக்க வேண்டுமென ஏங்கியிருக்கின்றார்; நேரில் கண்டு பித்துற்ற உணர்வுநிலையில் காட்சி தந்திருக்கின்றார்; தொடர்ச்சியாக வெளிவந்த பாரதிதாசன் கவிதைகளும் அவற்றின் பல பகுதிகளும் தம்மை ஈர்த்ததைப் பதிவு செய்திருக்கின்றார்; பாரதிதாசன் கவிதைகளைக் கையெழுத்து நிலையிலேயே தாம் படிக்க நேர்ந்ததையும், பாரதிதாசன் பற்றி வ.ரா. சொல்லியவற்றைக் கேட்க நேர்ந்ததையும், பாரதிதாசனின் கவிதையொன்றுக்குக் கு. சீனிவாசன் எழுதிய அறிமுகக் குறிப்புப் பற்றியும் நாற்பது ஆண்டுகளுக்குப் பின்னரும் மகிழ்ச்சியும் நெகிழ்ச்சியும் பின்னிப்பிணைய நினைவுகூர்ந்திருக்கின்றார். பாரதிதாசனைச் சிறப்பிக்க அவருக்கு விருந்தளிக்க வேண்டும் என எண்ணம் கொண்டு மணிக்கொடி குழுவினரிடையே அவருக்கு ஒரு சிறந்த விருந்தை அளித்திருக்கின்றார். எல்லாவற்றுக்கும் மேலாகப் பாரதிதாசன் கவிதைகள் மணிக்கொடியில் வெளிவந்தமை மணிக்கொடியின் முதன்மையான சாதனைகளுள் ஒன்று என்று அவர் போற்றியிருக்கின்றார். இப்படிப்பட்ட ராமையாவுக்குப் பாரதிதாசன் மீது ஈடுபாடு கொண்ட மணிக்கொடி குழுவினருள் தனித்த இடம் உண்டு எனச் சொல்லல் தகும்.

~ ~

3
பாரதிதாசனும் புதுமைப்பித்தனும்

"இத்தாலியக் கம்பன்" என்று தாந்தேயைப் புதுமைப்பித்தன் குறிப்பிட்டார். அந்த அளவுக்குப் புதுமைப்பித்தனுக்குக் கம்பன் மீது ஈடுபாடு. தமிழ்வரலாற்றில் பாரதியின் காலத்தைச் சொல்லவருகையில் "பாரதி யுகம்" என்று அதைப் புதுமைப்பித்தன் குறிப்பிட்டார். அந்த அளவுக்குப் பாரதி மீது மதிப்பு. இவ்விருவருக்கும் பின்னர்த் தமிழ்க் கவிதை வரலாற்றில் பாரதிதாசன் மீதே புதுமைப்பித்தனுக்கு மிகுந்த ஈடுபாடு. இதில் வியப்பென்ன இருக்கின்றது என்று சிலர் வினவலாம்.

'மணிக்கொடி எழுத்தாளர்கள்' என்றும், 'மறுமலர்ச்சித் தமிழ்இலக்கிய உரைநடைப் படைப்பாளிகள்' என்றும் குறிப்பிடப்படுவோரில் பாரதிதாசனைப் பெரிதும் கொண்டாடியவர், ஏற்றுக்கொண்டவர், உணர்ந்தவர் எனப் புதுமைப்பித்தனுக்குச் சமமாக இன்னொருவரைச் சுட்டுவது எளிதன்று.

மௌனியோ பாரதிதாசனைப் படித்ததில்லை என்று மௌனம் சாதித்தார். "தமிழ்நாட்டின் உயிர்வாழும் கவிகளில் முதல் ஸ்தானம்கூட இவர் பெறலாம் போலிருக்கிறதே" என்றும், "அவருடைய பக்தர்களில் ஒருவன்" (*மணிக்கொடி*, 15–06–1938, பக். 61–63) என்றும் பாரதிதாசனைப் பற்றிப் போற்றிக் குறிப்பிட்ட கு.ப.ரா., "பாரதிதாஸன் கவிதைகள் என்ற

புத்தகம் எனக்குக் கொஞ்சம் ஏமாற்றம் அளித்துவிட்டது" "கடைசி மூன்று பகுதிகளும் பிரச்சார செய்யுட்கள் நிறைந்திருக்கின்றன. 'தமிழ்' என்ற பகுதி அவ்வளவு உயர்ந்ததன்று" (மேலது) என்றும் எழுதியிருக்கின்றார். "தமிழ்நாட்டில் இன்று உயிருடனிருக்கும் கவிகளுள் உண்மைக்கவி யார்? உயிர்க்கவி யார்? சிரஞ்சீவிக்கவி யார்? என்று கேள்விகள் கிளம்பினால், சற்றும் சந்தேகமின்றி பாரதிதாஸன் என்ற ஒரு விடைதான் நம்மால் கொடுக்க முடியும்" (*ஹநுமான், ஆண்டுமலர்*, ப. 112) என்று எழுதிய பேராசிரியர் கே. சுவாமிநாதன், "சஞ்சீவி மலையைத் தூக்கும் சக்தியை ஹனுமாருக்கு வால்மீகி அளித்தது சுத்தமோசமான பொய்மை, மனிதரை ஏமாற்றும் அயோக்கியத்தனம் என்ற பகுத்தறிவுக் கக்ஷியை ஸ்தாபிக்கும் காவியத்திலேயே – குப்பனுக்கும், வஞ்சிக்கும் ஞானோதயம் சித்திக்கும்பொருட்டு பாரதிதாஸன் தான் மட்டும் சில மூலிகைகளுக்கு இன்னும் அபூர்வமான சக்திகளை அளித்திருப்பது, எந்த அதிகாரத்தின் கீழ், எந்த நியாயத்தின்மேல்?" (ப. 113) என்றும் கேட்டிருக்கின்றார். "தார்மீக கோபம் நிறைந்த பாரதி, தமிழ்க் கவிதைக்கு எத்தனை வேகம் கொடுத்தாரோ, அத்தனை வேகம் பாரதிதாசனின் கவிதைகளிலும் காணக்கிடக்கிறது" (*படித்திருக்கிறீர்களா?* 1, பக். 155, 156) என்றெல்லாம் குறிப்பிட்டபோதிலும் க.நா.சு., இராமாயணம் பொய்க்கதை "என்று சொல்லவருகிற கவியும் அதற்குச் சற்றும் பின்னிடாத ஒரு 'பேத்தல்' கதையைத்தான் சொல்ல வேண்டியதாக இருக்கிறது" என்றும் எழுதியிருக்கின்றார். "பாரதி வழிக் கவிஞர்களில் முதல்வர்" "பாரதிதாசன் ஒரு அபூர்வமான கவி" "பாரதிக்குப் பிறகு நாம் பார்க்கும் ஒரு உயர்ந்த கவி" "கவிதைத் துறையில், பாரதிக்குப் பிறகு பாரதிதாசன் – இந்த இடம் அவருக்கு உண்டு" (*எழுத்து*, மே 1964, ப. 86) என்றெல்லாம் எழுதிய சி.சு. செல்லப்பா பாரதிதாசனைப் 'புரட்சிக் கவிஞர்' என்ற சொல்லால் சுட்டுவதை உடன்படாது எழுதியிருக்கின்றார்.

இவ்வாறான மறுமலர்ச்சித் தமிழ் எழுத்தாளர்களுள் பாரதிதாசனை முதலில் போற்றியவர் என ந. பிச்சமூர்த்தியும், பெரிதும் மிக விதந்து கொண்டாடியவர் எனப் புதுமைப்பித்தனுமே காட்சிதருகின்றனர். இருவருள்ளும் புதுமைப்பித்தன் கண்டு காட்டிய பாரதிதாசன் குறித்த மதிப்பீட்டுக் கருத்தோவியம் நிகரற்றதாகத் திகழ்கின்றது. மாறுபட்ட கருத்துகளை முன்வைத்த பிற மணிக்கொடி எழுத்தாளர்களுக்கு, சமகால விமர்சகர்களுக்கு விடையளிப்பது போலவும் விரிவான நிலையிலும் புதுமைப்பித்தன் எழுதியிருக்கின்றார்.

~

பாரதிதாசன் – புதுமைப்பித்தன் என இணைத்துச் சிந்திப்பவர் இதயங்களிலெல்லாம் முதலில் தோன்றுகின்ற தொடர், "பாரதியார் இன்று நமக்கு வைத்து விட்டுப்போன சொத்துக்கள் பல. இவற்றில் முக்கியமானவற்றைக் குறிப்பிட வேண்டின் ஞானரதம், குயில் பாட்டு, பாஞ்சாலி சபதம், கனக சுப்புரத்தினம் என்ற பாரதிதாஸன் என்று சொல்ல வேண்டும்" *(புதுமைப்பித்தன் கட்டுரைகள், ப. 202)* என்பதாகும். கவித்துவம் கமழ அமைந்துள்ளதால் இந்தப் பகுதி எல்லோர் நெஞ்சிலும் அரியணை போட்டு அமர்ந்துவிட்டது. எனினும் பாரதிதாசனைப் பற்றிய புதுமைப்பித்தனின் அற்புதமான பதிவுகள் கவனம் பெற வேண்டியனவாக இன்னும் பல உள.

— பாரிச வாய்வும், பக்கவாதமும் போட்டலைக்கும் இன்றைய கவிதையுலகிலே, அவருடைய பாட்டுக்கள்தான் நிமிர்ந்து நடக்கின்றன.

— களவையும் நிலவையும் பற்றிப் பாடிக்கொண்டிருந்த கவிஞன், பிரெஞ்சுப் புரட்சிக்கு உதயகீதம் பாடிய ரூஸோவைப் போலக் கனல்விடுகிறான்.

— அவனுடைய பேச்சே, தமிழ் இலக்கிய வரிசையிலே உயர்ந்த ஸ்தானம் வகிக்கிறது.

— காவியமுறை, கட்டுக்கோப்பு, உவமை சமத்காரங்கள் ஆகியவற்றில் இவர் பாரதியாருக்குச் சற்றும் சளைத்தவரல்ல.

— இதில் பாரதியாருக்குச் சமதையாக இருப்பவர்கள் இன்றைய கவிஞர்களில் பாரதிதாஸன் ஒருவர்தான் என்பது எனது அபிப்ராயம்.

— இன்று கவிஞர் என்று பெயரெடுத்து உலாவும் பெரியார்களில் இவரது உவமையும் நண்பர் சது.சு. யோகியாரின் வாக்கு தாட்டியுமே எனது மனசைக் கவர்ந்துள்ளன. மற்றவர்கள் அப்படியப்படித்தான்.

(புதுமைப்பித்தன் கட்டுரைகள், பக். 202, 203, 207–209)

இவையெல்லாம் தமிழ்க் கவிதையுலகத்தில் பாரதிதாசனது பேரிடத்தை உரத்துப் பேசுகின்ற புதுமைப்பித்தனின் கூற்றுகளுள் சிலவாகும்.

~

பாரதிதாசனுக்குப்பின் (1891 – 1964) பிறந்த புதுமைப்பித்தன் (1906 – 1948), பாரதிதாசனுக்கு முன்னதாகவே காலமாகியும்

விடுகின்றார். இருவரின் படைப்புகளும் குறிப்பிட்ட காலகட்டங்களில் குறிப்பிட்ட இதழ்களில் ஒன்றாகவே வெளிவந்துள்ளன. இருவரது எழுத்துகளும் இடம்பெற்ற இதழ்களை மூன்று காலப்பகுதிகளாகப் பகுத்து எண்ணலாம். 'மணிக்கொடி'யில் இருவரும் ஒரே காலத்தில் எழுதியமை முதற்கட்டம். க.நா.சு. நடத்திய *சூறாவளி* முதல் இதழில் இருவர் படைப்புகளும் வெளிவந்தமை இரண்டாங் கட்டம். முல்லை முத்தையா நடத்திய *முல்லை* இதழ்களில் இருவரது படைப்புகளும் வெளிவந்தமை மூன்றாங்கட்டம்.

புதுமைப்பித்தன் மணிக்கொடியில் எழுத வருவதற்கு முன்பே பாரதிதாசன் மணிக்கொடியில் எழுதத் தொடங்கி விட்டார். மணிக்கொடியில் புதுமைப்பித்தன் எழுதிய முதற்கதை 22–04–1934இல் வெளிவந்தது. அதற்கு முன்பே பாரதிதாசனது 'இன்பத்தமிழ்', 'வளர்ந்த திங்கொரு தீ', 'எழுச்சியுற்ற பெண்கள்', 'மக்கள் மறந்த இன்பம்' (இருமுறை), 'மின்னும் தமிழ்', 'கர்ப்பத்தடை/சந்தான முறை நன்று; தவிர்க்கும் முறை தீதோ?', 'சக்திப் பாட்டு', 'பாட்டின் சுவையறியும் பாக்கியம்/பாரதியாருக்கு வந்த கடிதம்/வேண்டுமடி எப்போதும் விடுதலை பிறந்த வகை', 'இயற்கைத் தேவியின் கோபம்', 'தமிழ்க் கனவு' ஆகிய கவிதைகள் வெளிவந்துவிட்டன. மற்றவர்களைப் போலவே புதுமைப்பித்தனும் மணிக்கொடி வாசகராக இருந்த நிலையில் பாரதிதாசனின் இந்தக் கவிதைகளையெல்லாம் படித்து மகிழ்ந்திருப்பார்.

இருவரது படைப்புகளும் பிந்தைய சில மணிக்கொடி இதழ்களில் ஒன்றாக இடம்பெற்றன. அப்போது இருவரும் மணிக்கொடியின் சக எழுத்தாளர்களாகப் பரிணமிக்கின்றனர். இன்னொரு வகையில் சொன்னால், இந்த இதழ்களில் இடம்பெற்ற புதுமைப்பித்தன் கதைகளையெல்லாம் பாரதிதாசன் படித்திருப்பார். இருவரது படைப்புகளும் ஒருசேர இடம்பெற்ற மணிக்கொடி இதழ்கள், படைப்புகள் பற்றிய விவரங்களைப் பின்வருமாறு நிரல்படுத்தி நோக்கலாம்:

மணிக்கொடி

தேதி	**பாரதிதாசன் படைப்பு**	**புதுமைப்பித்தன் படைப்பு**
08–07–1934	புத்தகசாலை வேண்டும்	1. உணர்ச்சியின் அடிமைகள் 2. திருக்குறள் குமரேசப்பிள்ளை

22–07–1934	கொடைத் தமிழன்	1. நியாயம் 2. புதிய நந்தன் 3. கவந்தனும் காமனும்
09–09–1934	தமிழ்க்கல்வி	1. கொடுக்காப்புளி மரம்
16–09–1934	சங்கங்கள்	1. புதிய ஒளி 2. கனவுப்பெண்

பிற்காலத்தில் பாரதிதாசனின் கவிதை 01–02–1938ஆம் நாளிட்ட மணிக்கொடி இதழில் ஒருமுறை இடம்பெற்றது. அந்த இதழில் புதுமைப்பித்தன் படைப்பு எதுவும் வெளிவரவில்லை.

இரண்டாவது கட்டமாக 1939இல் மணிக்கொடி எழுத்தாளரான க.நா. சுப்ரமண்யம் தொடங்கிய *சூறாவளி*யின் முதல் இதழில் (23 ஏப்ரல், 1939) 'தும்பியும் மலரும்' என்னும் பாரதிதாசனின் கவிதையும், 'சாமியாரும் குழந்தையும் சீடையும்' என்னும் புதுமைப்பித்தனின் சிறுகதையும் இடம்பெற்றிருந்தன.

இந்த இதழுக்கான பெயரைச் சூட்டியவர் புதுமைப்பித்தன் என்பதும், இம்முதல் இதழில் பாரதிதாசனின் கவிதை இடம் பெற்றதன் பின்புலத்தில் புதுமைப்பித்தன் இருந்திருக்கக்கூடும் என்பதும் கருத்தில் கொள்ளத்தக்கவையாகும்.

மூன்றாவது கட்டமாக 1940களில் புதுமைப்பித்தனின் வழிகாட்டுதலில் முல்லை முத்தையா நடத்திய *முல்லை* இதழில் இருவரின் படைப்புகளும் இடம்பெற்றன. பாரதிதாசன் புகழ்பாடும் நோக்கில் தோன்றிய இந்த இதழ் குறிப்பிட்ட காலகட்டத்திற்குப்பின் தன் போக்கில் மாற்றத்தைக் கண்டது. காரணம் பாரதிதாசனுக்கும் முல்லை முத்தையாவுக்குமான உறவில் ஏற்பட்ட விரிசலாகும். உறவு சீர்கெட்டதன்பின் முல்லை முத்தையா, இதழின் ஆசிரியராக இருந்து நடத்தித் தருமாறு புதுமைப்பித்தனை வேண்டினார். அவரோ தாம் பொறுப்பேற்க இயலாது என்பதைச் சொல்லித் தமது நண்பரான தொ.மு.சி. ரகுநாதனை ஆசிரியராக இருந்து நடத்த உதவினார். *முல்லை*யின் சில இதழ்களில் பாரதிதாசன் படைப்பும் புதுமைப்பித்தன் படைப்பும் ஒருசேர இடம்பெற்றன. 1946 ஜனவரி இதழில் 'மலர்ந்தது முல்லை' என்னும் பாரதிதாசனின் கவிதையும் 'மதிப்புரை' என்னும் புதுமைப்பித்தனின் கட்டுரையும் இடம்பெற்றன. 1946 மார்ச் இதழில் 'அவள் இல்லை' என்னும் பாரதிதாசனின் கவிதையும் 'இலக்கிய மரபு' என்னும் புதுமைப்பித்தனின் கட்டுரையும் இடம்பெற்றன.

1946 சூலை முதல் 'ஆதரவாளர்: பாரதிதாசன்' என்னும் குறிப்பு இடம்பெறவில்லை. முத்தையாவுக்கும் பாரதிதாசனுக்குமான

உறவில் ஏற்பட்ட விரிசலின் விளைவு இது. 1946 நவம்பர் முதல் பிப்ரவரி 1947 வரை ரகுநாதன் பெயரில் இதழ்கள் வெளிவந்தன. பாரதிதாசன் படைப்புகள் சூலை 1946 வரை *முல்லையில்* இடம்பெற்றன. ஆனால் *முல்லையின்* எல்லா இதழ்களிலும் புதுமைப்பித்தன் எழுதவில்லை. இருவரின் படைப்புகளும் இடம்பெற்ற இதழ்களாக இரு இதழ்களே அமைகின்றன. இந்தக் காலகட்டத்தில் முத்தையாவோடு புதுமைப்பித்தன் பாரதிதாசனைச் சந்தித்திருக்கவும், பாரதிதாசன் தொடர்பான – கருத்து வேறுபாட்டுக்கான – காரணங்களைப் புதுமைப்பித்தன் நன்கு அறிந்திருக்கவுங்கூடும். "இந்தக் காலப்பகுதியில் பாரதிதாசனை அன்றாடம் காணவும் கலந்துரையாடவும் முல்லை முத்தையாவுக்கு வாய்ப்பேற்பட்டது. புதுமைப்பித்தன் முதலான அன்பர்களும் அப்பொழுது உடன் இருந்திருக்கின்றனர். இப்பொழுது பாரி நிலையம் (சென்னை மண்ணடி) உள்ள இடத்தில் இச்சந்திப்புகள் நிகழ்ந்தன" (*முல்லை இலக்கியக் களஞ்சியம்*, ப. 14) என ஆ.இரா. வேங்கடாசலபதி எழுதியுள்ளமையும் இத்தொடர்பில் கருதத்தக்கதாகும். இப்பொழுது கிடைக்கின்ற தரவுகளின்படி *மணிக்கொடி, சூறாவளி, முல்லை* ஆகிய இந்த மூன்று இதழ்களில் இருவரும் சக எழுத்தாளர்களாக முகங்காட்டுகின்றனர்; இச்சூழலால் ஒருவரை ஒருவர் இலக்கியம் வழி நன்கு அறிந்திருப்பர் என்பது சொல்லாமலே விளங்கும்.

~

பாரதிதாசன் மீதான புதுமைப்பித்தனின் ஈடுபாட்டைப் பன்முகப் பதிவுகளால் நாம் அறியமுடிகின்றது. பாரதிதாசனைக் குறித்துப் புதுமைப்பித்தன் கட்டுரைகள் எழுதியிருக்கின்றார்; வானொலியில் பேசியிருக்கின்றார்; பாரதிதாசன் தொடர்பான கூட்டமொன்றுக்குக் கேட்பவராகச் சென்றிருக்கின்றார்; அது பற்றிய பதிவை நண்பர் ஒருவருக்கு எழுதிய கடிதத்தில் குறிப்பிட்டிருக்கின்றார்; பாரதிதாசன் குறித்த நூலொன்றின் மெய்ப்பினைத் திருத்தியிருக்கின்றார்; பாரதிதாசனின் படைப்பை முறையற்றுப் பயன்படுத்திய நாடக ஆசிரியரைக் கடுமையாகச் சாடி ஒரு மதிப்புரையை எழுதியிருக்கின்றார். தமது நண்பர் முத்தையாவிற்கும் பாரதிதாசனுக்குமான உறவில் விரிசல் ஏற்பட்டதன்பின்னும் பாரதிதாசன் மீதான மதிப்பில் மாற்றம் ஏற்படவில்லை என்பதை உறுதிப்படுத்தும் வகையில் பாரதிதாசன் கவிதையினை ஒரு கட்டுரையில் பின்னர் மேற்கோளும் காட்டியிருக்கின்றார்.

இப்படிப் பன்முக நிலையில் பாரதிதாசன் மீதான ஈடுபாடுகள் புதுமைப்பித்தனில் வெளிப்படுகின்றன.

முல்லை முத்தையாவால் தொகுக்கப்பட்டு 1944இல் வெளிவந்த, *புரட்சிக் கவிஞர்* என்னும் நூலிலே 'பாரதிதாஸன்' என்னும் தலைப்பிலும் 'புரட்சிக் கவிதை' என்னும் தலைப்பிலும் புதுமைப்பித்தனால் எழுதப்பட்ட பாரதிதாசன் குறித்த இரு கட்டுரைகள் இடம்பெற்றுள்ளன. இவை தவிரப் பாரதிதாசன் குறித்து அவரது ஒரு கட்டுரை 1954இல் வெளிவந்த *புதுமைப்பித்தன் கட்டுரைகள்* நூலில் இடம்பெற்றது. இவற்றுள் முதலில் குறிப்பிடப்பட்டது வானொலியில் நிகழ்த்திய சொற்பொழிவின் சுருக்க வடிவமாகும். "தமிழ்நாட்டின் ஒப்பற்ற இலக்கிய விமர்சகர் புதுமைப்பித்தன் அவர்கள் அண்மையில், சென்னை வானொலியில் நிகழ்த்திய சொற்பொழிவின் சுருக்கமே இதன் கீழ் காணப்படுவது" என நூலிலிருந்து ஆஇரா. வேங்கடாசலபதியால் எடுத்துக் காட்டப்பட்டுள்ளது *(புதுமைப்பித்தன் கட்டுரைகள்,* பக். 631, 632). பாரதிதாசனுக்கு நிதியளிப்புத் தொடர்பாகச் சென்னையில் நடந்த கூட்டம் (1946 பிப்ரவரி) ஒன்றுக்குப் பார்வையாளராகப் புதுமைப்பித்தன் சென்றிருக்கின்றார். அதே நாளில் நண்பர் மீ.ப. சோமுவுக்கு எழுதிய கடிதத்தில் அந்த நிகழ்வை இப்படிக் குறிப்பிட்டிருந்தார்:

> இன்று பாரதிதாஸன் நிதி ஆதரவுக் கூட்டம் ஒன்று சென்னையில் நடந்தது. எனக்கு பாரதிதாஸன் பாட்டுகளில் சற்று கவர்ச்சி உண்டு. அதனால் அதில் கலந்துகொண்டேன். அங்குபோன பிறகு பாட்டுக்கும் மேடைக்கும் ரொம்பத் தூரம் என்பதைக் கண்டேன். பலர் பேசினார்கள். பாரதிதாஸனை உபயோகித்துக் கொண்டார்கள்.

(அன்னை இட்ட தீ, ப. 209)

பாரதிதாசனுடைய உயரிய இடத்தைக் கட்டுரை, வானொலிப் பொழிவு ஆகியவற்றால் படர்க்கை நிலையில் நின்று இதற்கு முன்பு எடுத்துரைத்த புதுமைப்பித்தன் இந்தக் கடிதத்தில்தான் தமக்குப் பாரதிதாசன் மீதுள்ள ஈடுபாட்டை வெளிப்படையாகக் குறிப்பிட்டிருக்கின்றார். இந்தக் கடிதமெழுதிய காலகட்டம் முல்லை முத்தையாவுக்கும் பாரதிதாசனுக்குமான உறவு முறியாத காலகட்டமேயாகும். 1944ஆம் ஆண்டு பாரதிதாசனின் பிறந்தநாளை முன்னிட்டு முல்லை முத்தையா *புரட்சிக் கவிஞர்* என்னும் தலைப்பில் வெளியிட்ட நூலினை அச்சிடும்போது புதுமைப்பித்தன் உதவியிருக்கின்றார். இது குறித்து அந்நூலின் தொகுப்பாசிரியர், "இந்த நூலை அச்சிடும்பொழுது நமக்குத் துணையாயிருந்து திருத்தி உதவிபுரிந்த நம் அருமை நண்பர் புதுமைப்பித்தன் அவர்கட்கு நம் நன்றி" *(அன்னை இட்ட தீ,*

ப. 121) எனக் குறிப்பிட்டுள்ளமை புதுமைப்பித்தனின் இத்தகு பங்களிப்பையும் நாம் அறியத்தருகின்றது.

இச்செய்திகளில் சிலவற்றை முன்பே நிரல்படுத்திக் கூறிய ஆ.இரா. வேங்கடாசலபதி, "மேலும், பாரதிதாசனைப் பற்றி 'பாரதியுகக் கவிஞர்' என ஒரு தனிநூலே கமலா பிரசுராலயத்தால் 1945இன் இறுதியில் விளம்பரப்படுத்தப்பட்டுள்ளது (க. அன்பழகனின் *கலையும் வாழ்வும்* நூலின் பின்பக்க உள்ளட்டை விளம்பரம்). இந்நூல் எழுதப் பெறாவிட்டாலும்கூடப் புதுமைப்பித்தனுக்குப் பாரதிதாசன் மீதிருந்த பெரும் ஈடுபாட்டுக்கு இது மேலும் ஒரு சான்று. இந்த ஈடுபாடு, அவரைப் பற்றிய தனிக் கட்டுரைகளில் மட்டுமல்லாமல், பல்வேறு இடங்களில் இடைப்பிறவரலாகவும் இலக்கியக் குறிப்புணர்த்தல்களாகவும் வெளிப்பட்டு நிற்கின்றன" (*முல்லை இலக்கியக் களஞ்சியம்*, ப. 17) எனவும், "இதனால்தான் புதுமைப்பித்தனும், '*முல்லை*யில் நம் கவிஞரைப் பற்றிய கருத்துக்கள் நிறைய வரும். அனைவரும் கவனமாகச் சேர்த்துவைத்துக்கொள்வார்கள்' என்று எழுதினார் (பாரதிதாசனை அவர் 'நம் கவிஞர்' என்று உரிமையுடன் குறிப்பிடுவதை மனங்கொள்ள வேண்டும்)" (மேலது, ப. 15) எனவும் குறிப்பிட்டுள்ள செய்திகளும் இத்தொடர்பில் எண்ணுதற்குரியன.

முத்தையாவுக்கும் பாரதிதாசனுக்கும் இடையிலான உறவு கசந்த பின்னர், *முல்லை* இதழுக்கு ஆசிரியராக ரகுநாதன் பொறுப்பேற்ற பிறகு வெளிவந்த இதழொன்றில் (டிசம்பர் 1946) எழுதிய 'சிறுகதை' என்னும் கட்டுரையில் போகிறபோக்கில் நினைவிலிருந்தே பாரதிதாசனின் கவிதை வரியொன்றைச் சூழலுக்குப் பொருத்தமாகப் புதுமைப்பித்தன் எழுதிச் சென்றுள்ளார்.

> இந்த ஹாஸ்ய யுகத்தின் வேகம் ஒடுங்கும் நிலையில் தான் இன்னும் ஒரு பேரலை எழுந்தது. அதில்தான் சிறுகதை தமிழில் பூரண வடிவம் பெற்றது. இதைச் சிறப்பாக மணிக்கொடி யுகம் என்று சொல்லவேண்டும். இக்காலத்தில்தான் சிறுகதைக்கு இலக்கிய அந்தஸ்து ஏற்பட்டது. பிச்சமூர்த்தி, கு.ப.ரா., பி.எஸ். ராமையா, சிதம்பர சுப்பிரமணியன் முதலியவர்களும் நானும் கதைகள் எழுத ஆரம்பித்தோம். வாழ்வுக்குப் பொருள் கொடுப்பதுதான் கலை. சிறுகதை வாழ்வின் பல சூட்சுமங்களையும் எழுத்தில் நிர்மாணித்துக் காண்பித்தது. 'பரமசிவன் வந்து வந்து வரங்கொடுத்துப் போவார், பதிவிரதைக் கின்னல்வரும் பழையபடி தீரும்' என்றிருந்த நிலைமை மாறி நிலாவும், காதலும்

கதாநாயகனுமாக சோபித்த சிறுகதைகள் வாழ்வை, உண்மையை நேர் நின்று நோக்க ஆரம்பித்தன.

(புதுமைப்பித்தன் கட்டுரைகள், ப. 237)

இந்தப் பதிவு, தமது நண்பருக்கும் பாவேந்தருக்குமான உறவு முறிந்தமை, பாரதிதாசனின் படைப்பல்லாத பிற பண்புகள் குறித்தெல்லாம் அறிந்தமை என்னும் சூழல்களுக்கிடையிலும் பாரதிதாசனின் கவிதை மீதான ஈடுபாட்டிலும் பாரதிதாசன் கவிதைகளைப் போற்றுதல் என்பதிலும் புதுமைப்பித்தன் மாற்றம் கொள்ளவில்லை; முந்தைய நிலைப்பாட்டிலேயே இருந்தார் என்பதை உறுதிசெய்கின்றது.

பாரதிதாசனின் 'புரட்சிக் கவி'யில் அமுதவல்லியை வருணிக்கும் ஒரு பகுதியும், புதுமைப்பித்தனின் 'புதிய கூண்டு' சிறுகதையில் கதாபாத்திரமாக வரும் பெண்ணை வருணிக்கும் பகுதியும் ஏறத்தாழ ஒத்தமைந்துள்ள தன்மை எண்ணுதற்கு உரியதாகும்.

"கன்னற் றமிழ்க்கவி வாணரின் – உளக்
கற்பனை யேஉருப் பெற்றதோ?" (புரட்சிக் கவி)

"தமிழ்க் கவிஞர்களின் கனவுகள் எல்லாம் திரண்டு
வடிவெடுத்தது போன்றது அவள் தேக அமைப்பு"
(புதிய கூண்டு)

எனினும் பாரதிதாசன் படைப்புக்கு முன்பே புதுமைப்பித்தனின் சிறுகதை 1935இல் *தினமணி பாரதி மலரில்* வெளிவந்தது *(புதுமைப்பித்தன் கதைகள்,* பக். 808, 809). இருவரிடையே காட்சிதரும் இந்த ஒப்புமை தற்செயலானதா, குறிப்பிட்ட வருணனையை இருவரும் ஒன்றுபோலவே சிந்தித்துள்ளனரா? எண்ணுதற்குரியது.

டி.கே.எஸ். சகோதரர்களுக்காக ஏ.எஸ்.ஏ. சாமி 'பில்கணன்' என்னும் நாடகத்தை எழுதியிருந்தார். அது நூலாகவும் வெளிவந்தது. இந்த நூலுக்குப் புதுமைப்பித்தன் எழுதிய மதிப்புரை காரசாரமாக அமைந்திருந்தது. இதைப் பற்றித் திருச்சி வானொலி நிலையப் பேட்டியில் சுந்தர ராமசாமி கேட்ட கேள்வியொன்றிற்குத் தொ.மு.சி. ரகுநாதன் அளித்த பதிலில் பின்வருமாறு குறிப்பிட்டிருப்பார்:

இதேபோல் சினிமாத் துறையில் புகுமுன்னர் ஏ.எஸ்.ஏ. சாமி என்ற எழுத்தாளர் 'பில்ஹணன்' என்ற நாடக நூலை எழுதியிருந்தார். வடமொழியிலுள்ள பில்ஹணன் கதையையோ அதைப் பின்பற்றிப் பாரதிதாசன்

எழுதியுள்ள 'புரட்சிக் கவி' என்ற குறுங் காவியத்தையோ குறிப்பிடாமல், எனினும் அதில் உள்ள விஷயங்களை இந்த எழுத்தாளர் பயன்படுத்திக் கொண்டிருந்தார் என்ற காரணத்திற்காகவே 'இரவல் விசிறி மடிப்பு' என்ற தலைப்பில் புதுமைப்பித்தன் 'தினசரி'யில் அவரைத் தாக்கி விமர்சனம் எழுதியிருந்தார்.

(புதுமைப்பித்தன் வரலாறு, ப. 176)

புதுமைப்பித்தன் "இரவல் விசிறி—மடிப்பு" என்னும் தலைப்பில் எழுதிய அந்த மதிப்புரை, மூலப் படைப்புத் தொடர்பாகவும், மூலத்தை அடியொற்றித் தமிழில் படைக்கப் பட்ட பாரதிதாசன், ந. பிச்சமூர்த்தி, கு.ப.ரா. ஆகியோரின் படைப்புகள் பற்றியும் சிறப்பாக எடுத்துரைக்கின்றது:

நான் பில்ஹணன் கதை பற்றி அறிந்ததெல்லாம், அதனுடன் ஒட்டி, கம்பனுக்குப் பிள்ளை கற்பிக்கும் முயற்சியில் எழுந்த அந்த அம்பிகாபதியின் கனவுதான்: "வரியரவ நஞ்சிலே தோய்த்த, நளின விழிப்பெண் பெருமாள் நெஞ்சிலே இட்ட நெருப்பு"த்தான். அதன் பிறகு நந்தலால் வசுவின் கோட்டுச் சித்திரங்களை நினைவூட்டுவது போலெழுந்த, என் நண்பர் ஸ்ரீ ந.பிச்சமூர்த்தியின் பில்ஹணன், அமரர் கு.ப.ரா. எழுதிய 'திரைக்குப் பின்' என்ற பில்ஹண்ய கதை. பிறகு படிக்கும் ஒவ்வொரு வரியும் பாரதீய பண்பை இன்றும் நினைவூட்டிவரும் கவிஞர் பாரதிதாஸனுடைய 'புரட்சிக்கவி'. தம்முடைய மனோதர்மம் கொண்டு சமைக்கப்பட்ட கனவுக்கோயில் என்பதை, குறிப்பாக பில்ஹணீயத்தின் தழுவல் எனக் குறிப்பிட்டிருக்கிறார்கள். அதில் ஒவ்வொரு வரியும் குமுறுகிறது; கொஞ்சுகிறது; கொடுவாள் கொண்டு வெட்டுகிறது; ஜன சமுத்திரத்தின் பேரிரைச்சலையும் உதாரன் மூலம் கவிஞனது மனோவுலகையும் காண முடிகிறது. 'பில்ஹணீயம்' பாரத சமுதாயத்தின் பொதுச் சொத்து. கம்பன், வான்மீகனது கனவை எடுத்தாண்டது போல, கவிஞனுக்குரிய பூர்ண உரிமையுடன் பாரதிதாஸன் அதை மீண்டும் வனைந்திருக்கிறார்.

(புதுமைப்பித்தன் கட்டுரைகள், பக். 333, 334)

இந்த மதிப்புரைப் பகுதியிலும் கம்பன் வான்மீகத்தை ஆண்டது போலப் பாரதிதாசன் பில்கணியத்தை ஆண்டுள்ளார் என்பதைப் புதுமைப்பித்தன் விதந்து சுட்டுகின்றார். பாரதிதாசனின்

‘புரட்சிக் கவி’ பெறுகின்ற உயரிய இடத்தை இப்பகுதியிலும் அவர் சிறப்பித்துக் கூறியுள்ளார். அதே வேளையில் பாரதிதாசன் படைப்பையும் கு.ப.ரா. படைப்பையும் தமதாக்கிக் கொண்டு ஒட்டுவேலைகள் செய்த நாடக ஆசிரியர் சாமியைக் கடுமையாகச் சாடியுள்ளார். இந்த மதிப்புரை வடமொழி பில்கணியத்தை அடியொற்றித் தோன்றிய மூன்று முதன்மையான படைப்பு களான ந. பிச்சமூர்த்தி, பாரதிதாசன், கு.ப.ரா. ஆகியோரின் படைப்புகளை ஒப்பிட்டு நோக்கும் பணியைச் செய்துள்ள வகையில் முக்கியமானதாக அமைகின்றது. தமிழில் இவ்வாறான ஒப்பீட்டை வேறு யாரேனும் பில்கணியத் தொடர்பில் செய்துள்ளனரா என்பது தெரியவில்லை. பாரதிதாசனின் பில்கணியத்தையும் சாமியின் பில்கணனையும் ஒப்பிட்டுச் சாமி எவ்வாறெல்லாம் பாரதிதாசனைப் பயன்படுத்தியிருக்கின்றார், சிதைத்திருக்கின்றார் என்பதையெல்லாம் சுட்டி, பாரதிதாசனின் படைப்பு எந்நிலையில் உயர்ந்து விளங்குகின்றது என்பதையும் புதுமைப்பித்தன் இந்த மதிப்புரையில் தெளிவுபடுத்தியிருக்கின்றார். பாரதிதாசனின் பில்கணியப் படைப்புத் தொடர்பான ஒப்பியல் ஆய்வு வரலாற்றில் புதுமைப்பித்தனின் இந்த எழுத்துக்குச் சிறப்பிடம் உண்டு.

இவ்வாறெல்லாம் புதுமைப்பித்தனின் மன உலகத்தில் பாரதிதாசன் தனியிடத்தைப் பெற்றிருக்கின்றார்.

~

பாரதியின் மீதும் பாரதிதாசன் மீதும் ஈடுபாடு கொண்ட புதுமைப்பித்தன் இருவரையும் ஒப்பிட்டுச் சில கருத்துகளைத் தமது கட்டுரையில் பதிவுசெய்திருக்கின்றார். பாரதி வைத்துவிட்டுப்போன சொத்தாகிய பாரதிதாசன் பாரதியிலிருந்து ஒன்றியும் வேறுபட்டும் செல்லுகின்ற பாங்கை இப்படிச் சொல்லியிருக்கின்றார்:

- அவருடைய [பாரதியுடைய] இதயபீடத்தில் அமர்ந்த கடவுள்கள், எங்கோ, எப்போதோ என்று சொல்லும் படியான எட்டாப் பொருள்கள் அன்று; சித்தாந்தம் படைத்த உருவமன்று; தூரத்திலே நின்று கும்பிட்டு மட்டும் வழிபடும் தெய்வங்களன்று. நம்முடன் சதையும் ரத்தமுமாய் உறவு கலந்து, நம்முடன் ஒன்றாக, நம் தோள்மீது கைபோட்டு உலாவும் தெய்வங்கள். பாரதியாருடன் சென்றால் கடவுள்களின் உண்மை நமக்குத் தெரியவரும்; நம் மன்னிப்புக்கும் அன்புக்கும் உரியவர்களாகத் தென்படுகிறார்கள். பாரதியின் பாணி அது.

ஆனால், ‘எழுக புலவன்’ என பாரதியாரின் (தராசு) ஆசியைப் பெற்ற பாரதிதாஸன் நோக்கத்தில் முற்றிலும் மாறானவர்.

பரமசிவன் வந்துவந்து வரம்கொடுத்துப் போவார்
பதிவிரதைக் கின்னல்வரும் பழையபடி தீரும்

என சினிமா படங்களையே வியாஜமாகக் கொண்டு கடவுள், சமயம் முதலிய அங்கீகரிக்கப்பட்ட சகல கருத்துக்களையும் தாக்குபவர். தாக்குவதில் விசேஷ ருசியுடன் (திருப்பணி செய்யும் பக்தர் கூட்டத்தைப் போலல்லாமல்) சாக்கிய நாயனாராக நின்று கல்லாலடிப்பவர்.

- பாரதியாரின் ‘பாஞ்சாலி சபதம்’ ஒரு எரிமலை. நம் நாகரிகம் நோக்கு இழந்து, நெறி தவறி, கால் தள்ளாடிவிட்டதே என்ற கொதிப்பில் பிறந்தது. அந்த ஆவேசத்தைப் பாரதிதாஸனிடம் பார்க்க வேண்டுமாகில் ‘புரட்சிக் கவி’யில் ஓரளவு காண முடியும். ஓரளவு எனக் கூறுவதற்குக் காரணமுண்டு. சூதின் வெறியால் மனைவியைத் தோற்று, அவள் மானபங்கப்படுத்தப் படுவதை, மதோன்மத்தமாகத் திக்குத் திசை தெரியாமல் கூத்தடிக்கும் வெற்றி வெறியை, தோற்றவர்களின் கொதிப்பை, பகடைக்காயாகச் சீரழியும் பாவையின் வேகின்ற நெஞ்சை, சூழ்நிலையாகக் கொண்டு தீட்டப்பட்ட ஒரு ஓவியம் ‘பாஞ்சாலி சபதம்’. ‘புரட்சிக் கவி’ அப்படிப்பட்டதல்ல. நீதியென்றும், ராஜவம்சம் என்றும் சொல்லிக்கொண்டு, காதலை வாளுக்கிரையாக்க முயலும் ஒரு மன்னனுடைய முயற்சியைக் குலைத்துவிடும் சமத்காரப் பெருமைக்குக் கொண்டுவிடும் நேர் ஒழுக்கான கதைப்போக்கு. உதாரன் தேச மகாஜனங்களிடை மன்னனுக்கும் தனக்கும் நேர்ந்த வழக்கை எடுத்துச் சொல்லுகிறான். உதாரன் நாடியது ஒன்று; நடந்தது வேறு. ஜனங்களுடைய மனசை உருக்கவைப்பதற் காக அவன் பேசினான்; அது ஜனங்களின் மனசில் கொந்தளிப்பை ஏற்படுத்துகிறது. வீராப்பு பேசிய மன்னன் ஜனங்களுடைய கோபாவேசம் கொதித்துப் பாயுமுன்பே ஓட்டமெடுத்துவிட்டான்.

(புதுமைப்பித்தன் கட்டுரைகள், பக். 208, 209)

~

பாரதிதாசன் மீது சமகால எழுத்தாளர்கள், திறனாய்வாளர்கள் சிலர் வைத்த குற்றச்சாட்டுகளுக்குப் பதிலடி கொடுப்பது போலப் புதுமைப்பித்தன் சில கருத்துகளை எழுதியுள்ளார். பாரதிதாசன் கவிதைகளில் காணப்படும் கடவுள் மறுப்புக் கருத்துகள் குறித்த விமர்சனங்கள், ராமாயணம், சைவம் பற்றிய கருத்துகள்

குறித்த விமர்சனங்கள், சுயமரியாதைக் கொள்கைகளுக்கு அடிமையான அவரிடம் தேசபக்திப் பாட்டுகளை எதிர்பார்க்க முடியாது என்பாரின் கூற்றுகள், அவரது காதல் பாடல்கள் உடம்பு விகாரங்களைத் தட்டியெழுப்பும் பாட்டுகள் என்று விமர்சிப்பவர்களின் கூற்றுகள் ஆகியவை புதுமைப்பித்தனின் பதிலடிக்கு இலக்காகியுள்ளன. அவற்றைப் பின்வருமாறு தொகுத்து நோக்கலாம்:

- *நண்பர் ஸ்ரீ கனக சுப்புரத்தினம் நம்மிடையே வாழ்பவர்; நம்மைப்போல, கருத்து விசித்திரங்களும் கருத்து விருப்பு வெறுப்புக்களும் ஆணித்தரமான அபிப்பிராயங்களும் கொண்டவர். பாரதிதாஸன் கவி; கனவுக் கோயில்களைக் கட்டி நம்மை அதில் குடியேற்றி மகிழ்கிறவர். 'குள்ளச் சிறு மனிதர்களின்' எத்து நூல்வைத்து அவரது காவிய மாளிகைகளை முழம்போட முயலுகிறவர்களுக்கு ஸ்ரீ கனக சுப்புரத்தினம் இடைமறித்து நின்று தம் கருத்துக்களைக் காட்டி மிரட்டி ஓட்டிவிடுவார். பாரதிதாஸனைப் பழகி அனுபவிக்க வேண்டுமெனில் ஸ்ரீ கனக சுப்புரத்தினத்தின் கருத்துக்களைக் கண்டு பயப்படுவது விவேகமல்ல; 'நட்ட கல்லும் பேசுமோ' என்று பாடியவரைவிட இவர் பிரமாதமான தவறு எதுவும் செய்துவிடவில்லை. அவருடைய காவியங்களில், ராமாயணம் என்னும் பெரும் புளுகும், 'எங்கள் மடாதிபதி' 'சைவத்தை ஆரம்பித்த' விமரிசையும் இருந்தால் என்ன குற்றம்? அவர் கவி.*

  கோட்டைப் பவுன் உருக்கிச் – செய்த
  குத்து விளக்கினைப் போன்ற குழந்தைகளைப்

  பார்க்கத் தெரியாத ரஸிகர்களைக் 'குருடேயும் அன்று நின் குற்றம்' என்று அவ்வையுடன் சேர்ந்தே ஆசீர்வதிக்க வேண்டியிருக்கிறது.

  (மேலது, பக். 202, 203)

- *பாரதிதாஸனின் இன்னும் இரண்டொரு விசேஷ அம்சங்களைப் பற்றி குறிப்பிட விரும்புகிறேன். அவர் ஏதோ சுயமரியாதைக் கொள்கைகளுக்கு அடிமையானவர், அதனால் அவரிடம் தேசபக்திப் பாட்டுகளைப் பார்க்க முடியாது; அந்த மட்டில் அவர் மட்டமான கவிஞரெனச் சிலர் சித்தாந்தம் பண்ணுகிறார்கள். அப்படிப்பட்டவர்களுக்கு 'உன்னை விற்காதே' என்ற பாட்டை ஞாபகப்படுத்த விரும்புகிறேன்.*

  இன்பம் வந்து நெருங்கிடு நேரத்தில்
  ஈனர் அஞ்சிக் கிடக்கிற நேரத்தில்

ஒன்றி லாயிரம் தர்க்கம் புரிந்துபின்
உரிமைத் தாய்தனைப் போவென்று சொல்வதால்
என்னை யீன்ற நறுந்தாய் நாட்டினை
எண்ணுந் தோறும் உளம்பற்றி வேகுதே!
அன்பி ருந்திடில் நாட்டின் சுகத்திலே
ஆயி ரம்கதை ஏன்வளர்க் கின்றனர்?

இப்படிப் பாடுவோரைத் தேசப்பற்று இல்லாதவர் என்று குற்றம் சாட்ட வேண்டும் என்னில், பாரதியார் தொடுத்து வைத்த பாணியில், அவர் கற்பனையை அவலமாக்கி, உயிரற்ற கொடிப்பாட்டு, நாட்டுப் பாட்டு என்ற எதிரொலிச்சான் கோவில்களைப் பிறர் போல அவரும் கட்டவில்லை என வேண்டுமானால் சொல்லிக் கொள்ளலாம். அதெல்லாம் மறைவாக நமக்குள்ளே பேசிக்கொள்கிற கதைகளாக இருக்க முடியுமே தவிர, மேடை ஏறாது.

- *இரண்டாவதாக இவர் காதல் துறையில் பாடும் பாட்டுகள் யாவும் உடம்பு விகாரங்களைத் தட்டியெழுப்பும் பாட்டுகளே தவிர, உள்ளத்தின் போக்கைக் காட்டுவன அல்ல; புலன் நுகர்ச்சியில் சந்துஷ்டியேற்பட்டுவிட்டால் போதும் எனச் சொல்லுவதைப் போல் இருக்கிறது என்று சிலர் அளக்கிறார்கள்.*

அவரது பாடல்கள் உடம்பை மறந்துவிட்டு, நெறி திறம்பாக் காதல்துறை காட்டும் வெறும் சொப்பனாவஸ்தைகள் அல்ல என்பது உண்மை. உடம்பை மறந்த காதலைப் பாடுகிறவன்தான், தான் கற்பனா லோகத்தில் நடப்பதாக நினைத்துக்கொண்டு, உளைச்சேற்றில் மிதிக்கிறவன்.

(மேலது, ப. 210)

கு.ப.ரா.. சுவாமிநாதன் ஆகியோர் மட்டுமன்றி வேறு சிலரும் பாரதிதாசன் படைப்புகள் தொடர்பாகக் குற்றச்சாட்டுகளை வைத்திருக்க வேண்டும். அவற்றையெல்லாம் மனங்கொண்டே புதுமைப்பித்தன் இவ்வாறான பதிலடிகளைத் தந்திருக்கிறார்.

~

பாரதிதாசனின் சில தனிக் கவிதைகளைக் குறிப்பிட்டுப் புதுமைப்பித்தன் அவை பற்றிப் பேசியுள்ளார். 'புரட்சிக் கவி' எனும் படைப்பைக் குறித்து விரிவாகப் பல நிலையில் எழுதியிருக்கின்றார். இவையன்றிப் *பாண்டியன் பரிசு* பற்றியும் தம்முடைய மதிப்பீட்டினை வெளிப்படுத்தியுள்ளார்:

பாரதிதாஸனுடைய நீண்ட காவியங்களிலே தலை சிறந்தது 'புரட்சிக் கவி' என லகுவாகச் சொல்லி

விடலாம். அடுத்தபடியாகக் குறிப்பிட வேண்டியது 'பாண்டியன் பரிசு' என சமீபத்தில் அவர் எழுதியுள்ள நீண்ட காவியம். இது ஒரு நேர்த்தியான கதை. காவியச் சுவையுடன் கதைச் சுவையும் போட்டி போடுகிறது. ராஜீய சூழ்ச்சி, சிங்காதன வேட்கை, யுத்தம், பூதப் பீதி, காதல் யாவும் நிறைந்த ஒரு நயமான சொற்சித்திரம். போர்க்களக் குமைச்சலிலே ஒரு காட்சி:

. . . சாவு
கொற்றவர்கள் இருவர்பால் மாறி மாறி
நொடிக்குநொடி நெருங்கிற்று! வெற்றி மங்கை
நூறுமுறை ஏமாந்தாள் ஆளைத் தேடி!

இந்தக் காவியத்திலே நரிக்கண்ணன் என்றொரு நயவஞ்சகத் துரோகி வருகிறான்; அவனைத் துரோகி என்று சொல்லக் கூடாது. அவனை சுயகாரிய 'வீடணப்பசு' என்று கூற வேண்டும். தங்கையின் கணவனைக் கொல்லுகிறான். தங்கையைக் கொல்லுகிறான். தனக்கே முடிகவித்துக்கொள்ள மாய்மாலக் கண்ணீர் விடுகிறான். எதையும் நம்பும் வேழநாட்டு மன்னனையும் ஊரையும் ஏமாற்றுகிறான். முடிவில் தான் வெட்டிய குழியிலேயே விழுந்து மடிகிறான். பாரதிதாஸனுக்கும் ஏனைய கவிஞர்களைப் போல, முடிவில் தர்மந்தான் வெற்றி பெறுகிறது. உலகியலில் அப்படியா? பிரபஞ்ச நியதியிலே தர்மத்துக்கும் நியாயத்துக்கும் இடம் இருக்க முடியுமா? அப்படியே இடம் கிடைத்தாலும் சந்தர்ப்ப விகாரந் தானே என சந்தேகங் கொள்ளுகிறவர்கள் அங்கீகரிக்கப் பட்டுவரும் தர்மாதர்மப் பிரச்சினைகளில் இன்னும் ஆழமான ஆணிவேர்களை எட்டிப் பிடிக்க வேண்டும் எனவே விரும்புகிறார்கள்.

(மேலது, பக். 209, 210)

பாண்டியன் பரிசு நூலின் இலக்கியச் சிறப்பைப் பற்றிச் சிறப்பாக எழுதிய புதுமைப்பித்தன் பாரதிதாசன் குறித்து மிக மெல்லிய விமர்சனம் ஒன்றையும் வைக்கின்றார். எதார்த்தத்துக்கு மாறாக லட்சியவாதத்தை முன்வைக்கும் கவிஞர்களின் போக்கை இங்கே சுட்டும் அவர், பாரதிதாசனும் அத்தகைய கவிஞர்களின் வரிசையிலே பாண்டியன் பரிசைத் தர்மம் வெற்றி பெறுவதாக நிறைவு செய்துள்ளார் எனக் குறிப்பிடுகிறார். நடைமுறையில், உலகியலில் தர்மமும் நியாயமும் பெறும் இடமென்ன என்பது தொடர்பாக 'இன்னும் ஆழமான ஆணிவேர்களை எட்டிப்பிடிக்க வேண்டும்' என இத்தொடர்பில் மற்றவர்கள் விரும்புவதாகச்

சுட்டிப் பாரதிதாசனுக்கும் அதனை உரியதாக்குகின்றார். தமது சிறுகதைகளிலே எதார்த்த உலகத்தை முன்வைத்த புதுமைப்பித்தன், பாரதிதாசன் உள்ளிட்ட கவிஞர்கள் கனவுலகத்தைப் படைப்பதற்கும் மேலாக ஆழமாகச் செல்ல வேண்டும் என்பதனை இப்பகுதியில் கோடுகாட்டுகின்றார்.

இதனையொத்த ஒரு விமர்சனத்தைக் கவிஞர்களின் போக்குத் தொடர்பாக மீ.ப. சோமுவுக்கு எழுதிய கடிதத்திலும் குறிப்பிடுகின்றார். பாரதிதாசன் நிதியளிப்பு தொடர்பான ஒரு கூட்டத்திற்குப் பார்வையாளராகச் சென்றிருந்த அவர், அங்கே பேசியவர்களின் பேச்சுகள் தொடர்பான தமது கருத்துகளைக் கடிதத்தில் பகிர்ந்து கொண்டிருந்தார்:

> *பலர் பேசினார்கள். பாரதிதாஸனை உபயோகித்துக் கொண்டார்கள். சீழ்க்கோத்துக் கொண்ட சமுதாயத்துக்கு ரணத்தைக் கீறி போரிக் பவுடர் வைத்துக்கட்டும் உத்தியோகம் அல்லது கடவுள் சன்னிதியிலோ காவலன் முற்றத்திலோ இச்சகம் பாடி உயிர் வாழ்பவன் கவிஞன் என்று நினைத்துக் கொண்டு பேசினார்கள். ரொம்பவும் ரசமாக இருந்தது. சமீப காலமாக கவிஞர்களுக்கு இந்த மாதிரி புண் கழுவி பிளாஸ்திரி போடும் உத்யோகம் கிடைத்திருப்பது பற்றி அவர்கள் திருப்தியடைய வேண்டியது அவசியந் தான். சத்தியமாகச் சொல்லுகிறேன், இந்த மனித பரம்பரைக்கு நினைவுச் சரடு பண்ணிவைத்து, அவனை இயற்கையின் நியதியையும் மீறி மார்க்கண்டனாக வாழச் செய்யும் 'அப்பாவிகளுக்கு' இது ஆபத்தான உத்யோகந்தான். காலம் என்ற திரைச் சீலையில் உணர்ச்சி என்ற எழுதுகோல் கொண்டு, தனது மனக்குகையில் உருவான படங்களை எழுதுவதால் மனித பரம்பரைக்கு லாபம் இல்லைதான் பயன் இல்லைதான்; ஆனால் என்றுதான் மனித வம்சம் எந்த ஒரு பக்கத்திலாவது வெப்புக் கொப்புளம் காட்டாமலிருந்தது? கோசலம் ஒரு கனவு; பரமபதமோ பெருங்கனவு. ராவணனைக் கொல்லுவதற்கு சம்பாவனையாகத்தான் (?) ராமனுக்கு சிங்காதனம் கிடைத்தது; பரமபதத்தில் பரம்பொருளுக்கு தூங்குவதற்கே இடமுண்டு. இந்த நிலையில் எந்தப் புண்ணை ஆற்ற; எதற்குப் பச்சிலை வைத்துக் கட்ட? எனக்குப் புரியவில்லை; உனக்காவது புரிகிறதா?*
>
> *(அன்னை இட்ட தீ, ப. 209)*

பாண்டியன் பரிசின் சிறப்புகளை எழுதுகையில் எழுதிய விமர்சனத்தில், அப்படைப்பில் தர்மம் வெற்றி பெறுவதாகப் படைத்துள்ள லட்சிய நிலை பற்றிச் சுட்டிக்காட்டி வினாவை எழுப்பியிருந்தார். இப்பகுதியிலோ கவிஞர்களைக் குறித்த சமூகத்தின் அல்லது சிலரின் கருத்தோட்டத்தைப் பற்றிச் சுட்டிக்காட்டி வினாக்களை எழுப்பியுள்ளார். முன்னது பாரதிதாசனின் படைப்பை நோக்கியும், பின்னது பாரதிதாசன் பரம்பரை இலக்கிய அன்பர்களின் பார்வையை நோக்கியும் அமைந்த விமர்சனங்களாக உள்ளன. கிடைக்கும் தரவுகளுள் பாரதிதாசன் தொடர்பில் இவ்விரு பகுதிகள் மட்டுமே புதுமைப்பித்தன் சுட்டிய விமர்சனங்களாகக் காட்சி தருகின்றன.

~

புதுமைப்பித்தன் எழுதிய நூல் மதிப்புரைகளுள் ஒன்று, *மாதர் மறுமணப் பாடல் திரட்டு* என்னும் நூலுக்கு எழுதப்பட்டதாகும். இந்தத் தொகுப்பு நூலிலே பாரதிதாசன், சுத்தானந்த பாரதியார், சாமி சிதம்பரனார் முதலியோரின் பாடல்கள் இடம்பெற்றிருந்தன. பாரதிதாசனின் பெயரைச் சுட்டுமிடத்தில் அவர் மீது கொண்ட மதிப்பை வெளிப்படுத்தும்வகையில் புதுமைப்பித்தன் 'பாரதிதாஸர்' என எழுதியிருப்பதும், படைப்புகளைப் பொறுத்தவரை 'செய்யுள் குவியல்' என்று குறிப்பிட்டிருப்பதும் இத்தொடர்பில் கவனத்திற்குரியனவாகும் *(புதுமைப்பித்தன் கட்டுரைகள், ப. 288).*

~

பாரதிதாசனின் மீதான புதுமைப்பித்தனின் ஈடுபாட்டை வெளிப்படுத்தும் இத்தகைய எழுத்துப் பதிவுகளன்றிப் பிறிதொரு முக்கியமான செய்தியும் கவனத்திற் கொள்ளத் தக்கது. புதுமைப்பித்தன் 1930களின் தொடக்கத்தில் தமக்குப் பிடித்த கவிதைகள் முதலியவற்றைச் சமகால இதழ்களிலிருந்து வெட்டியெடுத்து ஒரு தடித்த குறிப்பேட்டில் ஒட்டி வைத்திருக்கின்றார்; கையால் எழுதியும் வைத்திருக்கின்றார். அதில் *சுதந்திரச் சங்கு* இதழில் வெளிவந்த சிரித்த முல்லை (05.01.34), சக்திப் பாட்டு (12.01.34), புவியன்னை முன்னேறுகிறாள் (26.01.34), உலக சமாதானம் (15.12.33), தமிழ்க்காதல் (08.12.33), இன்பத்தமிழ் (24.11.33) ஆகிய பாரதிதாசனின் கவிதைகளை வெட்டியெடுத்து ஒட்டிவைத்திருக்கிறார். இக்கவிதைகளை யடுத்துக் கவிமணி, சது.சு.யோகி ஆகியோரின் கவிதைகளும் ஒட்டி வைக்கப்பட்டுள்ளன. பாரதிதாசனின் கவிதைகளில் புதுமைப்பித்தனுக்கிருந்த ஈடுபாட்டை இது உணர்த்துகின்றது.

இந்த அரிய பதிவுகள் குறித்த செய்திகளைப் பகிர்ந்து கொண்டவர் ஆ.இரா. வேங்கடாசலபதி.

~

புதுமைப்பித்தன் காலமானபின் பாரதிதாசன் 15 ஆண்டுகள் உயிர்வாழ்ந்துள்ளார். அதனால் பிந்தைய காலப் பாரதிதாசனின் படைப்புகளை நோக்கும் வாய்ப்பும், அவரது முழு இலக்கியப் பரப்பை அறியும் நிலையும் புதுமைப்பித்தனுக்கு அமையாது போய்விட்டது. இந்தப் பிற்காலத்தில் தோன்றிய பாரதிதாசன் படைப்புகளில் சில ஆழமின்றியும், கலைத்தன்மை குன்றியும், பிரசாரத்தன்மை ஓங்கியும் அமைந்தன என்னும் குற்றச்சாட்டு இலக்கிய உலகில் வைக்கப்படுவதுண்டு. அவரே *குறிஞ்சித் திட்டு* என்னும் படைப்புக்கு எழுதிய முன்னுரையில் “எழுதிவிட்ட முக்காற்பகுதியை நூறுமுறை படித்தும் விட்ட இடத்திலிருந்து – ஓட்டம் குறையாமல் – சுவை மட்டுப்படாமல் தொடர முடியவேயில்லை. இத்தனைக்கும் இந்நூலைப் பெரிதும் உவமை சிறக்க எழுதி வரவுமில்லை” எனத் தமது நிறைவின்மையையும் குறித்துள்ளார். ந. பிச்சமூர்த்திக்கோ சி.சு. செல்லப்பாவிற்கோ க.நா.சு.விற்கோ கிடைத்த நெடிய வாழ்வும், பாரதிதாசன் மறைவிற்குப் பின்னும் வாழுகிற வாய்ப்பும் புதுமைப்பித்தனுக்கு வாய்க்கவில்லை. இது தீயூழ். பிந்தைய கால வாழ்வில் பாரதிதாசன் அற்புதமான பல இலக்கியங்களையும் படைத்திருக்கின்றார்; கலைத்தன்மை குன்றிய சில படைப்புகளும் எழுந்திருக்கின்றன. புதுவையை இந்தியாவுடன் இணைக்கும் முயற்சிக்கு எதிரான போராட்டத்தில் ஈடுபடல், அனைத்துலகத் தமிழ்க் கவிஞர் மன்றத்தை உருவாக்குதல், பாண்டியன் பரிசு திரைப்பட முயற்சி, பாரதி திரைப்படம் எடுக்கும் முயற்சி, மிகுதியான கூட்டங்களில் பங்கேற்றல், அரசியல் நிலைப்பாடுகள், அவற்றால் அவருக்குத் தோன்றிய எதிர்ப்புகள் முதலிய செயல்பாடுகள் அவருடைய ஆழ்ந்த கவித்துவப் படைப்பாக்க முயற்சிகளைப் பின்னடையச் செய்திருக்கலாம் என்று கருத இடமுண்டு. தாம் வாழ்ந்த காலப்பரப்பில் வெளிவந்த படைப்புகளை மனங்கொண்டே புதுமைப்பித்தன் பாரதிதாசன் குறித்த தமது மதிப்பீடுகளை, கருத்துகளைப் பதிவு செய்துள்ளார்.

~

திருச்சி வானொலி நிகழ்ச்சிக்காகச் சுந்தர ராமசாமி புதுமைப்பித்தன் தொடர்பாகத் தொ.மு.சி. ரகுநாதனிடம் எழுப்பிய வினாக்களில், அவரது இலக்கிய நண்பர்கள் குறித்தும், சமகால

எழுத்தாளர்களில் யாருடைய எழுத்தின் மீது அவருக்கு அதிக மதிப்பு இருந்தது என்பது குறித்தும் வினாக்கள் இடம்பெற்றன.

> "பாரதிதாசன், காளிதாசன் என்ற பெயரில் எழுதிவந்த ச.து. சுப்ரமண்ய யோகி, அஞ்சேரி ஈஸ்வரன், சங்கு சுப்ரமண்யம், கொத்தமங்கலம் சுப்பு, வையாபுரிப் பிள்ளை முதலிய இலக்கிய கர்த்தாக்களும் அவருக்கு நண்பர்கள்தான்"

(*புதுமைப்பித்தன் வரலாறு*, ப. 170)

எனவும்,

> பாரதிதாசனைப் 'பாரதி விட்டு வைத்துப்போன சொத்து' என்று புதுமைப்பித்தனே எழுதியிருக்கிறார். அவரைப் பற்றித் தனிக்கட்டுரையும் எழுதியிருக்கிறார். கவிமணியின் கவிதைகளின் எளிமையைப் பாராட்டுவார். ஆனாலும் ச.து.சு. யோகியாரையும் பாரதிதாசனையும் மதித்த அளவுக்கு அவர் கவிமணியைப் போற்றியது இல்லை

(மேலது, ப. 184)

எனவும் கூறிய ரகுநாதனின் பதில்கள் புதுமைப்பித்தனோடு நேரடியாகப் பழகியதன் அடிப்படையிலும், அவரது எழுத்துலகத்தை ஆழமாக அறிந்ததன் அடிப்படையிலும் வெளிப்பட்டவையாகும். இவை மனங்கொள்ளத்தக்கன.

~

எல்லாம் சரி; தமது பேச்சால், எழுத்தால், நேரடி ஈடுபாட்டால் எனப் பல நிலைகளில் பாரதிதாசன் மீது அளப்பரிய ஈடுபாட்டை, மதிப்பைப் புதுமைப்பித்தன் கொண்டிருந்திருக்கின்றாரே, வெளிப்படுத்தியிருக்கின்றாரே, இப்படித் தம்மீது தம் படைப்புகளின் மீது எல்லையற்ற ஈடுபாடு கொண்டிருந்த புதுமைப்பித்தனைப் பற்றி, அவர் படைப்புகளைப் பற்றி வயதில் இளையவராயினும் பாரதிதாசன் ஏதேனும் குறிப்பிட்டிருக்கிறாரா என்னும் நியாயமான வினா இங்குத் தோன்றுகிறது.

புதுமைப்பித்தனைப் பற்றிப் பாரதிதாசன் என்ன நினைத்தார்? எப்படி மதிப்பிட்டார்? இதற்கு விடையேதும் இருக்கின்றதா? புதுமைப்பித்தனை அவர் பொருட்படுத்தவே யில்லையா? பாரதிதாசனின் இதுவரை கிடைத்த எழுத்துகளில் புதுமைப்பித்தனைப் பற்றிய பதிவு நம் பார்வையில்

படவில்லைதான். ஆனால் நேர்முகமாக அவரைப் பற்றி, அவருக்கும் தமக்குமான உறவு பற்றி, அவரது வாழ்வு பற்றி, அவரது படைப்புத் திறம் பற்றித் தெரிவித்த குறிப்பொன்று உரிய கவனத்தைப் பெறாமலே ஒரு நூலில் புதைந்திருக்கிறது.

பாரதிதாசனின் இறுதிக் காலங்களில் அவரது அணுக்கத் தொண்டராக இருந்தவர் கவிஞர் பொன்னடியான். பாவேந்தரைச் சந்திக்க எழுத்தாளர் ஜெயகாந்தன் வந்து விட்டுப்போன சந்தர்ப்பத்தில் கதையெழுதுபவர்களைப் பற்றிய பேச்சு எழுந்திருக்கின்றது. அப்பொழுது பாவேந்தர் பின்வருமாறு கூறியதைப் பொன்னடியான் தமது நூலில் பதிவு செய்திருக்கின்றார்:

> "இந்த விருத்தாசலமில்ல; அதான் புதுமைப்பித்தன் எனக்கு ரொம்ப வேண்டியவன். விக்டர் யூகோ (பிரெஞ்சு எழுத்தாளர்) மாதிரி நையாண்டியா, நகைச்சுவையா எழுதறதிலே கெட்டிக்காரன். என் மேலே ரொம்ப மதிப்பு வச்சிருந்தவன். என்னமா எழுதுவான் தெரியுமா? ஒரு தடவை கந்தசாமி வீட்டுக்குக் கடவுள் வந்தார்னு எழுதியிருந்தான். சிரிக்கச் சிரிக்க, கருத்தாழத்தோடு அருமையா எழுதியிருந்தான். மடமைத்தனத்தையும் பிற்போக்குவாதிகளையும் கிண்டல் பண்ணி எழுதியிருந்தான். கவனிப்பாரற்று சின்ன வயசுலேயே காசநோயாலே செத்துட்டான்பா – எல்லாம் வறுமைதான் காரணம்."
>
> (*நினைவலைகளில் பாவேந்தர்*, பக். 75, 76).

~ ~

4
பாரதிதாசனும் ந. பிச்சமூர்த்தியும்

பாரதியால் தொடக்கம்பெற்ற இருபதாம் நூற்றாண்டுத் தமிழ்க்கவிதை வரலாறு இன்று பெரும் வளர்ச்சியைப் பெற்றுள்ளது. இந்த வளர்ச்சியை எட்டுதற்குக் குறிப்பிடத்தக்க பல கவிஞர்கள் காரணிகளாவரெனினும் இவர்களுள் பாரதிதாசனின் இடம் தனித்தமைவது. பாரதிக்குப் பிந்தைய கவிஞர் மரபில் குறிப்பிடத்தக்க பிறிதொருவர் ந. பிச்சமூர்த்தி. பாரதிதாசனின் தனித்த இடமானது பாரதிக்குப் பிறகு தமிழ்க் கவிதையை அடுத்த கட்டத்திற்குக் கொண்டுசென்ற நிலையாலும் மாபெரும் கவித்துவ ஆற்றலாலும் உருவானது. தமிழ் மண்ணின் இயக்கங்களும், இலக்கிய – கவிதை உலகமும், கற்றவர்களும் பாரதிதாச ஈடுபாட்டால் பெற்றதும் சாதித்ததும் தமிழ்நாட்டு இலக்கிய, சமூக, அரசியல் வரலாற்றில் விதந்தோதத்தக்கனவாக அமைகின்றன. பிச்சமூர்த்தியின் இடமானது இருபதாம் நூற்றாண்டுக் கவிதையிலக்கிய வரலாற்றின் திருப்புமுனையான புதுக்கவிதையின் தோற்றத்தோடும் புதுக்கவிதை மரபோடும் தொடர்புடையதாகும். மணிக்கொடி எழுத்தாளர், தமிழ்ச் சிறுகதை வரலாற்றின் முன்னோடி என்னும் பிற தகுதிகள் இருப்பினும் தமிழ்ப் புதுக்கவிதை வரலாற்றின் மூலவர் என்பதே பிச்சமூர்த்தியின் இடத்தை அழுத்தமுறக் காட்டுவதாக அமைகின்றது. மறுமலர்ச்சி இலக்கிய வரலாற்றில் குறிப்பிடத்தக்க

எழுத்தாளரான பிச்சமூர்த்தி தமிழ்க் கவிதையை வடிவ நிலையிலும் உள்ளடக்க நிலையிலும் பிறிதொரு தளத்திற்குக் கொண்டுசென்று வசனகவிதை, புதுக்கவிதை மரபிற்கு வித்தாக அமைந்தார் என்பதே வரலாற்றில் அவரது சிறப்பான இடத்திற்குக் காரணமாகும்.

பிச்சமூர்த்தி தொடங்கி வைத்த மரபில் பல அடுக்குகளில் கவிதை உலகம் வளர்ந்திருக்கின்றது. எழுத்து மரபு, வானம்பாடி மரபு என்றெல்லாம் வசன கவிதை, புதுக்கவிதை மரபு பல பரிமாணங்களைக் கண்டுள்ளது. இம்மரபில் தோன்றிய சிலர் பாரதிதாசனின் கவித்துவ உச்சத்தை, இலக்கிய இடத்தைப் போற்றுவதில்லை. போற்றுவதில்லை என்பதனினும் பாரதி தாசனைப் பொருட்படுத்துவதுமில்லை. மொழி, இன உணர்ச்சியை மையமிட்டுப் பாடியவர் எனப் போகிற போக்கில் புறந்தள்ளிச் செல்வர். பாரதிதாசனை ஒரு கவிஞராகக் கூட ஏற்றுக்கொள்ளாத ஒரு சிலரும் உண்டு. இம்மரபினர்தாம் என்றில்லை, பொதுவுடைமை இயக்கம் சார்ந்த தலைவர்களும், திறனாய்வாளர்களும் கூட ஒரு காலத்தில் இத்தகைய கண்ணோட்டம் கொண்டிருந்தனர். ஜீவாவாயினும் க. கைலாசபதி, கா. சிவத்தம்பி ஆயினும் பாரதிதாசனின் இடத்தை, பாரதிதாசனின் முழுமையை உரியவாறு உணராத நிலையில் கருத்துரைத்ததுண்டு. இதைப் போலவே பாரதிதாசன் கவிதை மரபில் தோன்றியவர்களில் பலர் பிச்சமூர்த்தியை அறிந்ததில்லை. அறிந்தவர்களில் பலர் அவரைக் கருத்தில் கொண்டதில்லை; பொருட்படுத்தியதில்லை. இவ்வாறான நிலைகள் இருப்பினும் பாரதிக்குப் பிந்தைய தமிழ்க் கவிதை வரலாற்றில் தனித்துக் குறிப்பிடத்தக்கவர்கள் பாரதிதாசனும் பிச்சமூர்த்தியும். பாவேந்தரின் கவிதையாளுமையின் வீச்சும் விளைவும் பிச்சமூர்த்தியைக் காட்டிலும் கூடுதலானது; இலக்கிய உலகத்தையும் தாண்டியது; தமிழ்ச் சமுதாயத்தின் முழுமையோடு தொடர்புடையது. எனினும் தமிழ்க் கவிதை வரலாற்றில் இருவரும் ஒவ்வொரு நிலையில் மிக முக்கியமானவர்களாக அமைகின்றனர். பாரதிதாசன் பிச்சமூர்த்தியை விடப் பத்தாண்டு மூத்தவர் என்றபோதிலும் இருவரும் தமிழ்க்கவிதைப் பரப்பில் சமகாலத்தில் இயங்கியவர்கள்.

உலக இலக்கிய வரலாற்றையும் தமிழ் இலக்கிய வரலாற்றையும் நன்கு அறிந்திருந்த அயல்நாட்டுத் தமிழறிஞரான கமில் சுவலெபில் பாரதிதாசனுக்கு எழுதிய ஒரு கடிதத்தில் அவரை 'Dear Mahakavi' என்று விளித்திருந்தார்; அவரே பிச்சமூர்த்திக்கு எழுதிய கடிதத்தில் 'தமிழ்ப் புதுக்கவிதையின் முன்னோடி' என்று அவரைக் குறிப்பிட்டிருந்தார். மேலும் தமது இலக்கிய வரலாற்று

நூலில் பிச்சமூர்த்தியின் முன்னோடித் தகைமை புதுக்கவிதை வரலாற்றில் காட்சி தருவதைப் பின்வருமாறு குறிப்பிடுவார்:

> After Bharati, it was the versatile Putumaippittan (1906-1948) who deviated from traditional poetry; he did not live long enough to mature into a great poet, and Putumaippittan the short-story writer is no doubt more successful than Putumaippittan the poet. A direct line leads from him to T.M.C. Raghunathan who wrote a few very promising poems, but has been lately rather unproductive. K.P.Rajagopalan (1902-1944) died too young to exert any lasting influence on the present developments. There is, however, one great man who has carried on the fire of the Thirties to the post-war period. This man is N.Pichamurti (Piccamurtti, b. 1900). He admits that he was drawn to modern poetic forms only after reading Walt Whitman. His best-known poem *Kattu Vattu* ("Wild duck") was probably one of the decisive turning-points in the development of modern Tamil poetry.
>
> (*The Smile of Murugan: On Tamil literature of South India, p.* 316)

இந்த விளிப்பும், இந்தத் தொடரும், இந்த மதிப்பீட்டுரை யும் இருவர் குறித்த உலக இலக்கியப் பயிற்சியும் தமிழிலக்கியப் பயிற்சியும் ஒருசேரக் கொண்ட ஒருவரின் மதிப்பீடு ஆகும். இருபதாம் நூற்றாண்டுக் கவிதை வரலாற்றிலும், புதுக்கவிதை வரலாற்றிலும் ந. பிச்சமூர்த்தியின் இடத்தைக் கருத்தில் கொண்டு சி.சு. செல்லப்பா "மாகவிஞன் பிச்சமூர்த்தி" என விதந்து சுட்டினார் (*பிச்சமூர்த்தி கவிதைகள்*, ப. ix). "பிச்சமூர்த்தியை ஒரு மகாகவி என்று அழைக்க விரும்புகிறார் செல்லப்பா. ஆனால் ஆசைகள் ஒருபோதும் இலக்கிய விமர்சனத்தின் அடிப்படைகளை உருவாக்கி விடுவதில்லை. மகாகவி என்பது மிகப் பெரிய சொல்" (*ந. பிச்சமூர்த்தியின் கலை: மரபும் மனித நேயமும்*, ப. 17) என்று செல்லப்பாவை மறுதலிக்கும் சுந்தர ராமசாமியின் கூற்றையும் நாம் இத்தொடர்பில் கருதுதல் தகும்.

தமிழ்க்கவிதை வரலாற்றில் முக்கியத்துவம் வாய்ந்த இவ்விருவரின் மரபில் வந்தோருள் சிலர் பிறிதொரு மரபின் நாயகரை உரிய இடத்தில் வைத்துப் போற்றவில்லை என்ற போதிலும் இவ்விருவரும் ஒருவரை ஒருவர் நன்கு உணர்ந்தி ருந்தனர் என்பதும், ஒருவர் மற்றவரை உரிய இடத்தில் வைத்துப் போற்றினர் என்பதும் வரலாற்றில் பதிவாகாத உண்மையாகும்.

~

மணிக்கொடியின் வரலாற்று முழுமையை நன்கு அறிந்த ராமையா அதன் சாதனைகளுள் ஒன்றாகப் பாரதிதாசன் படைப்புகள் மணிக்கொடியில் இடம்பெற்றமையைக் குறிப்பிட்டுள்ளார். ராமையா மட்டுமல்லாமல் புதுமைப்பித்தன், கு.ப.ரா., ந. பிச்சமூர்த்தி முதலியோரும் மணிக்கொடியின் வாயிலாகவே பாரதிதாசனைப் பெரிதும் அறிந்து போற்றினர் என்பது பெரிதும் அறியப்படாத வரலாறாகும். வ.ரா. காலத்தைய மணிக்கொடி வரலாற்றை நன்கு அறிய வாய்ப்பில்லாத பிந்தையோர் பாரதிதாசனை மணிக்கொடி வரலாற்றில் பொருத்திப் பேசுவதில்லை.

பாரதிக்கடுத்த மாபெரும் கவிஞரான பாரதிதாசனின் மரபுக் கவிதைகளும் புதுக்கவிதை வரலாற்றின் முன்னோடிக் கவிஞர்களான ந. பிச்சமூர்த்தி, கு.ப.ரா. ஆகியோரின் வசன/ புதுக்கவிதைகளும் ஒருசேர இடம்பெற்ற இதழாக மணிக்கொடி அமைவது குறிப்பிடத்தக்கது. எனினும் சற்று நுட்பமாக நோக்கினால் வ.ரா. முன்னின்று நடத்தியவரை வெளிவந்த இதழ்களிலேயே பாரதிதாசன் கவிதைகள் இடம்பெற்றன என்பதும், வ.ரா. ஆசிரியர் பொறுப்பில் இருந்து விடுவிக்கப்பட்ட 01.10.1934க்குப் பிறகே ந. பிச்சமூர்த்தி, கு.ப.ரா. முதலியோரின் வசன/புதுக்கவிதைகளும் மரபுக்கவிதைகளும் வெளிவந்தன என்பதும் குறிப்பிடத்தக்கன. வ.ரா. ஆசிரியப் பொறுப்பில் இருந்து விடுவிக்கப்பட்ட 01.10.1934க்கும், விடுவிக்கப்பட்ட அறிவிப்பு வெளிவந்த 21.10.1934க்கும் இடைப்பட்ட காலத்தில் வெளிவந்த 14.10.1934இல் தமிழின் முதல் வசன/புதுக்கவிதையாகிய ந. பிச்சமூர்த்தியின் கவிதை வெளிவந்துள்ளமை குறிப்பிடத்தக்கது. வ.ரா. நீங்கிய காலத்தின் பின்னும் பி.எஸ். ராமையா நேரடியாக நடத்தும் காலத்திற்கு முன்னரும் ந. பிச்சமூர்த்தி, கு.ப.ரா. கவிதைகள் மணிக்கொடியில் தொடர்ந்து இடம்பெறலாயின. இந்தக் காலப் பரப்பில் வெளிவந்த கவிதைகள் பேசப்பட்ட அளவிற்குப் பாரதிதாசன் கவிதைகள் வெளிவந்தமை பொதுவாகப் பேசப்படுவதில்லை. மணிக்கொடி வரலாற்றின் கட்டங்களை நுட்பமாக நோக்கும்போதுதான் இந்த உண்மைகள் தெளிவாகின்றன.

~

மணிக்கொடி வரலாற்றின் முதற்கட்டத்தில், பாரதிதாசன் கவிதைகள் வெளிவந்த கட்டத்தில் பிச்சமூர்த்தியின் வசன/ புதுக்கவிதைகள் அதில் இடம்பெறவில்லை. எனினும் பிச்சமூர்த்தியின் கவிதைகள், சிறுகதைகள் உள்ளிட்ட எழுத்து களைப் பாரதிதாசன் நன்கு அறிந்திருக்கின்றார். பின்னர்

மணிக்கொடி இதழில் எழுதவில்லை என்றபோதிலும் தொடர்ந்து அவர் வாசித்து வந்திருக்க வேண்டும்; அவற்றின் வாயிலாகப் பிச்சமூர்த்தியின் எழுத்துகளை அவர் அறிந்திருக்க வேண்டும்; தமிழின் முதல் வசன/புதுக்கவிதை உள்ளிட்ட கவிதைகளை அவர் வாசித்திருக்கிறார் என்பதை ஒரு கடிதம் வெளிப்படுத்துகின்றது. அக்கடிதம் ந. பிச்சமூர்த்திக்குப் பாரதிதாசன், புரட்சிக் கவிஞர் என்னும் அங்கீகாரத்தைப் பெற்ற காலத்திற்கு முன்னரே எழுதிய ஒரு கடிதமாகும். அது பிச்சமூர்த்தி பாரதிதாசனுக்கு எழுதிய கடிதத்திற்கான பதிலாகும். முதன்முறையாக அக்கடிதம் இங்கு இடம்பெறுகின்றது:

ஆசிரியர் "சு.கவிதாமண்டலம்"
டியூப்ளே வீதி
புதுச்சேரி 20.1.3_

ஸ்ரீமான் ந. பிச்சமூர்த்தி அவர்கட்கு,

நமஸ்காரம்.

தங்கள் கடிதம் கிடைத்தது. தங்கள் எழுத்துக்கள், அவற்றின் வாயிலாகத் தங்களின் நல்லெண்ணம் துடிதுடிப்பு ஆகிய அனைத்தும் தெரியும்; தங்கள் உருவந்தான் தெரியாது.

~

பாரதியாரின் கவிதையின் உண்மையைத் தெரிந்துள்ளீர். அதுபற்றிப் பரிந்து எழுதியுள்ளீர். மற்றொருமுறை நமஸ்காரம்.

~

என்னிடம் உள்ளவைகளை, நான் செய்த கவிகளை – அனுப்பும்படி ஏற்பாடு செய்துவிட்டேன். நாளைக்கு அல்லது நாளன்றைக்கு இவ்விடமிருந்து அனுப்புவார்கள்.

~

நான் தற்காலம் புதுவையில் வசிக்கவில்லை. 15 மைல் தூரமுள்ள கிராமத்தில். ஞாயிறு விழான் [வியாழன்?] தோறுந்தான் புதுவைக்கு வந்து போகிறேன்.

~

சீக்கிரம் தங்களைப் பார்க்க முயற்சி செய்கிறேன். பிறகு தங்கட்குக் கடிதம் எழுதுகிறேன்.

தங்கள்
பாரதிதாஸன்

நான் பத்திரிகைகட்குக் கவிதை

எழுதி அனுப்புவதில்லை அதிகமாக!

காரணம்: 1. பத்திரிகைகளின் போக்கு! சூழ்ச்சி!!

2. விமரிசனம் சொல்ல ஆசைப்படுகிறது தவிர, சரியாகப் பிழையின்றிப் பிரசுரிக்கக் கூடத் தெரியவில்லை.

3. ந[ல்ல] கவிதை இது அல்லாத கவிதை இது என அறிகிறவர்கள் ... [உங்களைப்] போன்றார் சிலர் ... கவிதை எழுத ஆசைப் படுகின்ற ஓர் மாணவன் போன் . . . என் ஊக்கத்தை விருத்தி செய்யும் நோக்கும் சென் . . . பல பத்திரிகைக்கட்கு இருக்க வழியில்லை. நான் ... சமயம், பிடிக்காதவன்...

கவிஞர்கள் கவி ... எழுதட்டும் பார்த்துக்கொ ... போம். அதனால் நமக்கு – கவிதை முயற்சியில் – தொழிலில் விருத்தியேற்படும் என்று நினைக்கிறேன்.

தங்கள்
பாரதிதாஸன்

இக்கடிதம் தொடர்பாகச் சில கருத்துகள். இந்தக் கடிதம் எழுதப்பட்ட ஆண்டின் இறுதி எண் அழிந்துள்ளது. கடிதத்தை எழுதி முடித்துக் கையொப்பமிட்டபின் அதே கடிதத்தில் மேலும் சில செய்திகளைப் பாரதிதாசன் சேர்த்துள்ளார். அவற்றுக்கு அடியிலும் 'பாரதிதாஸன்' என மீண்டும் கையொப்பமிட்டுள்ளார். கடிதத்தின் இரண்டாம் பகுதியில் சில இடங்கள் சிதைந்துள்ள நிலையிலேயே இப்பொழுது கடிதம் கிடைக்கின்றது.

இக்கடிதம் சில வரலாற்று உண்மைகளை வழங்குகின்றது. இந்தக் கடிதத்தின் மேற்பகுதியில் எழுதப்பட்ட இடம் தொடர்பாக உள்ள குறிப்பானது கடிதத்தின் காலத்தை உணர்த்திவிடுகின்றது. "ஆசிரியர் சு. கவிதாமண்டலம் டியூப்ளே வீதி புதுச்சேரி 20.1.3_" என்னும் குறிப்பானது மடல் தாளில் உள்ள அச்சிடப்பட்ட குறிப்பு அன்று; கையால் எழுதப்பட்டது ஆகும். இக்குறிப்பு

பாரதிதாசன் ஸ்ரீ சுப்ரமண்யபாரதி கவிதாமண்டலம் இதழின் ஆசிரியர் பொறுப்பேற்றிருந்த காலத்தில் எழுதப்பட்டது என்பதை உணர்த்துகின்றது. இவ்விதழின் ஐந்து மாத இதழ்கள் 1935ஆம் ஆண்டு பங்குனி, சித்திரை, வைகாசி, ஆனி – ஆடி, ஆவணி ஆகிய தமிழ் மாதப் பெயர்கள் குறிப்பிடப்பட்டு வெளிவந்தன. இவற்றை யடுத்து ஓரிதழ் மாதப் பெயர் ஆண்டுப் பெயர் குறிப்பிடப் படாமல் வெளிவந்தது. இவற்றின்பின் இதழ் வெளிவர வில்லை. அதாவது மார்ச், ஏப்ரல், மே, ஜூன், ஜூலை, செப்டம்பர் ஆகிய காலப்பரப்பில் முதல் ஐந்து இதழ்களும் அவற்றின் பின் ஓரிதழுமாக வெளிவந்துள்ளது. இவற்றைக் கருத்தில்கொண்டால் இதழ் தொடங்கும் முயற்சிகளில் ஈடுபட்டிருந்த காலமாகிய 1935 சனவரியிலோ, இறுதியாக இதழ் வெளிவந்த காலத்தில் அல்லது அதன்பின் அடுத்த இதழை வெளிக்கொணர்வோம் என்ற நம்பிக்கையோடு இருந்த 1936 சனவரியிலோ பாரதிதாசனின் கடிதம் எழுதப்பட்டிருக்க வேண்டும்.

பிச்சமூர்த்தியைப் பாரதிதாசன் நேரில் சந்தித்ததில்லை என்பதையும் விரைவில் சந்திக்க விரும்புவதையும் இக்கடிதம் தெரிவிக்கின்றது. நேரில் சந்தித்ததில்லை என்றபோதிலும் பிச்சமூர்த்தியின் ‘எழுத்துக்கள், அவற்றின் வாயிலாக வெளிப்படும் அவருடைய நல்லெண்ணம் துடிதுடிப்பு ஆகிய அனைத்தும் தனக்குத் தெரியும்’ என்பதைப் பாரதிதாசன் பதிவு செய்துள்ளார். 1935/1936இல் இக்கடிதத்தை எழுதும் பாரதிதாசன் கூற்றின்படி 1935/1936க்கு முன்னர் ந. பிச்சமூர்த்தி எழுதிய எழுத்துகளை நன்கு படித்திருக்கின்றார் என்பதை நாம் உணரமுடிகின்றது. தமிழின் முதற்கட்டப் புதுக்கவிதைகளாக அமையும் பிச்சமூர்த்தியின் கவிதைகளான – மணிக்கொடியில் வெளிவந்த ‘பிரிவினில் தோன்றும் பேரின்பம் – குரலில் ஒலிக்கும் காதல்’ *(14.10.1934)*, ‘ஒளியின் அழைப்பு / சோனிக்கமுகு சொல்லும் பாடம்’ *(28.10.1934)*, ‘தீக்குளி’ *(04.11.1934)*, ‘கிளிக்குஞ்சு’ *(02.12.1934)*, ‘வாய்நிறைந்த வாழ்த்து’ *(16.12.1934)* உள்ளிட்ட கவிதைகளையும், அதே காலத்தில் அவர் படைத்த சிறுகதைகளையும் பாரதிதாசன் படித்திருக்க வேண்டும் என்பதையும் இவற்றின் அடிப்படையில் ந. பிச்சமூர்த்தியைக் குறித்த நல்ல அறிமுகம் பாரதிதாசனுக்கு இருப்பதையும் இக்கடிதப் பகுதியானது தெளிவாக உணர்த்துகின்றது. பிச்சமூர்த்தியோடு பாரதிதாசனுக்குக் கடிதத் தொடர்பே இருந்தது என்பதோடு, தமிழ்ப் புதுக்கவிதை வரலாற்றின் தொடக்கக்கட்டத்தில் வெளிவந்த முன்னோடிப் படைப்புகளை அவை வெளிவந்த சமகாலத்திலேயே பாரதிதாசன் படித்திருக்கிறார் என்பதையும் இந்தக் கடிதப் பகுதியானது புலப்படுத்துகின்றது. இன்னும் ஒரு முதன்மையான செய்தி; தெளிவான ஆதாரம்: பின்னாளில்

வெளிவந்த மணிக்கொடி இதழொன்றில் பாரதிதாசனின் மரபுக் கவிதையும் பிச்சமூர்த்தியின் புதுக்கவிதையும் ஒருசேர வெளி வந்துள்ளது என்பதாகும். 01.02.1938ஆம் நாளிட்ட மணிக்கொடி இதழில் பாரதிதாசனின் 'தை' என்னும் மரபுக்கவிதையும் ந. பிச்சமூர்த்தியின் 'கொம்பும் கிணறும்' என்னும் புதுக் கவிதையும் இடம்பெற்றுள்ளன. இவ்வாறு சமகாலத்திலேயே புதுக்கவிதை முயற்சிகளை அவர் அறிந்திருக்கின்றார் என்ற போதிலும் அவ்வடிவ முயற்சியில் அவர் ஈடுபாடு காட்ட வில்லை. பாரதிதாசன் கவிதைகளின் இரண்டாம் தொகுதியில் இடம்பெற்றுள்ள 'காதல் வாழ்வு' எனும் உரைநடைத் தன்மை வாய்ந்த படைப்பைப் பாரதிதாசனின் புதுக்கவிதை என்று சிலர் கொள்வதும், சமகாலக் கவிதை முயற்சியின் முக்கியமான ஒன்றான புதுக்கவிதை குறித்துப் பாரதிதாசன் ஏதும் குறிப்பிடவில்லை என்று சிலர் சொல்வதுமான நிலைகளை இலக்கிய உலகில் நாம் காணமுடிகிறது.

ந. பிச்சமூர்த்தி பாரதியாரின் இடத்தைக் குறித்து ஏதோ தமது கடிதத்தில் குறிப்பிட்டிருக்க வேண்டும். பாரதி குறித்து அவர் அவ்வாறு எழுதியதற்காகப் பாரதிதாசன் மற்றொரு முறை 'நமஸ்காரம்' செய்வதாக எழுதியிருப்பது பாரதி மீதான பாரதிதாசனின் ஈடுபாட்டை உணர்த்தும் பதிவுகளுள் மேலும் ஒரு பதிவாக அமைகின்றது. தாம் எழுதிய கவிதைகளைத் தம்மைச் சேர்ந்தவர்கள் 'நாளை அல்லது நாளன்றைக்கு' அனுப்புவார்கள் என்ற கடிதப் பகுதியானது பிச்சமூர்த்தி பாரதிதாசனின் கவிதைகள் சிலவற்றை அனுப்பக் கேட்டிருக்கவேண்டும் என்பதைப் புலப்படுத்துகின்றது. இத்தொடர்பில் ஒரு செய்தி: 1936ஆம்ஆண்டு *தினமணி வருஷ மலரில்* பிச்சமூர்த்தி பாரதிக்குப் பிந்தைய தமிழ்க் கவிஞர்கள் குறித்து எழுதிய கட்டுரைக்காக இவற்றைக் கேட்டிருக்கலாம்.

~

புதுக்கவிதை முயற்சிகளை அவற்றின் தொடக்க நிலையிலேயே பாரதிதாசன் அறிந்திருந்தார்; ந. பிச்சமூர்த்தியின் எழுத்துலகத்தையும் அக்கால அளவில் அறிந்திருந்தார் என்பன ஒருபுறமிருக்க, பாரதிதாசனின் படைப்பு வரலாற்றிலே ந. பிச்சமூர்த்தி ஒருவகையில் பாரதிதாசனுக்கு முன்னோடியாக விளங்கியிருக்கின்றார் என்பது வியப்புக்குரியது. இதே காலகட்டத்தில் நிகழ்ந்த ந. பிச்சமூர்த்தியின் படைப்பாக்கத்தோடு இது தொடர்புடையது.

பாரதிதாசனின் 'புரட்சிக் கவி' குறுங்காப்பியம் வடமொழியின் 'பில்ஹணீயம்' என்னும் காவியத்தைத் தழுவி

அமைந்ததாகும். வடமொழி முதலிய பிறமொழிப் பயிற்சியற்ற பாரதிதாசன் வடமொழிக் காவியத்தின் கதையை எவ்வாறு அறிந்தார் என்னும் வினா பாரதிதாசன் ஆய்வுலகில் முன்னமே எழுப்பப்பெற்றிருக்கிறது. இதனை முதலில் ஆராய்ந்த ச.சு. இராமர் இளங்கோ, “இந்த வடமொழிக் கதையை யார் பாரதிதாசனுக்குச் சொன்னார் என்ற வினா பிறக்கிறது. சங்கு சுப்பிரமணியம், கு.ப.ரா., பி.எஸ். ராமையா, வ.ரா. ஆகியோர் ‘இராமானுசர்’ படம் எடுக்க முனைந்த போது, அப்படத்திற்குப் பாட்டெழுதிய கவிஞருக்கு அவர்களுள் ஒருவர் இக்கதையினைச் சொல்லியிருக்கக்கூடும். நூலின் முன்னுரையில் கவிஞர் நன்றி சொல்லாததால் இக்கூற்று சரியன்று எனலாம்” எனக் குறிப்பிட்டுவிட்டு, யாழ்ப்பாணம் வ. கணபதிப் பிள்ளை மொழிபெயர்த்த ‘பில்ஹணீயம்’ நூலே பாரதிதாசன் படைப்புக்கான மூலநூல் எனக் கருத்துரைத்திருப்பார். (*பாரதிதாசனின் கதைப் பாடல்கள் ஓர் ஆய்வு*, பக். 121, 122) இதனையடுத்து ஆராய்ந்த சி. மெய்கண்டான், தெலுங்கில் தடைசெய்யப்பட்ட ஒன்பது இலக்கியங்களுள் ஒன்று பில்கணீயம் எனவும், இந்த நூல்கள் தடைசெய்யப்பட்ட செய்தி மணிக்கொடி எழுத்தாளர் மூலம் பாரதிதாசனுக்குக் கிடைத்திருக்கலாம் எனவும், அதன்வழி நூலின் கதையை அறிந்து புரட்சிக்கவியை அவர் படைத்திருக்க வேண்டும் எனவும் எடுத்துரைத்துள்ளார். (*பில்கணீயமும் புரட்சிக்கவியும் – ஓர் ஒப்பாய்வு*, பக். 130, 131) முன்னை ஆய்வாளர்கள் இருவரும் ஒவ்வொரு நிலையில் மணிக்கொடி எழுத்தாளர்களால் இவ்விலக்கியம் பற்றிப் பாரதிதாசன் அறிந்திருக்கவேண்டும் எனச் சுட்டியுள்ளனர்.

இவற்றினும் துல்லியமான ஒரு செய்தி இப்பொழுது கிடைத்துள்ளது. பாரதிதாசனின் *புரட்சிக் கவி* 1937இல் வெளிவருகிறது. எனினும் அந்நூலின் முன்னுரையால் நூல் சிலகாலம் முன்பே படைக்கப்பட்டுவிட்டது என்பதை அறியமுடிகின்றது. *புரட்சிக் கவி* வெளிவருவதற்கு ஒன்றரை ஆண்டுகளுக்கு முன்பு 1935 ஜூன் மாதம் மணிக்கொடி இதழில் ந. பிச்சமூர்த்தி ‘பில்ஹணன்’ என்னும் ஓரங்க நாடகத்தை எழுதியிருக்கின்றார். இதுவே பில்ஹணியத் தொடர்பான தமிழ்ப் படைப்பாக்க முயற்சிகளில் முதலாவது எனலாம். வடமொழி மூலக்கதையின் அடிப்படையில், வடமொழிக் கதைமாந்தர் பெயர்களோடு இப்படைப்பைப் பிச்சமூர்த்தி ஆக்கியிருந்தாலும் தனித்தன்மை வாய்ந்த படைப்பாக இது மிளிர்கின்றது. இப்படைப்பு வெளிவந்த காலப் பகுதியை ஒட்டியதாகவே பாரதிதாசன் பிச்சமூர்த்திக்கு எழுதிய கடிதம் நமக்குக் கிடைத்துள்ளது. பிச்சமூர்த்தியின் படைப்பின் வழியாகவே பில்கணியக் கதையைப்

பாரதிதாசன் அறிந்திருக்கலாம். இன்னுமொரு எண்ணத்தக்க அகச்சான்றாக இருபடைப்பிலும் ஒரு கூறு அமைந்துள்ளது. பிச்சமூர்த்தியின் படைப்பில் பில்கணன் கூற்றில் "உச்சாணிப் பாறையில் மலைத் தேன் தேடுவோனுக்கு உயிர் வெல்லமல்ல" என்னும் தொடர் காணப்படுகிறது. பாரதிதாசனின் புரட்சிக் கவியில் கதைத்தலைவியின் கூற்றில் "உயிர் எமக்கு வெல்லமல்ல" என்னும் தொடர் இடம் பெற்றுள்ளது. இவ்வொப்புமையும் புரட்சிக் கவிக்கான கதையைத் தேர்ந்துகொள்ள மூலமாகப் பிச்சமூர்த்தியின் படைப்பு இருந்திருக்கக்கூடும் என எண்ணுவதற்குச் சான்றாகின்றது. பாரதிதாசனின் படைப்புகள் மணிக்கொடியில் இடம்பெற்றமை ஒருபுறம்; பாரதிதாசனின் படைப்பாக்கத்திற்கான கருவின் அடிப்படை மணிக்கொடியில் இடம்பெற்ற படைப்பு என்பது இன்னொருபுறம் என்னும் வகையில் மணிக்கொடியின் தொடர்பு அவரது அக்காலப் படைப்புலகத்தோடு பின்னிப் பிணைந்திருக்கின்றது.

~

1935 அல்லது 1936இல் பாரதிதாசன் – ந. பிச்சமூர்த்தி ஆகியோரிடையே இருந்த உறவை, தொடர்பை இந்தக் கடிதம் வெளிப்படுத்துகின்றது. ஒரு பத்தாண்டுக்கால இடைவெளியில் பாரதிதாசனும் பிச்சமூர்த்தியும் ஒரு கவியரங்கத்தில் ஒன்றாகப் பங்கேற்றிருக்கிறார்கள். 1946 செப்டம்பர் 11இல் திருச்சி வானொலி நிலையத்தில் பாரதிதாசன் தலைமையில் ஒரு கவியரங்கம் நடைபெற்றது. பாரதியின் நினைவு நாளில் நடந்த அந்தக் கவியரங்கம் "பாட்டுக்கொரு புலவன்" என்ற தலைப்பில் அமைந்தது. இக்கவியரங்கில் பாரதிதாசன் பாடிய கவிதைதான் 'புதுநெறி காட்டிய புலவன்' என்னும் புகழ்பெற்ற கவிதையாகும். அந்தக் கவியரங்கத்தில் சோமசுந்தர பாரதியார், பி.ஆர். ராஜசூடாமணி, சது.சு. யோகி, திருலோக சீதாராம், சங்கு சுப்பிரமணியம், ந. பிச்சமூர்த்தி ஆகியோரும் கவிதை பாடினர். இவ்வெழுவரும் ஒன்றாக அமர்ந்திருந்த கவியரங்கக் காட்சியினை 1946 செப்டம்பர் 22ஆம் நாளிட்ட வானொலி இதழானது முகப்பில் தாங்கி வெளிவந்தது. இக்கவியரங்கத்தில் பிச்சமூர்த்தி மரபு வடிவிலேயே கவிதையை வழங்கினார். இவ்வாறு அவ்வப்போது இருவருக்கும் இடையில் தொடர்பு இருந்தமையையும் பாரதிதாசன் தலைமையில் கவிதை பாடும் முக்கியமான ஒருவராகப் பிச்சமூர்த்தி இருந்ததையும் வரலாறு காட்டுகின்றது.

~

பிச்சமூர்த்தி குறித்த பாரதிதாசனின் மதிப்பீட்டினைப் பாரதிதாசன் கடிதம் நமக்கு அறியத்தருகின்றது. ந. பிச்சமூர்த்தி பாரதிதாசன் குறித்து எத்தகைய கருத்தினைக் கொண்டிருந்தார், தமிழ்க் கவிதை வரலாற்றில் பாரதிதாசனின் இடம் குறித்துப் பிச்சமூர்த்தி ஏதும் குறிப்பிட்டிருக்கின்றாரா என்ற நோக்கில் சிந்திக்கையில் சில ஆவணங்கள் தேடலில் கிடைத்துள்ளன.

பாரதிதாசனின் கவிதை வாழ்வில் குறிப்பிடத்தக்க இரு ஆண்டுகளாக, முதன்முதலாகத் தனிச்சிறு நூல் வடிவில் *புரட்சிக் கவி* என்னும் படைப்பு வெளிவந்த 1937ஆம் ஆண்டும், *பாரதிதாஸன் கவிதைகள்* என்னும் முதல் கவிதைத் தொகுதி நூல் வெளிவந்த 1938ஆம் ஆண்டும் அமைகின்றன. 1937இல் வெளிவந்த நூலின் விளைவாகப் 'புரட்சிக் கவிஞர்' என்னும் முத்திரையைப் பெற்றதும், 1938இல் வெளிவந்த தொகுதியின் விளைவாக அவர் பரவலாக அறியப்பட்டதும் குறிப்பிடத்தக்கன. பாரதிதாசனின் மிக முக்கியமான இந்த நூல்கள் வெளிவருவதற்கு முன்னரே, அவரது கவித்துவத்தை இனங்கண்டு பாரதிக்குப் பிந்தைய தமிழ்க்கவிதை மரபில் மிக முக்கியமான ஐந்து கவிஞர்களுள் ஒருவராகப் பாரதிதாசனை முன்னிலைப்படுத்தி எழுதியவர் பிச்சமூர்த்தி ஆவார். அன்று பாரதிதாசன் *மயிலம் சுப்பிரமணியர் துதியமுது* உள்ளிட்ட இறைமை போற்றும் குறுநூல்களையும், *கதர் ராட்டினப் பாட்டு* முதலிய இந்திய விடுதலை போற்றும் குறுநூல்களையும், *தாழ்த்தப்பட்டார் சமத்துவப் பாட்டு, சுயமரியாதைச் சுடர், சஞ்சீவி பர்வதத்தின் சாரல்* ஆகிய சுயமரியாதை இயக்க நோக்கிலான குறு நூல்களையும் படைத்திருந்தார் என்ற போதிலும் அவை தமிழுலகம் முழுமையும் அறியுமாறு பரவவில்லை எனலாம். அவரது மிக முக்கியமான *புரட்சிக் கவியும்* முதல் கவிதைத் தொகுதியும் வெளிப்படாக் காலமான 1936ஆம் ஆண்டிலேயே பிச்சமூர்த்தி பாரதிதாசனின் உயர்வை உணர்ந்து ஐம்பெருங் கவிஞர்களுள் ஒருவராகத் *தினமணியின்* ஆண்டு மலரில் விதந்து போற்றியிருக்கின்றார். "தற்காலத் தமிழ்க்கவிகள்" என்னும் தலைப்பில் 'பாரதி இலட்சியத்தை வளர்ப்போர்' 'தமிழ் வளர்ச்சி; தமிழனின் வளர்ச்சி' என்னும் துணைத் தலைப்புகளில் *தினமணி* வருஷமலரில் 'ரேவதி' என்னும் தமது புனைபெயரில் ந. பிச்சமூர்த்தி பாரதிக்குப் பிந்தைய, சமகாலத் தமிழ்க் கவிஞர்களைக் குறித்த தமது மதிப்பீட்டினை விரிவாக எழுதியுள்ளார். இக்கட்டுரையில் கவிமணி தேசிக விநாயகம், நாமக்கல் இராமலிங்கம், பாரதிதாசன், காளிதாசன் (ச.து.சு. யோகி), சுத்தானந்த பாரதி ஆகிய ஐந்து கவிஞர்களைக் குறித்து விரிவாக எழுதியிருக்கின்றார். கவிமணியைப் பாரதி

மரபினர் என்று சொல்ல இயலாது எனினும் பிந்தைய காலத்தின் முக்கியமான கவிஞர் என்றும், நாமக்கல் கவிஞரைப் பாரதி மரபில் தோன்றிப் ‘பொது ஜனங்களின் தலைசிறந்த கவியாக’ விளங்குகிறார் என்றும் குறிப்பிடும் ந. பிச்சமூர்த்தி, அவர்களையடுத்துப் பாரதிதாசனைக் குறிப்பிடுகின்றார்.

பாரதிதாசன் குறித்த ந. பிச்சமூர்த்தியின் மதிப்பீட்டை இரண்டு நிலைகளில் நாம் கருதலாம். ஒன்று, பாரதிதாசனின் கவிதைகள் இதழ்களில் சிதறிக் கிடந்து, ஒரு தொகுதியாக வடிவம் பெறாத காலத்தில், கிடைத்த இதழ்த்தரவுகளின் அடிப்படையில் எழுதப்பட்டதாகும். இரண்டு, கிடைத்த குறைவான தரவுகளின் அடிப்படையிலும் பாரதிதாசனின் தனித்தன்மைகளை அழுத்தமாக மதிப்பிட்டு எடுத்துரைத்துள்ளமை என்பதாகும். பாரதிதாசனின் புரட்சி நோக்கு, நடையின் வலிமை, அழகு, இனிமை, எளிமை ஆகியனவற்றைக் கொண்ட தன்மை, அற்புதமான சொல்லாட்சித் திறன், வியக்கத்தக்க ஓசையின்ப வெளிப்பாடு முதலியவற்றைப் பிச்சமூர்த்தி எடுத்துரைத்துள்ளார். மேலும் பல பாடல் பகுதிகளை எடுத்துக்காட்டி இத்தன்மைகளை விரிவாக விளக்கியும் உள்ளார்.

> அடுத்தாற்போல் குறிப்பிடவேண்டியது ஸ்ரீ கனக சுப்புரெத்தினம் என்ற ‘பாரதிதாஸன்’. இவருடைய எழுத்துக்கள் பத்திரிகைகளிலே சிதறிக் கிடக்கின்றனவே யன்றி புஸ்தக ரூபமாக வெளியாகவில்லை. ‘பாரதி தாஸனு’டைய கவிதைக்கு ‘இன்பம்’, ‘விடுதலை’ என்பவையே விதைகள். இவருக்கு ஜாதி, சமயம் முதலிய உகந்ததல்ல. இயற்கை வாழ்வை ஆதரித்தே இவர் பாடல்கள் இயற்றியிருக்கிறார்.
>
> ~
>
> இவருடைய நடை, தனி வலிமையும் அழகின் நெட்டுயிர்ப்பும் இனிப்பும் கொண்ட எளிய நடை. இவர் வெகு செட்டாயும் நயமாயும் சொற்களையாளும் அற்புதத் திறன் படைத்தவர். வியக்கத்தக்க ஓசை இன்பங்களைக் கொட்டுபவர்
>
> *(தினமணி வருஷமலர்,* ப. 106)

என்னும் பிச்சமூர்த்தியின் மதிப்பீடு 1936ஆம் ஆண்டிலேயே பாரதிதாசனின் தனித்தன்மைகளைக் கூர்மையாகப் பதிவு செய்துள்ளது என்பது குறிப்பிடத்தக்கது.

~

இருபத்துமூன்று ஆண்டுகளுக்குப் பின்னர் இரு நூல்களுக்கு ந. பிச்சமூர்த்தி எழுதிய மதிப்புரைகள், பாரதிதாசன் குறித்துப் பிச்சமூர்த்தி எத்தகைய மதிப்பீட்டினைக் கொண்டிருந்தார் என்பதைப் புலப்படுத்துகின்றன. இந்தக் காலகட்டம் மணிக்கொடிக் காலத்திற்குப் பின்னர்ச் சி.சு. செல்லப்பா ந. பிச்சமூர்த்தியின் புதுக்கவிதைகளை எழுத்து இதழில் வெளியிடத் தொடங்கிய காலமாகும்.

காதல் விழி என்னும் மரபுக்கவிதை வடிவிலான நூல் பாரதிதாசன் மரபினை அடியொற்றும் அழகரசர் என்னும் கவிஞரால் படைக்கப்பெற்றதாகும். இதனை மதிப்புரைக்குமிடத்தில் பிச்சமூர்த்தி எழுதியுள்ள குறிப்பு இரண்டு முதன்மையான செய்திகளைப் புலப்படுத்துகின்றது. 1. தமிழ் நாட்டில் ஏற்பட்டுள்ள தமிழ்க் கவிதைக் கிளர்ச்சி வரவேற்கத்தக்கது; அக்கிளர்ச்சிக்கு முக்கியக் காரணம் பாரதிதாசன் கவிதைகள். 2. பாரதிதாசன் கவிதைப் பரம்பரையொன்று சிறப்பான நிலையில் உருப்பெற்றுள்ளது என்பன அவை:

> தமிழ்நாட்டில் இப்போது தோன்றியுள்ள பலவிதக் கிளர்ச்சிகளில் தமிழ்க் கவிதைக் கிளர்ச்சியும் ஒன்று. கவிதை பயில வேண்டும் என்ற அவா எங்கும் கிளர்ந்தெழுவது வரவேற்கத்தக்கது. பாரதிதாசன் கவிதைகள் இக்கிளர்ச்சிக்கு முக்கிய காரணம் எனக் கருதலாம். இக்கன்னிக் கவிதைத் தொகுப்பு பாரதிதாசன் கவிதா பரம்பரையின் முத்திரையுடன் வருகிறது.

> (*சுதேசமித்திரன் ஞாயிறு மலர்*, 12.9.1959)

பாரதிதாசனுடைய சில நாடகங்கள் ஒரு தொகுதியாக வெளிவந்தன. அதற்குச் சுதேசமித்திரனில் எழுதிய மதிப்புரையில் பாரதிதாசன் புரட்சிக் கவிஞராகப் பின்னாளில் பெற்ற பெருவளர்ச்சியை இசைவு நிலையில், உடன்பாட்டுநிலையில் ஏற்றுக்கொண்டு அதனைக் குறிப்பிடுகிறார். பாரதிதாசன் கவிஞரென்பதோடு சிறந்த நாடகாசிரியர் என்னும் பிறிதொரு பரிமாணத்தையும் அழுத்தமாக எடுத்துரைத்துள்ளார். மேலும் அத்தொகுதியில் இடம்பெற்றிருந்த ஒரு நாடகத்தைத் தாம் பல்லாண்டுகளுக்கு முன்பே படித்திருந்ததையும் பதிவு செய்துள்ளார். இவற்றோடு இன்றுவரை பாரதிதாசன் அன்பர்களாலேயே சரிவர உணரப்படாத அவரது 'சத்திமுத்தப் புலவர்' என்னும் படைப்பின் தனித்தன்மையை விதந்து சுட்டியுள்ளார். இயைபுத் தொடைநலன் கமழும் அப்படைப்பின் தனிச்சிறப்பை நன்கு எடுத்துரைத்துள்ளார் பிச்சமூர்த்தி:

புரட்சிக் கவிஞர் என்று பாரதிதாசனைத் தமிழ்நாடு அறியும். ஆனால், நகைச்சுவை மிகுந்த நாடகத்தை அவர் எழுதியவர் என்பதை அறியாது. பல ஆண்டுகளுக்கு முன்பு பாரதிதாசனின் 'கற்கண்டு' என்ற நகைச்சுவை நாடகத்தைப் படித்துப் பெருமகிழ்ச்சி அடைந்திருந்த நான் மறுபடியும் அதைப் பார்க்க விரும்பியபோது கிடைக்கவில்லை . . .

'கற்கண்டு' நாடகத்தைப் படித்த எனக்கு ஏன் சினிமாக் காரர்கள் கண்ணில் இது படவில்லை என்ற ஐயம் எழுந்தது. இதைவிடச் சிறந்த நகைச்சுவை நாடகம் தமிழில் இல்லையே, இதை ஏன் விட்டிருக்கிறார்கள் என்று இப்பொழுதும் நினைக்கிறேன் . . .

'சத்திமுத்தப் புலவர்' என்ற நாடகம் புதிய முறையில் எழுதப்பட்டிருக்கிறது . . .

இச் செவிநுகர் நாடகத்தின் நடைச் சிறப்பைக் குறிப்பிட வேண்டும். கடை எதுகை கொண்ட சம்பாஷணை கவிதையின் தன்மை பெற்று இன்பம் அளிக்கிறது. படிப்பதற்குகந்த நாடகம் . . .

(*சுதேசமித்திரன் ஞாயிறுமலர்*, 14.11.1959)

கால்நூற்றாண்டுக்கு முன்பு, பாரதிக்குப் பிந்தைய தமிழ்க்கவிதை உலகின் ஐம்பெரும் கவிஞர்களுள் ஒருவராகப் பாரதிதாசனைப் *புரட்சிக் கவி, பாரதிதாசன் கவிதைகள் – முதல் தொகுதி* ஆகியன வெளிப்படாத தருணத்திலேயே மதிப்பிட்ட பிச்சமூர்த்தி, கால்நூற்றாண்டுக்குப் பிந்தைய நிலையில் தமிழ்க்கவிதை உலகில் அவருடைய கவிதைகள் பெறுகின்ற இடத்தையும் தாக்கத்தையும் கருத்தில் கொண்டு ஏற்று மகிழ்வோடு அவரைப் 'புரட்சிக் கவிஞர்' எனவும், ஒரு பரம்பரைக்குச் சொந்தக்காரர் எனவும், பன்முகப் பரிமாணங்கள் கொண்டவர் எனவும் எடுத்துரைத்துச் சென்றுள்ளமையை இந்த மதிப்புரைகள் காட்டுகின்றன.

~

புதுக்கவிதை இயக்கத்தின் உந்து சக்தியாகிய, மறுமலர்ச்சி எழுத்தாளர்களுள் கவிதைத் துறையிலும் சிறுகதைத் துறையிலும் சாதனைகள் நிகழ்த்திய பிச்சமூர்த்தியை, அவரது எழுத்துகளைப் பாரதிதாசன் நன்கு அறிந்திருக்கின்றார். அருகிய நிலையில் எனினும் அவர்களுக்கிடையில் நேர்முகச் சந்திப்பும் நிகழ்ந்திருக் கின்றது. இவற்றின் வாயிலாகத் தமிழ்ப் புதுக்கவிதை வரலாற்றின்

முதன்முயற்சிகளை அதன் சம காலத்திலேயே பாரதிதாசன் அறிந்திருக்கின்றார். எனினும் அக்காலத்தில் புதுக்கவிதை ஓர் இயக்கமாகத் தோற்றம் பெறவில்லை; பாரதிதாசனும் புதுக்கவிதை வடிவில் கவிதைகள் படைப்பதில் ஈடுபாடு கொள்ளவில்லை.

பாரதிதாசனை ஏற்காத பிந்தைய சில கவிஞர்களுக்கு நடுவில் புதுக்கவிதையின் தந்தை ந. பிச்சமூர்த்தி, மரபுக்கவிதை வடிவில் பாரதிக்குப் பின் மகத்தான சாதனையைப் புரிந்த பாரதிதாசனோடு தொடர்பு கொண்டிருக்கின்றார்; நேர்முகமாகச் சந்தித்தும் இருக்கின்றார்; மனமாரப் போற்றியிருக்கின்றார்; தமிழ்க் கவிதை உலகில் அவரது தலைசிறந்த இடத்தை உவந்து எழுதியிருக்கின்றார். பிச்சமூர்த்தியை முன்னோடியாகக் கொண்ட மரபில் சிலருக்குத் தமிழ், தமிழன், தமிழ்நாடு என்பன உவப்பாக இல்லாத போதிலும், தெலுங்கைத் தாய்மொழியாகக் கொண்ட ந. பிச்சமூர்த்தி பாரதிதாசன் முன்னெடுத்த தமிழன் என்னும் உணர்வை நெஞ்சில் தாங்கியவர். தமது அறுபதாம் ஆண்டின்போது எழுத்து இதழ் நேர்காணலில், 'சொந்த வாழ்வைக் குறிப்பிட்ட கடமைக்காக அர்ப்பணம் செய்வதே எந்தத் தமிழனுடைய கடமையுமாகும்' என்ற கருத்தை ந. பிச்சமூர்த்தி குறிப்பிட்டார். பாரதிதாசன் உயர்த்திப் பிடித்த தமிழன் என்னும் உணர்வே பிச்சமூர்த்தியின் நெஞ்சிலும் சுடர்விட்டு ஒளி வீசியது என்பதை இம்மணிவிழாச் செய்தி உணர்த்துகின்றது.

பேட்டி எடுப்பவர்: முடிவாக ஒரு வேண்டுகோள். அறுபது ஆண்டுகள் முதிர்ந்த எழுத்தாளர் என்ற நிலையில் இன்றைய இளம் எழுத்தாளர்களுக்கும் வாசகர்களுக்கும் பயன்படுகிற வகையில் நீங்கள் அளிக்கும் செய்தி?

ந. பிச்சமூர்த்தி: சொந்த வாழ்வை ஒரு குறிப்பிட்ட காரியத்திற்கு என்று சமர்ப்பணம் செய்து வாழ வேண்டியதுதான் எந்தத் தமிழனுடைய கடமையும் ஆகும். எதற்கேனும் சமர்ப்பணம் செய்யப்படாத வாழ்வு உப்பில்லாத ஊறுகாய். குறிப்பாக இன்றைய இலக்கிய ஆசிரியர்களுக்குச் சமர்ப்பணம் இன்றியமையாதது.

(எழுத்து - செப்டம்பர் 1960)

~ ~

5

பாரதிதாசனும் க.நா.சு.வும்

தமிழின் மறுமலர்ச்சி இலக்கிய எழுத்தாளர்களுள் ஒருவர், மணிக்கொடி எழுத்தாளர்களுள் ஒருவர், படைப்பு, விமர்சனம், மொழிபெயர்ப்பு, உலக இலக்கிய அறிமுகம் எனச் செயற்பட்ட நவீனத் தமிழிலக்கிய உலகின் முக்கிய ஆளுமை, பெரும்படைப்பாளி, பல்லாயிரம் பக்கங்கள் எழுதிக் குவித்தவர், நூற்றுக்கு மேற்பட்ட நூல்களைப் படைத்தவர், *திருக்குறள்* இலக்கியமன்று, அறநூல் என்று சொன்னவர், சி.ஐ.ஏ. ஏஜெண்டு, தமிழ்த் துரோகி – இப்படிப் போற்றுதலுக்கும் தாக்குதலுக்கும் உள்ளானவர் க.நா. சுப்ரமண்யம்.

புதுமைப்பித்தனோடு பழகியவர். *சூறாவளி, சந்திரோதயம், இலக்கிய வட்டம்* முதலிய இலக்கிய இதழ்களை நடத்தியவர். *திருக்குறள், சிலப்பதிகாரம்,* பாரதி படைப்பு, நவீனத் தமிழிலக்கியங்கள் சில என ஆங்கிலத்தில் மொழிபெயர்த்தவர், ஆங்கிலத்திலிருந்து பலவற்றைத் தமிழுக்கும் மொழிபெயர்த்தவர். இறுதிக் காலத்திற்குச் சற்று முன்னதாகப் புதுவைப் பல்கலைக்கழகத்தின் வருகைதரு பேராசிரியர் நிலையில் பணியாற்றியவர் – என்றெல்லாம் பன்முகப் பரிமாணங்களோடு அவரது வாழ்க்கைப் பக்கங்கள் நகர்ந்திருக்கின்றன.

~

க.நா.சு.வுக்கும் பாரதிதாசனுக்கும் தொடர்பெதுவும் இருந்திருக்கும் என்று எவரும்

நினைக்கமாட்டார்கள். 1891இல் பிறந்தவர் பாரதிதாசன். 1912இல் பிறந்தவர் க.நா. சுப்ரமண்யம். இருபதாம் நூற்றாண்டுக் கவிதை உலகம் குறித்த ஆராய்ச்சியில் குறிப்பாகப் பாரதி குறித்த ஆராய்ச்சிகள் என்றதும் கைலாசபதி, சிவத்தம்பி ஆகியோர் கட்டாயம் நினைவுக்கு வருவர். பாரதி குறித்த ஆராய்ச்சி என்றாலும், பாரதிதாசன் குறித்த ஆராய்ச்சி என்றாலும் கட்டாயம் க.நா. சுப்ரமண்யம் நினைவுக்கு வரமாட்டார். இந்த நிலையில் இருவரையும் இணைத்தெண்ணுவதா என்ற கேள்வி எழுந்தாலும் உண்மை இதற்கு எதிரானதாகவே அமைந்துள்ளது.

~

பாரதியின் மீது மிகுகவனத்தைச் செலுத்திய கைலாசபதியும் சிவத்தம்பியும் பாரதிதாசன் மீது பாராமுகமாகவும் இருந்திருக்கின்றனர். பிற்காலங்களில்தான் ஒரு சிறிதளவு சில நிலைகளில் பாரதிதாசனைப் பொருட்படுத்தினர். ஆனால் இலக்கியப் போக்கால் எதிர்நிலையினர் என்று எண்ண வாய்ப்புள்ள க.நா. சுப்ரமண்யம் பாரதிதாசன் குறித்து அவர்களைக் காட்டிலும் மதிப்பார்ந்த நிலையில் காலநிலையில் முன்னதாகவே ஆராய்ந்திருக்கின்றார்; விமர்சித்திருக்கின்றார். அதுமட்டுமன்று, இருவருக்கும் இடையே தொடர்பும் இருந்திருக்கிறது.

நவீனத் தமிழிலக்கியத்தில் குறிப்பாகச் சிறுகதை, புதினம் முதலியவற்றைப் போற்றிய க.நா. சுப்ரமண்யம், மரபுக்கவிதை வடிவத்தில் அமைந்த *பாரதிதாசன் கவிதைகள்* நூலைக் குறித்துத் தமிழில் படிக்க வேண்டிய நூல்களுள் ஒன்று என்னும் பொருள்பட எழுதியுள்ளார். தமிழிலக்கியத்தின் வளத்தையும் பரப்பையும் காட்ட உதவும் நூல்கள் என்னும் நிலையில் *சுதேசமித்திரன்* வாரப் பதிப்பில் தொடர்ந்து எழுதிய அறிமுகக் கட்டுரைகளுள் ஒன்றாக ஒரு கட்டுரை எழுதியிருந்தார். *சுதேசமித்திரனில்* எழுதப்பட்ட காலம் துல்லியமாகத் தெரியாவிட்டாலும்கூடப் *படித்திருக்கிறீர்களா?* 1 என்னும் தலைப்பில் 1957இல் வெளிவந்த நூலில் இந்தக் கட்டுரை இடம்பெற்றிருந்தது.

இந்தக் கட்டுரை பாரதிதாசன் உயிரோடு இருந்தபோதே வெளிவந்ததாகும். இதில் பாரதிதாசன் கவிதைகளின் தனித்தன்மைகளையும் சிறப்புகளையும் க.நா.சு. பாராட்டி எழுதியிருக்கின்றார். சில விமர்சனங்களையும் முன் வைத்திருக்கின்றார். தமிழ்க் கவிதைக்குப் பாரதி எத்தகைய வேகத்தை அளித்தாரோ அத்தகைய வேகத்தை இவரது கவிதையும் அளிக்கிறது என்று இந்தக் கட்டுரையிலே அவர் பின்வருமாறு எழுதியிருக்கின்றார்:

> சமீப காலத்தில் தமிழில் மட்டுமல்ல, இந்தியாவிலுள்ள பாஷைகளிலெல்லாம் மட்டுமல்ல, உலகிலுள்ள எல்லா

பாஷைகளிலுமே கவிகள், அரசியல் சமூகம் முதலிய விஷயங்களில் அதிகமாகவே ஈடுபட்டுக் கவிதை புனைகிறார்கள். இன்றைக்கு உண்மையென்று கண்டு சொல்கிற உண்மையை நித்தியமான உண்மைகளுடன் பிணைத்துக் கவிகளால் சொல்ல முடிகிறது சில சமயம் என்பதுதான் அரசியல், சமூக சீர்திருத்தக் கவிகளின் முக்கியத்துக்குக் காரணம். அந்தக் கவிஞர் பரம்பரையிலே பாரதிதாஸன் ஒருவர். அவர் கவிதையிலே ஏராளமான தார்மீகக் கோபம் நிறைந்திருக்கிறது. தார்மீகக் கோபம் நிறைந்த பாரதி, தமிழ்க் கவிதைக்கு எத்தனை வேகம் கொடுத்தாரோ, அத்தனை வேகம் பாரதிதாஸனின் கவிதைகளிலும் காணக்கிடக்கிறது என்பதுதான் இந்தக் கவிதைகளில் உள்ள விசேஷம். கோபப் பொருளைவிட என்னைப் பற்றிய வரையில் கோபாவேசமும் அது எடுக்கிற உருவமும்தான் முக்கியம் என்பேன்.

(படித்திருக்கிறீர்களா? 1, பக். 155, 156)

பாரதிதாசன் கவிதைகளின் முதல் தொகுதியில் காணப்படும் வேகத்தையும் அழகையும் அவர் விதந்து எழுதியிருக்கின்றார். அந்தத் தொகுதியிலே படித்து மகிழ வேண்டிய இடங்கள் பற்பல உண்டு என்று பின்வருமாறு போற்றியிருக்கின்றார்:

... மற்றும் பல கவிதைகளிலும் காணக்கிடக்கிற வேகத்தையும் அழகையும் சொல்ல இங்கு இடமில்லை. "குலுக்கென்று சிரித்த முல்லை"யையும், "முளைத்த கள்ளியினைக் கனல் மொய்த்துக் கரியாக்கி விளைத்த சாம்பலைப் போய் – இனி மேலும் உருக்கிடவே கொளுத்திடும் கானலை"யும், "தமிழின் விந்தையை எழுதத் தரமோ" என்கிற வரிகளையும், "வீறிட்ட காதலுக்கும் வேலி கட்டலுண்டோ?" என்பதையும், இது போன்று படித்து ஆனந்திக்க வேண்டிய இடங்கள் பற்பலவுண்டு பாரதிதாஸன் கவிதைகளிலே.

(மேலது, பக். 159, 160)

இறுதியாகப் பாரதியால் அறிமுகப்படுத்தப்பட்ட பாரதி தாசன், பாரதியின் கவிதாமண்டலத்தின் சிறப்பும் புகழும் மங்காத வகையில் படைத்த பல பாடல்களை இந்த முதல் தொகுதியானது கொண்டிருக்கிறது என்பதை இப்படி முடிவாகச் சுட்டுகின்றார்:

பாரதிதாஸன் என்ற கவிஞர் கனக சுப்புரத்தினம், "பாரதியாரின் கவிதா மண்டலத்தைச் சேர்ந்தவர்"

என்று சுப்பிரமணிய பாரதியாராலேயே தமிழுலகுக்கு அறிமுகம் செய்து வைக்கப்பட்டவர். அந்தக் கவிதை மண்டலத்தின் புகழ் மங்காத வகையிலேயுள்ள பல பாடல்களைப் பாரதிதாஸன் கவிதைகள் முதல் தொகுப்பிலே காணலாம்.

(மேலது, ப. 160)

இவ்வாறெல்லாம் புகழும் க.நா.சு. இத்தொகுதியில் இடம்பெற்ற சஞ்சீவி பர்வதத்தின் சாரல், புரட்சிக் கவி என்னும் இரு படைப்புகளின் சிறப்புகளையெல்லாம் பாடற்பகுதிகளையே எடுத்துக்காட்டி விளக்கியிருக்கின்றார். மேலும் தமது நோக்கில் விமர்சனமாகச் சிலவற்றையும் முன்வைத்திருக்கின்றார்:

சஞ்சீவி பர்வதத்தின் சாரல் என்று ஒரு சிறுகாவியம். ஹனுமான் சஞ்சீவி பர்வதத்தைப் பெயர்த்துவந்து லட்சுமணனைப் போர்க்களத்தில் உயிர்ப்பித்தான் என்று சொல்கிற ராமாயணக் கதை பொய்க்கதை, அர்த்தமற்றது என்று சொல்ல வருகிறார் கவிஞர் பாரதிதாஸன்: அழுத்தமாகவேதான் சொல்கிறார்.

(மேலது, ப. 153)

'ராமாயணம் பொய்க் கதை; அதை நம்புகிறவர்கள் மூடர்கள்; ஒரு சிலர் அதை வைத்துப் பொருள் பறிக்கிறார்கள் அப்பாவிகளிடமிருந்து' என்று கோபமாகக் கவிதை இயற்ற வந்த கவி, அதற்கு ருஜுவாக வேறு ஒரு பொய்க் கதையைத்தான் சிருஷ்டிக்க வேண்டியதாக இருக்கிறது. "ஹனுமாராம்! சஞ்சீவி பர்வதத்தைத் தூக்கி லங்கைவரை சென்று, திருப்பிக் கொணர்ந்து, கண்ணாடிப் பாத்திரத்தைக் கல் தரைமேல் வைப்பதுபோல் வைத்தாராம்! என்ன பேத்தல்!" என்று சொல்லவருகிற கவியும் அதற்குச் சற்றும் பின்னிடாத ஒரு 'பேத்தல்' கதையைத்தான் சொல்ல வேண்டியதாக இருக்கிறது

(மேலது, ப. 156)

என்று விமர்சனம் செய்யும் க.நா.சு. அவற்றைத் தாண்டியும் அந்தப் படைப்பு ஒளிர்வதைச் சுட்டத் தவறவில்லை.

"இன்றைய தாழ்ந்த நிலையை எண்ணி விம்மிக் கொந்தளிக்கும் கவியின் குரல் கம்பீரமாகக் கேட்கிறது"

(மேலது, ப. 153)

"இந்தியாவுக்குச் சுதந்திரம் வந்துவிட்டது என்பதனால், இந்த வரிகளில் கூறப்பட்டுள்ள அடிப்படை உண்மைகள் அழிந்துவிடவில்லை. எனினும் எந்த சீர்திருத்தவாதியின் கண்களிலும் படுவதைவிட உண்மை என்பது அதிகப்படியான விஸ்தீரணம் பரந்து கிடக்கிறது என்பதுதான் ஏற்றுக்கொள்ளப்பட வேண்டிய உண்மை"

(மேலது, ப. 155)

"சஞ்சீவி மலையின் சாரலிலே இரு பச்சிலைகளாம்! அதில் ஒன்றைத் தின்றால் உலகில் எங்கும் யார் பேசுவதும் காதில் விழுமாம்! மற்றொன்றைத் தின்றால் உலகில் நடப்பதவ்வளவும் தெரியுமாம்! 'இதென்னடா ஹனுமார் காரியத்தைத் தூக்கியடிப்பதாக இருக்கிறதே!' என்று கேட்கலாம். ஆகவே, விஷயம் அப்படி முக்கியமன்று இந்தச் சிறு காவியத்தில்; கவிதைக்குக் காரணமான கோபமும், கவிதை உருவமும், அதற்குக் கவிஞர் தந்திருக்கிற வேகமும்தான் முக்கியம்"

(மேலது, ப. 156)

"இந்தப் பதினாறு பக்கச் சிறு காவியத்தை வாய்விட்டு உரக்கப் படித்துக் கவிதையாக அநுபவிக்கலாம். கவிதையைப் பற்றிய வரையில் அது போதும் என்று எனக்குத் தோன்றுகிறது"

(மேலது, ப. 157)

புராண மாயங்களைக் கடிய வந்த கவிஞரும் பச்சிலைகளின் மாயங்களையே பயன்படுத்த வேண்டியிருப்பதைக் க.நா.சு. சுட்டிக் காட்டிய போதிலும் அந்தக் கவிதைக்குக் காரணமான கோபமும் கவிதை உருவமும் வேகமும்தான் முக்கியம் என்று தீர்ப்பும் உரைத்திருக்கின்றார். இந்தப் பச்சிலை உத்தி குறித்துக் க.நா.சு. தான் என்று இல்லை; பகுத்தறிவு இயக்க நிலையில் விளங்கிய சில ஆராய்ச்சியாளர்களும் கேள்விகளை எழுப்பியிருக்கின்றனர்.

அடுத்து, 'புரட்சிக்கவி' படைப்பைப் பற்றியும் விரிவாகப் பாடற் பகுதிகளுடன் எழுதியிருக்கின்றார் க.நா.சு. . கதை முடிவு குறித்து அவர் கேள்வியை எழுப்பினாலும், அதனை விடக் கவிஞரை இந்த முடிவுக்கு வரச் செய்த தார்மீகக் கோபமும் அந்தக் கோபம் எடுத்திருக்கின்ற கவிதை உருவமும்தான் முக்கியம் என்று தீர்ப்பும் கூறியிருக்கின்றார்:

"பில்ஹணீயம் எனும் வடமொழி நூலைத் தழுவிக் கவிஞர் பாரதிதாஸன் எழுதியுள்ள 'புரட்சிக்கவி' எனும்

சிறுகாவியத்திலும் இன்றைக்குகந்தது என்று கவி கருதும் ஒரு பிரசாரம் அமைந்து கிடக்கிறது. காதலர்களை ஒன்று சேரவிடாமல் தடுக்கும் மன்னவனிடமிருந்து அரசைப் பிடுங்கி மக்கள் தங்களுக்குள் பங்கிட்டுக் கொண்டார்கள் என்பது கதை முடிவு. மக்களே ஆளும் நாட்டிலும் அநீதிகள் நடப்பதுண்டு என்பதால், இந்த முடிவு சரியல்ல என்று சொல்ல வேண்டிய அவசியமில்லை, மறுபடியும் சொல்ல வேண்டுமானால், கவியை இந்த முடிவுக்கு வரச்செய்த தார்மீகக் கோபமும், அந்தக் கோபம் எடுத்திருக்கிற கவிதை உருவமும்தான் முக்கியம் என்று சொல்ல வேண்டும்"

(மேலது, ப. 157)

புரட்சிக்கவி படைப்பின் இறுதியில் இடம்பெறும் உயிர்நாடியான,

"தமிழறிந்த தால்வேந்தன் எனைஅ ழைத்தான்;
 தமிழ்க்கவியென் றெனைஅவளும் காத லித்தாள்
அமுதென்று சொல்லுமிந்தத் தமிழ்என் னாவி
 அழிவதற்குக் காரணமா யிருந்த தென்று
சமுதாயம் நினைத்திடுமோ! ஐய கோ!என்
 தாய்மொழிக்குப் பழிவந்தால் சகிப்ப துண்டோ?
உமையொன்று வேண்டுகின்றேன் மாசில் லாத
 உயர்தமிழை உயிர்என்று போற்று மின்கள்"

என்னும் பாடற்பகுதியை எடுத்துக்காட்டி இவை "அற்புதமான வாதங்கள்" (மேலது, ப. 159) என்று எழுதியிருக்கின்றார்.

~

சஞ்சீவி பர்வதத்தின் சாரலிலும் புரட்சிக்கவியிலும் சில கூறுகளில் கருத்து வேறுபாடு கொண்டாலும், அந்தப் படைப்பின் நியாயம் நிற்கிறது என்பதைக் க.நா.சு. தெளிவாகவே மொழிந்திருக்கின்றார். என்றாலும்கூட இந்த விமர்சனத்தின் சில வரிகள் சமகாலத்தில் சிலரை எதிர்வினை ஆற்றச்செய்திருக் கின்றன. குறிப்பாகச் சி. கனகசபாபதி, இந்தக் கருத்துக்கு எதிராகப் பின்வருமாறு எழுதியிருக்கின்றார்:

"இதில் பாரதிதாசன் கையாண்டுள்ள உத்தியைக் குறைகண்டிருக்கிறார் க.நா. சுப்ரமண்யம். நம்பத்தகாதன எல்லாம் நம்பவைக்கும் ராமாயணம் என்ற நலிவு தருங்கதை என்று குறித்துக்கொண்டே, அந்த நம்பத்தகாத நிகழ்ச்சிகளையே தாமும் கற்பனை செய்து 'சஞ்சீவி பர்வதத்தின் சாரலில்' எழுதுவது சரியா என்று கேட்டிருக்கிறார்"...

"'சஞ்சீவி பர்வதத்தின் சாரல்' ராமாயண விமர்சனம் அல்ல. ராமாயணத்தை மதிக்காதது போல் அது சொல்லியிருப்பதாக வருவித்துக் கொண்டு எரிச்சல் பட வேண்டியதில்லை, கவிஞன் காட்டும் நாலாவது பொருள்கூறான உத்தேசத்தை நாம் கழட்டி விட்டு விடக்கூடாது. இந்தியச் சமூக நிலைமையின் ஒரு விமர்சனப் பார்வையே அதில் இருக்கிறது. ராமாயணத்தில் வரும் அநுமான் சஞ்சீவி மலையைத் தூக்கியது போன்ற இயற்கை மீறிய நிகழ்ச்சிகள் எல்லாம் காவியக் கலை உத்தியைச் சேர்ந்தன அல்லவா? ஆனால் இந்திய மக்கள் அவைகளை முற்றும் நிஜநடப்புகளாக நம்பி, தங்கள் சொந்த மனித பலத்தையே இழந்துபோனது ஒருவகையில் மெய்தானே? எனவே இலக்கிய உத்திகளை அப்படியே இலக்கிய உத்திகளாகவே ஏற்றுக்கொண்டுவிட்டால் கவலை இராது என்று பாரதிதாசன் தாம் கவிஞராக இருந்து எண்ணியவர். இலக்கிய உத்திகளை மூடக்கற்பனைகளாக வாழ்க்கைக்குக் கொண்டுவந்து நிறுத்தியதால் ஏற்பட்டது மனக்கோளாறு இந்த மக்களுக்கு என்று பாரதிதாசன் தம் அறிவில் தெளிந்தார். உடனே தம் உணர்ச்சி உலகமான கலைக்கு வரும்போது, உத்தியை உத்தியாகக் கண்டு, அது தம்மைப் பற்றவும் தாம் அதைப் பற்றிக் கொண்டு 'சஞ்சீவி பர்வதத்தின் சாரலி'ல் நிஜநடப்பு உலகத்தைக் குறிப்புள்ள போக்கில் உணர்த்தக் கூடிய இலக்கிய உலகம் ஒன்றைப் படைத்தார். மற்றப்படி இயற்கை மீறிய நிகழ்ச்சிகளைப் படைப்பதான இலக்கிய உத்தியையே ஏளனப்படுத்த முள்ளை முள்ளால் எடுப்பதுபோல அப்படியே பாடினார் பாரதிதாசன் என்றும் கருதவே முடியாது. இ.எம். பாஸ்டர் ஆய்ந்து உரைத்ததுபோல இலக்கியத்தில் கற்பிதம் (பேன்டசி) தற்கால இலக்கியத்திலும் கொஞ்சம் இடம்பெறத்தான் செய்கிறது. தமிழ்ச் சிறுகதை உலகில் பார்த்தால் லா.ச. ராமாம்ருதத்தின் 'யோகமும்', ஜெயகாந்தனின் 'தேவன் வருவாரோ'வும் கற்பிதத்தின் ஊடுகலப்பில் இனியவை. 'சஞ்சீவி பர்வதத்தின் சாரலி'ல் வானொலியின் நினைப்பால் அந்த மாதிரி கற்பிதம் படைக்கப்பட்டு உருவானதும் நாம் எண்ணத்தக்கது"

('தமிழில் தற்கால தோரணை – பாரதிதாசன் கவிதைகள்', எழுத்து, ஆகஸ்டு 1965, ப. 139)

க.நா.சு.வின் கட்டுரையை மையமிட்ட எதிர்வினை என்று இல்லாவிட்டாலும் சற்று முன்னதாகவே எழுதப்பட்ட புதுமைப்பித்தனின் (1944) பாரதிதாசன் குறித்த கட்டுரையிலும்,

> "அவருடைய காவியங்களில், ராமாயணம் என்னும் பெரும் புளுகும், 'எங்கள் மடாதிபதி' 'சைவத்தை ஆரம்பித்த விமரிசையும்' இருந்தால் என்ன குற்றம்? அவர் கவி"

(*புதுமைப்பித்தன் கட்டுரைகள்*, ப. 202)

என்ற கேள்வியும் அமைகின்றது. எனினும் க.நா.சு.வால் அந்த உத்தி குறித்து, அந்தக் கவிதை குறித்து எழுதப்பட்டிருப்பது கனகசபாபதியால் நன்கு புரிந்துகொள்ளப்பட்டதா என்பது சிந்தித்தற்குரியது.

~

வாழுகின்ற காலத்திலேயே பாரதிக்கு ஈடான கவி என்று க.நா.சு.வால் பாரதிதாசன் இந்த விமர்சனத்தில் போற்றப்பட்டிருக்கின்றார். இது ஒருபுறமிருக்க, இந்த விமர்சனத்திற்கும் முன்னதாகக் க.நா.சு.விற்கும் பாரதிதாசனிற்கும் ஒரு தொடர்பு இருந்திருக்கின்றது.

க.நா.சு. ஆசிரியராக இருந்து நடத்திய *சூறாவளி*யின் முதல் இதழிலேயே பாரதிதாசனின் கவிதை வெளிவந்திருக்கிறது. 23.04.1939 நாளிட்ட அவ்விதழில் பி.எஸ். ராமையா, புதுமைப்பித்தன், க.நா.சு., ச.து.சு. யோகி, ந. சிதம்பர சுப்பிரமணியன் முதலியோர் எழுதியிருந்தனர். அந்த இதழில் "தும்பியும் மலரும்" என்னும் தலைப்பிலான 'பாரதிதாஸன்' கவிதை இடம்பெற்றிருந்தது. இது பிற்காலத்தில் *காதல் நினைவுகள்* (1944) என்னும் நூலில் இடம்பெற்றது.

தும்பியும் மலரும்

மகரந்தப் பொடியைத் – தென்றல்
வாரிக்கொண் டோடி
அகம்நொந்த தும்பி – எதிர்
அணியாகச் சிந்தும்
வகைகண்ட தும்பி – தன்
வயிடூரியக்கண்
மிகவே களிக்கும் – அவள்
விஷயந் தெரிந்தே!

"பூப்பெய்தி விட்டாள் – என்
பொற்றாமரைப் பெண்

மாப்பிள்ளை என்னை – அங்கு
வர வேண்டுகின்றாள்
நீர்ப்பொய்கை செல்வேன்" – என
நெஞ்சில் நினைக்கும்;
ஆர்க்கின்ற தீம்பண் – ஒன்றை
அவளுக் கனுப்பும்

அழகான பொய்கை – மணி
அலைமீது கமலம்
பொழியாத தேனைத் – தன்
புதுநாதன் உண்ண
வழி பார்த்திருந்தாள் – உடல்
மயலாற் சிவந்தாள்;
தழையும் பண்ணொன்று – வரத்
தன்மெய் சிலிர்த்தாள்.

கமழ்தாமரைப் பெண் – இதழ்க்
கலைசோர, கைகள்
அமையாது தாவ – ஆ!
ஆ!! என்றிருந்தாள்
இமைப்போதில் தும்பி – காதல்
இசைபாடி வந்தான்
கமழ் தாமரைப் பெண் – இதழ்க்
கையால் அணைத்தாள்.

(சூறாவளி, 23.04.1939, ப. 51)

க.நா.சு. முதன்முறையாக நடத்திய இலக்கிய இதழின் முதல் வெளியீட்டிலேயே பாரதிதாசன் இந்தக் கவிதையை எழுதியிருக்கின்றார். க.நா.சு. என்னும் இலக்கிய மனிதரைப் பாரதிதாசன் அறிந்திருந்தார், அவர் நடத்தும் இதழுக்குக் கவிதையை அளித்திருந்தார் என்பதை இக்கவிதை வெளியீடு காட்டுகின்றது.

~

பாரதிதாசன் கவிதைகளின் கவித்துவ மேன்மையைக் க.நா.சு. சுதேசமித்திரன் இதழிலேயே பாராட்டி எழுதியிருக் கின்றார்; விமர்சனம் செய்திருக்கின்றார். தமிழ் இலக்கியப் பரப்பில் முக்கியமான நூல்களில் ஒன்று என்று கருதிப் பதிவுசெய்திருக்கின்றார். பாரதிதாசனும் க.நா.சு.வை அறிந்து அவரது இதழ் முயற்சியை ஊக்குவிக்கும் நோக்கிலோ, தமது கவிதையைப் புதிய இதழ் ஒன்றின் வாயிலாகவும் வெளியிட விரும்பிய நோக்கிலோ க.நா.சு. இதழில் கவிதை படைத்திருக்கின்றார்.

எனினும் பிற்காலங்களில் க.நா.சு. பாரதி வரிசையிலான அடுத்த கவிஞராகப் பாரதிதாசனைச் சுட்டியிருப்பதைக் காண முடிகின்ற போதிலும் பாரதிதாசனின் பேரிடத்தை மதிப்பிட்டதாகவோ போற்றியதாகவோ அறிய முடியவில்லை. அவர் பிற்காலத்தில் நடத்திய இலக்கிய வட்டம் இதழில் கூடுதலான பதிவுகளைக் காண முடியவில்லை. எனினும் நம் கண்ணுக்கு எட்டாத க.நா.சு.வின் எழுத்துலகத்தை முழுமையாகக் கண்ணுறும் எதிர்காலச் சூழலில் பாரதிதாசன் பற்றிப் பிற்காலத்தில் க.நா.சு. எவ்வாறு மதிப்பிட்டார் என்பது தெளிவாகும்.

~ ~

6
பாரதிதாசனும் சி.சு. செல்லப்பாவும்

சிறந்த சிறுகதைகள் படைத்த மணிக்கொடி எழுத்தாளராகவும், 'வாடிவாசல்' என்னும் படைப்பைப் படைத்த புனைகதையாசிரியராகவும், புதுக்கவிதை இயக்கத்தை உருவாக்கியவராகவும், இலக்கிய விமர்சனத்தை முன்னெடுத்த முதன்மையாளர்களுள் ஒருவராகவும், புதுக்கவிதை வளர்ச்சி – இலக்கிய விமர்சனம் ஆகிய வற்றுக்குத் தளம் அமைத்துத் தந்த மணிக்கொடி, சூறாவளி, சந்திரோதயம் என்னும் மரபில் மலர்ந்த எழுத்து இதழின் ஆசிரியராகவும், விருதுகளையும் பரிசுகளையும் பண உதவியையும் நாடி ஓடாமல் இலக்கிய வேள்வியாகவே வாழ்வை நடத்தியவராகவும், இலக்கிய வளர்ச்சிக்காக முதிய வயதிலும் கல்வி நிறுவனங்களையும் ஆய்வு நிறுவனங்களையும் தேடித்தேடிச் சென்று – சுமக்க முடியாமல் கைகள் வலிக்க வலிக்கத் தூக்கிச்சென்று தாம் பதிப்பித்த இதழையும் நூல்களையும் விற்பனை செய்த பதிப்பாளராகவும், காந்திய நெறியில் பற்றுக்கொண்டு இந்திய விடுதலைக்காக உழைத்த தியாகியாகவும், ராஜமையர் பிறந்த ஊரிலேயே பிறந்து அவ்வூரில் ராஜமையரின் நூற்றாண்டைச் சிறப்பாகக் கொண்டாடிய – முன்னோடிகளைப் போற்றும் பேருள்ளம் கொண்டவராகவும் விளங்கியவர் சி.சு. செல்லப்பா.

சி.சு. செல்லப்பாவின் பங்களிப்பைக் கொண்டாடும், போற்றும் எழுத்தாளர்கள் குறிப்பிடத்தக்க அளவில் இன்றும் உள்ளனர். சி.சு. செல்லப்பா பாரதிதாசனைக் கொண்டாட வில்லை என்று கருதுவோரும், அவர்வழி நிற்பதாகக் கருதிக் கொண்டு தாங்களும் பாரதிதாசனைக் கொண்டாடாமல் இருப்போரும் தமிழிலக்கிய உலகில் இருந்துகொண்டிருக் கின்றனர்.

கவிஞர்களில் ந. பிச்சமூர்த்தியையும் சிறுகதை எழுத்தாளர்களில் ராமையாவையும் முதன்மைப்படுத்தி உயர்த்திப் பிடித்தவர் சி.சு. செல்லப்பா என்பது உண்மைதான். என்றாலும் அவர் பாரதிதாசன் முதலியோரை அறியாதவர் அல்லர். அவர்களின் கவித்துவத்தை, உயரிய இடத்தை உணராதவர் அல்லர். அதனை வெளிப்படுத்த விரும்பாதவரும் அல்லர். புதுக்கவிதை இயக்கத்தைத் தன் இதழால் உருவாக்கி அதன் நிலைபேற்றுக்காக அரும்பாடுபட்ட அவர் ந. பிச்சமூர்த்திக்கு உச்ச இடத்தினை வழங்கியதற்குக் காரணம் தமிழ்க்கவிதை வரலாற்றில் திருப்புமுனையாக அமைகின்ற வசன கவிதை – புதுக்கவிதை இலக்கிய முதல்வர் என்பதே ஆகும்.

பெரிதும் அவர் இயங்கிய தளம் புனைகதை இலக்கியம், இலக்கிய விமர்சனம், புதுக்கவிதை இலக்கியம் ஆகியன. மரபுக் கவிதைகளை அவர் நன்கு பயின்று திளைத்த போதிலும், பாரதி மீது மட்டற்ற ஈடுபாடு கொண்டிருந்த போதிலும் அவர் முன்னெடுத்த முதன்மைக் களங்களின் மீதான கவனம் காரணமாகவே மரபுக்கவிதை இலக்கியங்கள் குறித்துப் பேசுவதில் அவர் ஈடுபாடு காட்டவில்லை.

எனினும், சி.சு. செல்லப்பா பாரதிதாசனைப் பொருட் படுத்தவில்லை, உரியவாறு போற்றவில்லை என்னும் கருத்துகள் அவ்வப்போது சிலரால் வெளிப்படுத்தப்படுகின்றன. பொருட்படுத்தத்தக்கவரல்லாதோர் இவ்வாறான கருத்துகளை முன்வைக்கும்போது நாமும் அவற்றைப் பொருட்படுத்தத் தேவையில்லை. ஆனால், தமிழ் ஆராய்ச்சி உலகத்தில் உயர்நிலை ஆராய்ச்சியாளர்கள், அறிஞர்கள் இவ்வாறு கூறும்போது அவற்றைக் குறித்து நாம் சிந்திக்க வேண்டியுள்ளது. இவ்வாறான கருத்தை ஒருமுறை தமிழவன் முன்வைத்திருப்பது இத்தொடர்பில் நாம் எண்ணத்தக்கதாகின்றது:

ந. பிச்சமூர்த்தியின் கவிதைகளை அருமையாய்ப் பாதுகாத்து இருபதாம் நூற்றாண்டுத் தமிழிலக்கிய வரலாற்றைப் புரட்சிகரமாக மாற்றி ஒழுங்கமைத்தவர் சி.சு. செல்லப்பா. செல்லப்பாவின் இலக்கிய வரலாற்றில்

பாரதிதாசனுக்கு இடமில்லை. அவருக்குப் பாரதிக்குப் பிறகு ந.பிச்சமூர்த்தி. இந்த இலக்கிய அதிகார ஒழுங்கமைப்பு எவ்வளவு தவறானதாக இருந்தாலும் சி.சு. செல்லப்பா ஒருவகையில் வெற்றி பெற்றுவிட்டார். ந. பிச்சமூர்த்தி, சி.சு. செல்லப்பா இல்லாவிட்டால் புதுக்கவிதையின் தந்தை என்ற மகுடத்தை நிச்சயம் பெற்றிருக்க மாட்டார். பிச்சமூர்த்தி 1944-க்குப் பிறகு 15 வருடங்கள் கவிதை எழுதவில்லை. சி.சு.செல்லப்பா வின் 'எழுத்து' இதழுக்காகவே (இது தொடங்கப்பட்டது 1959ஆம் ஆண்டு) கவிதை எழுதத் தொடங்கியுள்ளார். அதாவது சி.சு. செல்லப்பா புதுக்கவிதையின் கோட் பாட்டாளர். ஒரு கோட்பாட்டாளர்தான் புதுக் கவிதையைத் தீர்மானித்தார்; புதுக்கவிதையின் தந்தையை உருவாக்கினார். மொத்த 20ஆம் நூற்றாண்டின் தமிழிலக்கிய சரித்திரத்தை மாற்றினார்.

('பாரதிதாசன் உயிர்ப்பித்த திராவிட மரபு', தீராநதி, ஏப்ரல், 2010, ப. 25)

இந்தக் கூற்றில் தமிழவன் சி.சு.செல்லப்பாவின் அரிய பங்களிப்பை நுட்பமாக நோக்கிக் கருத்துகளை வெளிப்படுத்தி யுள்ளார். இருபதாம் நூற்றாண்டுத் தமிழிலக்கிய வரலாற்றை ஒரு படைப்பாளி என்கிற நிலையில் அல்லாமல் மாற்றியமைத்த செல்லப்பாவின் சாதனை எத்தகையது என்பதை அவர் நன்கு புலப்படுத்தியுள்ளார். எனினும், இக்கூற்றில் பாரதிக்கு அடுத்துச் செல்லப்பாவிற்கு ந. பிச்சமூர்த்தியே முதன்மையானவர் என்னும் கருத்தும், செல்லப்பாவின் இலக்கிய வரலாற்றில் பாரதிதாசனுக்கு இடமில்லை என்னும் கருத்தும் இடம்பெற்றுள்ளன. இவ்வாறு பாரதிதாசனைத் தவிர்த்து வரிசைப்படுத்துவது தவறானது என்பதையும் தமிழவன் இக்கூற்றுள் சுட்டியுள்ளார். இந்தக் கருத்துரை செல்லப்பாவைக் குறித்த ஒரு தவறான பதிவாக அமைவதோடு செல்லப்பா உள்ளிட்ட மறுமலர்ச்சி இலக்கிய எழுத்தாளர்களால் போற்றப்படாதவர் பாரதிதாசன் என்னும் எண்ணத்தையும் இலக்கிய உலகில் விதைத்து விடுகின்றது.

செல்லப்பா தனியாக இலக்கிய வரலாறு எதையும் எழுதவில்லை. தமிழவன் 'செல்லப்பாவின் இலக்கிய வரலாற்றில்' என்று குறிப்பிடுவதானது 'செல்லப்பாவின் இலக்கிய வரலாற்றுப் பார்வையில்' என்ற பொருளிலேயே அமைகின்றது.

செல்லப்பாவின் இலக்கிய வரலாற்றில் 'பாரதிக்குப் பிறகு ந. பிச்சமூர்த்தி'யே இடம்பெறுகின்றார் என்று தமிழவன் எதன் அடிப்படையில் கருத்துரைத்துள்ளார்

என்று சிந்தித்தால், 1985ஆம் ஆண்டு 'க்ரியா' வெளியிட்ட பிச்சமூர்த்தி கவிதைகள் நூலுக்குச் சி.சு.செல்லப்பா எழுதிய 34 பக்க அளவிலான நீண்டதொரு முன்னுரையின் அடிப்படையிலேயே என்பதை உணரமுடிகின்றது. அந்த முன்னுரையின் தலைப்பு "மாகவிஞன் பிச்சமூர்த்தி" என்றமைகின்றது. அதன் முதல் பகுதி இவ்வாறு தொடங்குகின்றது:

> இருபதாம் நூற்றாண்டுத் தமிழ்க் கவிதைத் துறை வரலாற்றில் இதுவரை இரண்டு குறிப்பிடத்தக்க புரட்சிகள் நம் கண்முன் நடந்திருக்கின்றன. சென்ற நூற்றாண்டு பின்பகுதியில் (1882) பிறந்த சுப்ரமண்ய பாரதி பதினோரு வயதிலேயே பாரதி பட்டம் புலவர் களிடமிருந்து பெற்று, 1904இல் தன் முதல் 'தனிமை இரக்கம்' கவிதையுடன் கவி வாழ்வை ஆரம்பித்தான். 1921இல் அவன் அமரன் ஆகுமுன் குறுகிய பதினேழு ஆண்டுகளுக்குள், கம்பனுக்குப் பின் பொலிவு குன்றி இருந்த கவிதைத் துறையில் புதிய திருப்பம் விளைவித்து நூதன பரிமாணங்களும் சேர்த்தான். சுமார் முன்னூறு சிறிய பெரிய கவிதைகளும் இரண்டு குறுங்காவியங் களும் அவன் அளித்த வளப்பங்கு ஆகும். இது, முதல் புரட்சி. அவன் மறைந்து பதினோரு ஆண்டுகள்தான் ஆகி இருந்தது. இந்த நூற்றாண்டின் முதல் ஆண்டையே (1900) ஆரம்பித்துவைத்து பிறந்த ந.பிச்சமூர்த்தி கல்லூரி நாட்களிலேயே கவிதை எழுதப் பழகி, தன் இருபத்தி நாலாவது வயதில் (1924) பாரதியின் கண்ணன் கவிதை களால் ஈர்க்கப்பட்டு தன் முதல் 'காதல்' கவிதையுடன் தன் கவிதை வாழ்வைத் தொடங்கினார். நிறைவாழ்வு வாழ்ந்து 1977இல் மறையுமுன் எழுபத்தெட்டு புதுக் கவிதைகளும் ஏழு புதுக்கவிதைக் குறுங்காவியங்களும் படைத்து பாரதிக்குப் பின் இன்னொரு திருப்பம் விளைவித்து புதுப்பரிமாணங்களும் சேர்த்தார். இது இரண்டாவது புரட்சி.

(பிச்சமூர்த்தி கவிதைகள், ப. IX)

சி.சு. செல்லப்பாவின் இந்தக் கருத்துரையே தமிழவனை மேற்சுட்டியவாறு எழுதத் தூண்டியிருக்க வேண்டும். இந்தக் குறிப்பு, பாரதிக்குப் பின் பிச்சமூர்த்தியே செல்லப்பாவைப் பொறுத்தவரை முதன்மையானவர் என்று அமைவதாகத் தமிழவன் புரிந்துகொண்டுள்ளார். எனினும், இந்தக் குறிப்பை ஆழ்ந்து நோக்கினால் புதுக்கவிதையின் முன்னோடியும் முதல்வருமாக விளங்கிய ந. பிச்சமூர்த்தியின் கவிதைத்தொகுதிக்கு

எழுதப்பட்ட முன்னுரை இது என்பதையும் புதுக்கவிதை என்பது இலக்கிய வகை – கவிதை வடிவ – நிலையில் பாரதிக்குப் பிந்தைய திருப்பம், இரண்டாவது புரட்சி என்னும் நிலையில் அதனை நிகழ்த்திய பிச்சமூர்த்தியை அந்த இடத்தில் வைத்து இந்தக் குறிப்பு பேசுகின்றது என்பதையும் விளங்கிக்கொள்ள முடியும்.

~

தமிழ்க் கவிதை வரலாற்றில் பாரதிக்குப் பிந்தைய திருப்புமுனையாக, இரண்டாம் புரட்சியாகச் செல்லப்பாவின் மதிப்பீட்டில் அமைகின்ற புதுக்கவிதை இலக்கிய இயக்கத்தின் முதல்வர் என்னும் நிலையிலேயே 'பாரதிக்கு அடுத்து ந. பிச்சமூர்த்தி' என அவர் குறிப்பிட்டிருக்கின்றார் என்றால், பாரதிதாசனைக் குறித்த சி.சு.செல்லப்பாவின் பார்வை என்னவாக இருந்தது? செல்லப்பாவின் இலக்கிய வரலாற்றுப் பார்வையில் பாரதிதாசன் எந்த இடத்தை வகிக்கின்றார்? செல்லப்பா பாரதிதாசனைப் பற்றி ஏதேனும் எழுதியிருக்கின்றாரா? பொருட்படுத்தியிருக்கின்றாரா? போற்றியிருக்கின்றாரா? தமிழ்க் கவிதை வரலாற்றில் பாரதிதாசனைச் செல்லப்பா எந்த இடத்தில் வைத்து எழுதியிருக்கின்றார்? என்னும் வினாக்கள் இயல்பாகவே எழும். இந்தக் கேள்விகளுக்கு விடைகாண வேண்டும் என்றால் ஒரு புதுக்கவிதை நூலுக்கு எழுதிய முன்னுரையை மட்டும் வைத்துக்கொண்டு பதில் சொல்ல முயலக்கூடாது. ஒட்டுமொத்தச் செல்லப்பாவின் எழுத்துலகத்தை ஆராய்வதே இதற்கான விடையை வழங்கவல்லது. அந்த அடிப்படையில் சி.சு.செல்லப்பாவின் எழுத்துலகத்தை ஆராய்கையில் உரிய உண்மைகள் புலனாகின்றன. அவற்றை இங்கே நிரல்பட நோக்கலாம்.

தருமு சிவராமின் கவிதைகளின் படிம ஆட்சியை விரிவாகப் பேசவந்த சி.சு.செல்லப்பா அதனை வரலாற்றுப் போக்கில் வைத்து ஆராய்ந்து விளக்கியுள்ளார். இந்த ஆராய்ச்சி உரையானது செல்லப்பாவின் *இலக்கியச் சுவை* என்னும் நூலில் 'தருமு சிவராமுவின் படிமப் பாங்கு' என்னும் கட்டுரையாக அமைந்துள்ளது. இந்தக் கட்டுரையிலே சங்க இலக்கியங்கள் தொடங்கிப் பல பண்டைய இலக்கியங்களையும் அவர் ஆராய்ந்துள்ளார். தற்கால இலக்கியங்களில் பாரதி கவிதைகளில் இடம்பெற்றுள்ள படிம அமைப்புகளை ஆராய்ந்துள்ளார். பாரதிக்குப் பின் பாரதிதாசன் கவிதைகளில் இடம்பெற்றுள்ள படிம அமைப்புகளை ஆராய்ந்துள்ளார். இந்தக் கட்டுரையின் தொடக்கப் பகுதியிலும் சரி, பாரதிதாசன் கவிதைகளின் படிமங்களை ஆராயும் இடத்திலும் சரி அவர் எழுதியுள்ள

குறிப்புகள் இத்தொடர்பிலே நாம் கவனத்தில் கொள்ளத் தக்கனவாகின்றன:

> சங்க காலம் முதல் பாரதி வரை வளர்ந்த பழங்கால, தூரத்து மரபு. பாரதியிலிருந்து, பாரதிதாசன், ச.து. சுப்ரமண்ய யோகி, ந.பிச்சமூர்த்தி, சி.மணி வரை வளர்ந்த ஒரு வெகு சமீபத்திய மரபு, இந்த சமீபத்திய மரபை ஒட்டி வருபவர் சிவராமு. பாரதி, பிச்சமூர்த்தி ஆரம்பித்து வைத்த புதுக்கவிதைத் துறைவழி வந்தவர். 'எழுத்து' வின் புதுக்கவிதை இயக்க காலகட்டத்தில் தோன்றியவர்.
>
> (இலக்கியச்சுவை, ப. 80)

> பாரதி கவிதைபாணியைப் பின்பற்றியவர் பாரதிதாசன். அவரது படிமப் பாங்கும் அவன் வழியாகவேதான் ஆரம்பம் என்றாலும் அவர் படிமங்களும் தனிச் சிறப்பானதாக அமைகின்றன. 'கீரியின் உடல் வண்ணம் போல் மணல் மெத்தை அலையோ கல்வி நிலையத்தின் இளைஞர் போலப் பூரிப்பால் ஏறும் விழும்' என்பன போல நிஜவாழ்வியல் உவமைப் படிமங்கள், சிறப்பானவை. 'இரு விழிச்சிறகு', 'கிளிச்சிறகாடை', 'தேங்கீற்று கொன்றை எல்லாம் பெருங்காட்டின் – கூரை', 'ஊளைச்சங்கு', 'நீல முக்காட்டுக்காரி', 'நிலாப்பெண்ணாள்', 'நாரைவெண் தாழம்பு', 'இருட்பலா', 'ஒளிச்சுளை', 'சுடர்ப் பொன் நீர்', 'பாழ் என்ற நிலையில் வாழ்வைப் பயிரிட்ட உழவன்', 'விண்மீனாய்க் கொப்பளித்த விரிவானம்', 'பாற்புகை முகில்', 'திங்கட் சேவல்', 'பூனை இருட்டையும்', 'கிழக்குப் பெண் விட்டெறிந்த கிளிச்சிறைப் பரிதிப்பந்து', 'மணல்தக்காளி எழில் ஒளிச் செங்காய்க் கண்', 'பகல் உடைதங்கச் சேலை', 'வெண்பட்டில் இராச்சேலைமேல் வேலைப்பாடு' (இருள்பற்றி), 'கரிய கூந்தற் கொண்டையில் ஒளியைக் காட்டும் குளிர்நிலா வைரவில்லை' என்பவை போன்ற உருவக, உவமை படிமங்களை நிறைய அவர் கவிதைகளில் காணலாம்.
>
> (மேலது, ப. 83)

> இவர்களுக்குப்பின் சாலிவாஹனன், கம்பதாசன், கொத்தமங்கலம் சுப்பு, கண்ணதாசன், சுரதா ஆகியோரும் தற்காலப் பாங்கான படிமங்களை பிரயோகித்தவர்கள்...

இவர்களைத் தாண்டிப் பிச்சமூர்த்திக்கு வருகிறேன். காலம் ரீதியாக அவர் பாரதிதாசன் தவிர மற்றவர்களுக்கு முந்தியவர் என்றாலும் பாரதிக்குப்பின் அவர் தனித்து எடுத்துக்கொள்ள வேண்டியவர் என்பதுக்காகவும் அவர் வழியில் கவிதைத் துறையில் ஒரு புதிய இயக்கம் தோன்றுவதுக்கு அவர் மூலவராக இருப்பவர் என்பதுக்காகவும் இப்போது எடுத்துக் கொள்கிறேன்.

(மேலது, பக். 84, 85)

செல்லப்பாவின் இந்தப் பகுதிகள் வரலாற்று நோக்கில் தமிழ்க் கவிதையில் பாரதிக்கு அடுத்துப் பாரதிதாசன் என்பதை மீண்டும்மீண்டும் குறிப்பிட்டுச் செல்கின்றன. மேலும் கவிதைத் துறையில் ஒரு புதிய இயக்கம் தோன்றுவதற்கு மூலவராக இருப்பது கொண்டு ந. பிச்சமூர்த்தியைத் தனித்து எடுத்துக்கொள்ள வேண்டியிருப்பதையும் அவர் தெளிவாகச் சுட்டியிருக்கின்றார். மேலும், பாரதிக்கு அடுத்துப் பேசுமிடத்தில் பாரதிதாசனையே முதலில் வைத்து அவர் விரிவாகப் பேசியிருக்கின்றார். அவரை அடுத்துச் சது.சு. யோகியைப் பற்றிப் பேசுகின்றார். பாரதியின் கவிதைப் பாணியைப் பின்பற்றிய பாரதிதாசன், பாரதி வழிப்பட்டுப் படிமப் பாங்கினைக் கொண்டு தொடங்கிய போதிலும் அவருடைய படிமங்கள் தனிச்சிறப்பானவையாக அமைவதனைத் தெளிவாகச் சுட்டுகின்றார். செல்லப்பாவின், பாரதிதாசனின் படிமத் தொடர்களைச் சரளமாக மேற்கோள் காட்டும் போக்கு அவர் பாரதிதாசனில் எவ்வளவு ஆழமான பயிற்சியோடு தோய்ந்திருந்தார் என்பதனை உணர்த்துகின்றது. மேலும் இத்தகைய பகுதிகள் செல்லப்பாவின் இலக்கிய வரலாற்றில் பாரதிக்கு அடுத்து ந. பிச்சமூர்த்தி அன்று; பாரதிதாசனே இடம்பெறுகின்றார் என்பதை உறுதிப்படுத்துகின்றன.

வேறொரு பொருண்மையில் எழுதுமிடத்தில் சி.சு. செல்லப்பா, 'பாரதிதாசன் வசனகவிதை எழுதியதாகத் தெரியவில்லை' என்று சொல்லவருகின்றபோது, 'பாரதியின் கவித்துறை தாசன் பாரதிதாசன்' என்பதையும், அவர் பாரதி தோற்றுவித்த புதுபாணியான புதுக்கவிதையைப் பின்பற்றத் தொடங்கியிருக்க வேண்டும் என்று எதிர்பார்ப்பது தவறாகாது என்றும், எனினும் அவர் அவ்வாறு செய்யவில்லை என்பதையும் பின்வருமாறு குறிப்பிட்டிருக்கின்றார். இந்த இடங்களிலும் அவர் பாரதிக்குப் பின் பாரதிதாசன் என்பதையே இயல்பாகச் சொல்லிச் செல்லுகின்றார். எனவே தமிழ்க்கவிதைத்துறை குறித்த அவரது மதிப்பீட்டில் பாரதிக்கு அடுத்துப் பாரதிதாசனே இயல்பாகக் கண்முன் காட்சி தருகின்றார் என்பது தெளிவாகின்றது:

பாரதியிலிருந்து புதுக்கவிதை பாணி ஆரம்பம் என்று நாம் நிர்ணயித்துக் கொண்டு மேலே தொடர்வோம். அவருக்குப்பின் பதின்மூன்று ஆண்டுக்காலம் (1921–1934) பாரதியின் புதியபாணி தொடரப்படவில்லை. பாரதியின் கவித்துறை தாசனான பாரதிதாசன் அந்த புதுப்பாணியை பாரதியிடமிருந்து வாங்கிக் கொண்டு பின்பற்ற ஆரம்பித்திருக்கலாம் என்று நாம் எதிர்பார்ப்பது தவறாகாது என்று நான் நம்புகிறேன். . .

பாரதிக்குப்பின் பாரதிதாசன் அவர் வழி 'நவகவிதை' முயற்சி சோதனைகளைத் தொடர்ந்தாரா என்ற கேள்வியை எழுப்பிக் கொண்டால் எனக்குத் தெரிந்த அளவில் குறிப்பிடும்படியாகத் தொடரவில்லை என்பது தான். பாரதியின் சமூக, சமுதாயக் கருத்துகளுக்கு மீட்டாக அவர் கையாண்டிருக்கலாம். அது வேறு விஷயம். அவர் அதிகம் மரபுவழியில்தான் சிறிது மாறுதல்களுடன் கவிதை உருவங்களைக் கையாண்டிருப்பதாக எனக்குப்படுகிறது. யாராவது இது பற்றி ஆராய்ந்து சொல்லக் கூடுமானால் நான் தெரிந்து கொள்ள விரும்புகிறேன்.

('எழுத்து புதுக்கவிதையாளர்கள்', *இலக்கியச்சுவை*, பக். 147, 148)

இந்தக் கருத்துரையுள் செல்லப்பா, பாரதியின் சமுதாய நோக்கிலான கவிதைப் பொருண்மையைப் பாரதிதாசன் தொடர்ந்து மேலெடுத்தார் என்பதைச் சுட்டுகின்ற அதே வேளையில் வடிவ நிலையிலான புதுபாணியைத் தொடர்ந்து மேலெடுக்கவில்லை என்பதையே அழுத்தமாகக் குறிப்பிட வருகின்றார். இக்கூற்றைக் கூர்ந்து நோக்கினால் வடிவ நோக்கிலான புதுபாணியைத் தொடர்ந்து முன்னெடுத்தவராகக் காட்சி தருகின்ற ந. பிச்சமூர்த்தியே இன்னொரு திருப்பத்தை ஏற்படுத்திய, இரண்டாவது புரட்சியை நிகழ்த்திய வகையில் பாரதிக்கு அடுத்துச் செல்லப்பாவால் (*பிச்சமூர்த்தி கவிதைகள்* நூலுக்கான முன்னுரையில்) குறிப்பிடப்பட்டுள்ளார் என்னும் உண்மை விளங்கும்.

பிறிதோர் இடத்திலும் செல்லப்பா இலக்கிய வரலாற்றுப் பார்வையில் பாரதியையும் பின்வந்தோரையும் வைத்துப் பேசியிருக்கின்றார். அந்த இடத்தில் மிகத் தெளிவாகப் பாரதிக்கு அடுத்து வருவோர், அவர்களுக்கு அடுத்து வருவோர் என்று நிரல்படுத்துகின்றார். பாரதிக்கு அடுத்து வருவோரை அடுத்து வரும் வரிசையில்தான் முதலாமவராக ந. பிச்சமூர்த்தியை அவர்

குறிப்பிடுகின்றார். எனினும், புதுக்கவிதை என்னும் இலக்கிய வடிவத்தின் முதன்மையாளராக விளங்குவதால் அந்த நோக்கில் அவர் தனித்து அடையாளப்படுத்தப்படுகிறார். *எழுத்து* இதழில் செல்லப்பா எழுதிய 'புதுக்கவிதையில் இன்னொரு மைல்கல்' என்னும் தலையங்கத்தில் இந்த வரலாற்றுப் பார்வை இடம் பெற்றுள்ளது. அதனை இங்கே நோக்கலாம்:

> *சரி, பாரதி வரைக்கும் சரி. இருபதாம் நூற்றாண்டு ஆரம்பத்தில் பாரதி ஒரு மைல்கல்லை நாட்டிக் கவிதைத் துறையில் ஒரு திருப்பம் ஏற்படுத்தி இடமும் பெற்று விட்டான். இனி பாரதிக்குப் பிறகு? பாரதியை முன்னோடியாகக் கொண்டு வழிவந்த படைப்பாளிகளை நாம் பார்க்க முற்பட்டிருக்கிறோமா? இல்லை, பாரதிபோல அவர்களும் மற்றொரு பின்காலத்துக் கவனத்துக்குத்தான் உரியவர்கள் என்று கருதி நிற்கவைத்துவிட்டோமா? எதைச் செய்திருக்கிறோம்?*
>
> *பாரதிக்குப்பின் நமது பட்டியலில் அடுத்து வருகிறவர்கள் பாரதிதாஸன், ச.து. சுப்ரமண்ய யோகி, நாமக்கல் ராமலிங்கம் பிள்ளை. இவர்கள் பாரதி வழியில் கொஞ்சதூரம் வந்து சுவடு மாறினவர்கள். சுவடு மாறிய பின் 'தனி முத்திரை' என்று சுட்டிச் சொல்லும்படியான சாதனை காட்டியவர்கள் இல்லை என்று சொல்லலாம், இவர்கள் உள்ளடக்கம் வெவ்வேறானது என்பதோடு, அமைப்பும் அதேபோலத்தான். ஆனாலும் மரபு வழி அமைப்பு இவர்களுக்குள் பொதுவானது. இவர்களுக்குப்பின்?*
>
> *அடுத்த பட்டியல் தொடுக்க முற்படும் போது முதலில் வருபவர் ந. பிச்சமூர்த்தி. மேல் நாட்டில் இலியட், யீட்ஸ், பவுண்ட், ரில்கே, வாலெரி போல ஒரு நவீன தொனியையும் பாணியையும் திடமாகக் கையாண்டு புரட்சி விளைவித்துவரும் முதன்மைக் கவி அவர்.*
>
> (*எழுத்து*, மே 1963, ப. 86)

இந்தப் பகுதியில் பாரதிதாசனையும் அவரை அடுத்துச் ச.து.சு. யோகி, நாமக்கல் ராமலிங்கம் பிள்ளை ஆகியோரையும் பாரதி மரபில் வந்து பின்னர்த் தனித்த அடையாளங்களைப் பதிக்க முயன்றவர்கள் என்றும், எனினும் அந்த மரபினைத் தாண்டிய தனித்த சாதனைகளை அவர்கள் நிகழ்த்தவில்லை என்றும் செல்லப்பா குறிப்பிட்டிருக்கின்றார். இது அந்த மூன்று கவிஞர்களைக் குறித்த செல்லப்பாவின் விமர்சனமாகும். ஆனால்,

பாரதிக்கு அடுத்துப் பாரதிதாசன் என்பது எப்பொழுதுமே அவர் நினைவில் இருந்துகொண்டிருக்கின்றது என்பதை இந்தப் பகுதிகளும் உணர்த்துகின்றன.

~

இவை - அனைத்தினும் மேலாகச் செல்லப்பாவின் இலக்கிய வரலாற்றுப் பார்வையில் பாரதிதாசனின் இடம் எடுத்துரைக்கப்பட்டிருக்கின்றது; அழுத்தந்திருத்தமாக முன் வைக்கப்பட்டிருக்கின்றது; உறுதிப்பட மொழியப்பட்டிருக்கின்றது. அந்தப் பதிவு 1964ஆம் ஆண்டில் பாரதிதாசன் காலமானபோது எழுதப்பட்ட பதிவாகும்.

மறுமலர்ச்சி இலக்கியத்தின் குறிப்பிடத்தக்க இதழாகவும், சிறுபத்திரிகை இதழ் இயக்க வரலாற்றில் முன்னோடியாகவும் முன்மாதிரியாகவும் அமைந்ததாகவும் விளங்கிய *எழுத்து* இதழ் பாரதிதாசனின் மறைவிற்கு ஒரு தலையங்கம் எழுதி உரிய – உயரிய அஞ்சலியைச் செலுத்தியிருக்கின்றது என்பது மறுமலர்ச்சி இலக்கிய இயக்க வரலாற்றிலும், பாரதிதாசன் கவிதை இலக்கிய வரலாற்றிலும் குறிப்பிடத்தக்கதாகும். ச.து.சு. யோகியார் மறைந்தபோது *எழுத்து* இதழ் அஞ்சலி செலுத்தியபோதிலும் அது தலையங்கமாக அமையவில்லை. பாரதிதாசனுக்கு எழுதப்பட்டதைப் போல விரிவாகவும் ஆழமாகவும் அமைய வில்லை. இந்தத் தன்மைகளே புத்திலக்கியத்தை முன்னெடுத்த *எழுத்து* இதழின் ஆசிரியரான செல்லப்பா பாரதிதாசனை எந்த உயரிய இடத்தில் வைத்துப் போற்றினார் என்பதற்குத் தெளிவான சான்றுகளாக அமைகின்றன.

1964 மே, *எழுத்து* இதழில் செல்லப்பாவால் எழுதப்பட்ட இதழின் தலையங்கத்தின் தலைப்பும், இந்தத் தலையங்கத்தின் இறுதி வரியும், தமிழவன் முன்வைத்த கருத்தைத் தகர்த்து விடுகின்றன. தலையங்கத்தின் தலைப்பு "பாரதிக்குப் பின் பாரதிதாசன்" என்பதாகும். தலையங்கத்தின் இறுதி வரி "கவிதைத் துறையில், பாரதிக்குப் பிறகு பாரதிதாசன் – இந்த இடம் அவருக்கு உண்டு" என்பதாகும். இவை, பாரதிக்குப் பின் ந. பிச்சமூர்த்தி என்பதுபோலப் *பிச்சமூர்த்தி கவிதைகள்* நூலுக்கான முன்னுரையில் செல்லப்பாவால் எழுதப்பட்டிருப்பது புதுக்கவிதை வடிவ பாணியை மையமிட்டே என்பதைத் தெளிவாக்குவதோடு, ஒட்டுமொத்தமான தமிழ்க் கவிதைத்துறையில் பாரதிக்குப் பின் பாரதிதாசனே செல்லப்பாவின் பார்வையில் இடம்பெறுகின்றார் என்பதையும் தெளிவாக்கிவிடுகின்றன.

இவை மட்டுமல்ல இந்தத் தலையங்கம் ஒட்டு மொத்தமாகப் பாரதிதாசனின் பங்களிப்பை, வரலாற்றை, இடத்தை, உயர்வை, அவர் கவிதைகள் குறித்த விமர்சனத்தை என அனைத்தையும் வெளிப்படுத்துவதாக அமைந்துள்ளது.

"பாரதி மரபுக் கவிஞன் மட்டும் இல்லை, பாரதியோடு கூட இருந்து பாரதியின் ஆதர்சம் பெற்று நல்ல கவிதைகள் எழுதி, தமிழ்க் கவிதை உலகில் பாரதி வழிக் கவிஞர்களில் முதல்வராக இருந்த ஒரு பெரிய கவி" – எனவும், "பாரதிதாசன் ஒரு 'அபூர்வமான கவி' என்பதை அன்றைய வாசக உள்ளம் உணர்ந்து விட்டது" – எனவும், "ஏராளமான கவிதைகளை எழுதியுள்ள பாரதிதாசன் தன் மேதையைக் காட்டி இருக்கின்றார்" – எனவும் செல்லப்பா தலையங்கத்துள் எழுதியுள்ளவை கவனத்தில் கொள்ளத்தக்கன.

மேலும் பாரதிதாசனுடைய மறைவு ஏற்படுத்தியுள்ள இழப்பை, எழுபத்து மூன்றாவது வயதில் அவர் இறந்துள்ள போதிலும், அன்றைய இளவயதுக் கவிஞனை அல்பாயுசில் இழந்து விட்டது போன்ற ஓர் உணர்வு ஏற்படுவதாகத் தனி ஈடுபாட்டோடும் நெகிழ்ச்சியோடும் செல்லப்பா குறிப்பிட்டிருக்கின்றார். இப்பகுதி செல்லப்பாவிற்குப் பாரதிதாசன் மேல் எத்தகு ஈடுபாடு இருந்தது என்பதை வெளிப்படுத்துகின்றது.

அதே நேரத்தில் பாரதிதாசன் இன்று 'புரட்சிக் கவிஞர்' என்று எடுப்பாகக் குறிப்பிடப்படுவதையும், அவ்வாறு குறிப்பிடுவதன் வாயிலாக அவரை ஒரு சிமிழுக்குள் அடைத்துப் பார்ப்பது சரியானது இல்லை என்றும், பாரதிதாசனைப் புரட்சிக் கவி என்பதைவிட, 'பாரதிக்குப் பிறகு நாம் பார்க்கும் ஒரு உயர்ந்த கவி என்று சொல்வதுதான் சரி' என்றும் வலியுறுத்தியுள்ளார். கு.ப.ரா. 'பிரச்சாரத்திற்கு அவர் கவிதையை அடிமைப்படுத்த வேண்டாம் என்று' பாரதிதாசனுடைய பக்தனாக இருந்து வேண்டுகோள் விடுத்ததையும், அந்த வேண்டுகோளைத் தெய்வம் (பாரதிதாசன்) நிறைவேற்றியதாகத் தெரியவில்லை என்றும் விமர்சன நோக்கில் கருத்துகளைச் செல்லப்பா எடுத்துரைத் துள்ளார். எனினும் ஒரு கவியை அப்படித் திருப்பிவிடவும் முடியாது என்றும் கருத்துரைத்துள்ளார். 'பிற்காலத்தில் பாரதிதாசன் சீர்திருத்தத்திலும் பிரச்சாரத்திலும் வெகு வேகமாக முனைந்தார்; அதனால் கவிதைச் சிறப்பு ஓரளவு பாதிக்கப்பட்டது' என்றும் குறிப்பிட்டுள்ளார். நாத்திகவாதம், வகுப்பு மாற்சரியம் முதலிய உள்ளடக்கத்துக்குக் கவிஞனோ சுவைஞனோ முக்கியத்துவம் கொடுப்பதால் கவிதை பாழ்படுகிறது என்ற விமர்சனத்தையும் முன்வைத்துள்ளார். செல்லப்பாவின் இந்தத் தலையங்கத்தில்

அடிநாதமாக அமைவது ‘பாரதிக்குப் பின் தோன்றிய உயரிய – பெரிய கவி பாரதிதாசன்’ என்பதே ஆகும்.

~

இவ்வாறு பாரதிதாசனின் மறைவையொட்டித் தலையங்கத்தில் அஞ்சலி செலுத்திய சி.சு. செல்லப்பா அந்த இதழிலேயே பாரதிதாசனின் நினைவைப் போற்றும் வகையில் ஓர் அரிய பதிவையும் செய்திருக்கின்றார். *மணிக்கொடி* இதழில் 1938ஆம் ஆண்டு கு.ப.ரா. ‘*பாரதிதாசன் கவிதைகள்*’ குறித்து எழுதிய மதிப்புரையை மறுபிரசுரமும் செய்திருக்கின்றார். விமர்சனத்துடன் கூடிய இந்த மதிப்புரை பாரதிதாசனின் உயரிய இடத்தைத் தெளிவுபடுத்துகின்றது. இந்த மதிப்புரையில்தான் கு.ப.ரா. தம்மைப் ‘பாரதிதாசனின் பக்தர்களுள் ஒருவன்’ என்று குறிப்பிட்டுக் கொண்டுள்ளார்.

பாரதிதாசன் மறைந்து ஏறத்தாழ ஒன்பது மாதங்கள் உருண்டோடிவிட்ட நிலையில் சி.சு. செல்லப்பா தமது *எழுத்து* இதழில் பாரதிதாசன் தொடர்பாக மீண்டும் ஒரு முயற்சியைப் புரிகின்றார். 1938ஆம் ஆண்டில் *ஹநுமான் ஆண்டுமலரில்* ‘*பாரதிதாசன் கவிதைகள்*’ குறித்த தனித்தன்மை வாய்ந்த மதிப்புரையைப் புகழ்பெற்ற பேராசிரியர் கே. சுவாமிநாதன் எழுதியிருந்தார். அந்த மதிப்புரை பாரதிதாசன் கவிதைகளின் குறைகளை விமர்சனம் செய்வதாகவும் அமைந்திருந்தது. மதிப்புரையாசிரியரின் நோக்கு நிலைக்கேற்ப விமர்சனம் அமைந்திருந்தது. எனினும் தமிழ்நாட்டில் அன்று உயிருடன் இருந்த கவிகளுள் உண்மைக் கவி, உயிர்க் கவி, சிரஞ்சீவிக் கவி பாரதிதாசனே என்பதை மதிப்புரை உரத்து முன்வைத்தது. பாரதிதாசனின் இடத்தை நிறுவும் இந்த மதிப்புரையை முயன்று கண்டுபிடித்துச் சி.சு. செல்லப்பா தமது இதழில் மறுபிரசுரம் செய்ததோடு அதற்கு ஒரு குறிப்பையும் எழுதியிருந்தார். அந்தக் குறிப்பிலும் அவர் “பாரதிக்குப் பிறகு பாரதிதாசன் தமிழகம் கண்ட சிறந்த கவி” (*எழுத்து*, பிப்ரவரி 1965, ப. 33) என்பதையே எடுத்துரைத்திருந்தார். இவ்விரு மறுபிரசுர முயற்சிகளும் பாரதிதாசன் மீது செல்லப்பா கொண்டிருந்த ஈடுபாட்டையும் மதிப்பீட்டையும் வெளிப்படுத்துகின்றன.

~

எழுத்து இதழில் வெளிவந்த பிறிதொரு படைப்பும் இப்பொருண்மையோடு தொடர்புபடுத்தி எண்ணுவதற்கு உரியது. பாரதிதாசன் மறைவையொட்டித் தலையங்கம் எழுதப்பட்ட

இதழுக்கு அடுத்த ஜூன் – ஜூலை 1964 இதழில் 'உங்கள் காதுக்கு' என்னும் தலைப்பில் ஒரு கட்டுரை இடம்பெற்றிருந்தது. இதனை எழுதியவர் எழுத்து இதழில் தொடர்ந்து எழுதி வந்தவரும், சி.சு. செல்லப்பாவின் நெருங்கிய உறவினரும் அவரோடு இணைந்து பிச்சமூர்த்தியைப் பேட்டி கண்டவருமான சு. சங்கரசுப்பிரமணியம் ஆவார். இக்கட்டுரையின் கருத்துகள் செல்லப்பாவிற்கு முழு உடன்பாடானவையே என்பதில் இருவேறு கருத்துக்கு இடமில்லை. இந்தக் கட்டுரையின் சில பகுதிகளை இங்கு நோக்கலாம்:

> பாரதிதாசன் சமீபத்தில் மறைந்தபோது இந்த உண்மை வெளியாகிவிட்டது. இறந்த பிறகும் அவர் நினைவை யாரும் சரியாகப் போற்றியதாகத் தெரியவில்லை. இந்தச் சில நாட்களில் அவரைப் பற்றியும் அவருடைய உண்மையான இலக்கியச் சாதனை பற்றியும் யாரும் அக்கறை காட்டுவதாகக் காணோம்.
>
> இலக்கியத்துக்குப் புறம்பான அவரது ஈடுபாட்டை ஒட்டிய அளவுக்கு அவரது மறைவு பற்றி ஒரு 'ஆற்றாமை' வெளியிடப்பட்டதே தவிர, பாரதிக்குப் பிந்திய கவிஞர் வரிசையில் முன்னணி இடம்பெறும் ஒரு சாதனையாளராக இந்த நாடு மதித்து ஏற்றுக் கொண்டதற்குச் சான்று காட்டும் வகையில் ஏதும் நடைபெறவில்லை. இன்று இரண்டாயிரம் கவிஞர்கள் இருப்பதாகக் கணக்குச் சொல்லுவது உண்மையானால் அவர்கள் அனைவரும் ஒருங்கே திரண்டு தங்கள் தலைமுறையின் தலைக்கவிஞனுக்கு உரிய மரியாதை செலுத்தி இருக்க வேண்டாமா?...
>
> இருந்தாலும் தவறு முழுவதும் மக்கள் பக்கம் இருப்பதாக எண்ணுவதற்கில்லை. பாரதிதாசனும் பிழை புரிந்ததை ஒப்புக் கொள்ள வேண்டும். எவ்வளவு பெரிய ஆற்றல் கைவந்தாலும் அதைச் சரியான வழியில் வெளியிட்டால் தான் புகழ் நிலைக்கும். கவிஞர்கள் ஒரு நாட்டின் பொதுச்சொத்து. எனவே அவர்கள் குரல் சமுதாயத்தின் மொத்த உணர்வைப் பிரதிபலிப்பதாக அமைய வேண்டும். பெரும்பாலானவர்களின் உணர்வு கூடப் போதாது. இந்த நியதியை மீறும் போது கவிதையின் அடிப்படை வலு இழுக்கப்படும் அபாயம்கூட உண்டு. இந்த உண்மைக்கு பாரதிதாசன் ஒரு எச்சரிக்கையாக அமைகிறார் என்று ஏற்கத் தயங்க வேண்டியதில்லை.
>
> (எழுத்து, ஜூன் – ஜூலை 1964, ப. 120)

பாரதிதாசன் குறித்த சில விமர்சனங்களைக் கொண்டிருந்த போதிலும் இக்கட்டுரை, பாரதிதாசனுடைய உண்மையான இலக்கியச் சாதனையின்மேல் அக்கறை கொண்டு அவர் உரிய நிலையில் கொண்டாடப்படவில்லை என்றும், பாரதிக்குப் பிந்தைய கவிஞர் வரிசையில் பாரதிதாசன் முன்னணிச் சாதனையாளர் என்றும், சமகாலத் தலைமுறையின் தலைக்கவிஞன் என்றும் உயரிய இடத்தில் பாரதிதாசனை வைத்துக் குறிப்பிட்டுள்ளமை செல்லப்பாவிற்கும் ஏற்புடைய கருத்துகள்; நம்முடைய கவனத்திற்கும் உரிய கருத்துகள் என்னும் நிலையில் அமைகின்றன.

~

பாரதியையடுத்த பெருங்கவிஞர், உயர்கவிஞர் பாரதிதாசன் என்பதை முன்வைக்கும் வகையிலாகப் பிறர் எழுதிய ஆராய்ச்சிக் கட்டுரைகளையும் செல்லப்பா தமது இதழில் முக்கியத்துவம் அளித்து வெளியிட்டிருக்கின்றார் என்பதும் இத்தொடர்பில் கவனத்திற்கு உரியனவாகின்றன. அவ்வகையில் அமைந்தவை பேராசிரியர் சி. கனகசபாபதி எழுதிய 'தமிழில் தற்கால தோரணை – பாரதிதாசன் கவிதைகள்' (எழுத்து, ஜூலை, ஆகஸ்டு 1965), 'தமிழில் தற்கால தோரணை – பாரதிதாசன் – அழகின் சிரிப்பு' (எழுத்து, நவம்பர், டிசம்பர் 1965) ஆகியனவாகும். இந்தக் கட்டுரைகளை எழுதிய கனகசபாபதி எழுத்து இதழில் எழுதும் யாரோ ஒரு பேராசிரியர் அல்லர். சி.சு.செல்லப்பாவால் மதிக்கப்பட்டவர்.

எழுத்தாளர் எஸ். ராமகிருஷ்ணன், செல்லப்பாவைச் சந்தித்த நிகழ்வை நினைவுகூரும் பின்வரும் குறிப்பு, செல்லப்பா சி. கனகசபாபதியை எந்த அளவு மதித்தார் என்பதை அறியத் தருகின்றது:

பிறகு என்னிடம் சிகாவை உங்களுக்குப் பழக்கம் உண்டா என்று கேட்டார். யார் சிகா என்று கேட்டேன். பேராசிரியர் சி. கனகசபாபதி. ரொம்பப் பிரமாதமான விமர்சகர். புதுக்கவிதையைப் பற்றி நிறைய எழுதி யிருக்கிறார். உங்களுக்கு அவரைப் பரிச்சயப்படுத்தி வைக்கிறேன். ரொம்ப முக்கியமான ஆளு என்றார்.

நான் அறிந்தவரை செல்லப்பாவிற்குப் பேராசிரியர்கள் எவரிடமும் மரியாதை கிடையாது. பெரும்பான்மை யான கல்லூரிப் பேராசிரியர்கள் கூலிக்காக வேலை செய்கின்றவர்கள் அவர்களுக்கு நவீன இலக்கியத்தில் பரிச்சயமே கிடையாது என்று சொல்லித் திட்டுவார்.

ஏதோ ஒரு கல்லூரியில் அவரைப் பேச அழைத்து அங்கே வாடிவாசல் நாவலில் இடம்பெற்றுள்ள கதாபாத்திரங்களின் ஜாதியைப் பற்றிய விபரங்களைக் கேட்டிருக்கிறார்கள். செல்லப்பா கோபத்தில் கூட்டத்தை விட்டே வெளிநடப்பு செய்துவிட்டதாகச் சொன்னார். அவ்வளவு ஆவேசமான அவர் சிகாவை உயர்வாகப் பேசியது நிச்சயம் அவர் படைப்புகளின் மீதான மரியாதையால் என்பது புரிந்தது.

(‘வாசக பர்வம்: சுமந்து சென்ற எழுத்து’, *உயிர்மை*, ஜூன் 2008)

அத்தகைய பேராசிரியர் சி. கனகசபாபதி பாரதி, பாரதிதாசன், ந. பிச்சமூர்த்தி என்னும் வரிசை முறையையே முன்வைக்கின்றார். பாரதிதாசனை இயக்க நோக்கில் முழுக்க முழுக்கப் போற்றுவது, தங்களுக்கு உடன்பாடில்லாத சில கருத்துகளுக்காக முழுக்கமுழுக்க இகழுவது என்னும் இரு நிலைகளிலும் இலக்கியத் தன்மையை நோக்குவது என்ற ஆய்வுப்போக்கு இல்லை என்று குறிப்பிடும் அவர், சிலருக்குப் பாரதிதாசன் தொடர்பாக உள்ள மதிப்பீடுகள் மறு பரிசீலனைக்கு உரியவை; அதன் பொருட்டே அக் கட்டுரையை எழுதுவதாக *எழுத்து* இதழின் கருத்துப் போக்கினரை நோக்கி எடுத்துரைத்துள்ளார். அக்கட்டுரையின் சில பகுதிகளை இங்கே நோக்கலாம்:

> பாரதிக்குப்பின் பாரதிதாசனும் ந. பிச்சமூர்த்தியும் பாரதியுடன் பிறந்த தற்காலத் தோரணைக்கு மாறுபடாதவர்கள் என்று நான் நினைக்கிறேன். பாரதி விடுதலைப் பார்வையில் சமூக மாறுதலை முழுமூச்சாக வரவேற்று எழுதியிருக்கிறார்; அவர் புனைவியல்காரர். பாரதிதாசன் ஒரு புதிய மனித உறவுப் பார்வையில் சமூக மாறுதலை வரவேற்று அங்கதக் குறிப்புடன் பாடியிருக்கிறார்; ஆரம்பத்தில் புனைவியல்காரராகவும் பிற்பட்டு ஒரு நடப்பியல்காரராகவும் மாறினவர். ந. பிச்சமூர்த்தி காலத்தில் இன்னும் புதிய மனநிழல் பார்வையில் சமூக மாறுதலை அடிநாதமாகக் கொண்டு அங்கதத்தைக் காட்டிலும் இலேசான கிண்டலுடன் எழுதுகிறார்; இவர் கவிதை ஒரு செவ்வியல்காரராக இவரைக் காட்டுகிறது.

(‘தமிழில் தற்கால தோரணை – பாரதிதாசன் கவிதை’, *எழுத்து*, ஜூலை 1965, ப. 125)

இன்று பாரதிதாசன் என்றால் புரட்சிக்கவி, சீர்திருத்தக் கவி என்றெல்லாம் அவருடைய வள்ளுவவியல் தோரணையை முன்னிட்டு மாபெரும் புகழ்ச்சி ஒருபுறம். மறுபுறம் பாரதிதாசன் பாடிய திராவிடநாடு, பார்ப்பனர் எதிர்ப்பு, கட்சிவாதம் முதலியவற்றை வைத்து அவரை வெறும் பிரசாரகராக மட்டும் பார்த்து இகழ்ச்சி பண்ணுகிற காட்சி. இரண்டிலும் பாரதிதாசனின் இலக்கியத்தன்மையை நோக்குகிற ஆய்வுப்போக்கே கிடையாது. எனவே இந்த இரண்டு புகழ்ச்சி இகழ்ச்சிப் பேச்சுக்களையும் தாண்டிக் கடந்து நிற்க வேண்டிய அவசியத்தோடு நான் நின்று பார்க்க விரும்புகிறேன் பாரதிதாசனை.

சமீபத்தில் பாரதிதாசன் மறைந்த முதலாண்டு நினைவு வந்தது. அரசியல் காற்றின் வேகத்தில் அது அடித்துக்கொண்டு போய் எறியப்பட்டதும் தெரியாமல் கண் கெட்டிருக்கிறது தமிழகம். பிள்ளையோடு தொட்டிலையும் காணாத, பெற்ற தாய்க்கும் இது தெரியாத அன்புக்காட்சி!

('தமிழில் தற்கால தோரணை – பாரதிதாசன் கவிதைகள்', *எழுத்து*, ஆகஸ்டு 1965, ப. 140)

~

பாரதிதாசன் மறைந்ததையொட்டித் தலையங்கம் எழுதிய காலத்திற்குப் பிறகு, ஏறத்தாழப் பத்தாண்டுகளுக்குப் பின்னரும் சி.சு. செல்லப்பா இதே நிலைப்பாட்டில்தான் இருந்திருக்கின்றார். புதுக்கவிதை குறித்து 1973இல் வானொலியில் பேசியபோது,

பாரதிக்குப்பின் பாரதிவழியில் பாரதிதாசன் கொஞ்சம் நடைபோட்டு பிறகு தனக்கென ஒரு தனிப்பார்வை கொண்டுவிட, பாரதி வழி, பாரதிதாசன் வழி என்று இரு பரம்பரைகள் தோன்றி இருக்கின்றன. . .

பாரதியின் தேசிய அக்கறை அழுத்த நாட்கள் போய் விட்டன. பாரதிதாசனின் சமூக சீர்திருத்த ஆவேச, தமிழ் வேக அழுத்த நாட்களும் போய்விட்டன. பொருளாதாரப் பிடியில் சிக்கிவிட்ட மனிதன் லோகாயதத்துக்கும் ஆன்மீகத்துக்கும் நடுவே ஊசலாடுகிறான். எனவேதான் இன்றைய கவிதைப் புதுக்குரல்கள் அவநம்பிக்கை – நம்பிக்கை, சமுசயம் – தன்னம்பிக்கை, கவலை – உறுதி, ஆசை – ஆதங்கம், லட்சியம் – நடப்பு, உண்மை – போலி என்ற இரு துருவ மனப்பாங்குகளிடையே

சஞ்சரித்து அனுபவங்களை சேகரித்து அழகுபடுத்தி வெளியிடுகின்றன

(தமிழில் இலக்கிய விமர்சனம், பக். 175, 179, 180)

என்று இருபதாம் நூற்றாண்டுத் தமிழ்க் கவிதையை வரலாற்றுப் போக்கில் வைத்து விளக்கியுள்ளார். இந்த உரையிலும் பாரதியையடுத்த பெருங்கவியாகப் பாரதிதாசனே செல்லப்பாவின் இலக்கிய வரலாற்றுப் பார்வையில் மதிப்பார்ந்த இடத்தில் காட்சிதருகின்றார்.

~

செல்லப்பாவின் இலக்கிய வரலாற்றுப் பார்வையில் பாரதிதாசனின் இடம் எத்தகையது என்பது தெளிவாகிவிட்ட நிலையில், வசன கவிதை, புதுக்கவிதை முயற்சிகளின் வரலாற்றில் பாரதிதாசனின் இடத்தைத் தெளிவாக்குமாறு செல்லப்பா எழுப்பிய வினாவுக்கு ஏதேனும் விடை சொல்ல இயலுமா?

பாரதிக்குப்பின் பாரதிதாசன் அவர் வழி 'நவகவிதை' [புதுக்கவிதை] முயற்சிச் சோதனைகளைத் தொடர்ந்தாரா? யாராவது இதுபற்றி ஆராய்ந்து சொல்லக் கூடுமானால் நான் தெரிந்துகொள்ள விரும்புகிறேன் என்ற செல்லப்பாவின் கேள்வியையும் வேண்டுகோளையும் மீண்டும் ஒருமுறை நினைவுபடுத்திக் கொள்வோம்.

ந. பிச்சமூர்த்தியோடு நெருக்கமாகப் பழகியவரும், பாரதிதாசனோடு அவர்தம் முதுமைப் பருவத்தில், சென்னை வாழ்வில் பழகியவரும் ஆகிய குருவிக்கரம்பை சண்முகம் இத்தகைய வினாக்களுக்கு விடையளிப்பதற்காக அல்லாமல் இயல்பாக எழுதியுள்ள ஒரு குறிப்பு சி.சு. செல்லப்பாவின் வினாவிற்கு ஓரளவுக்கு விடைதருகின்றது:

> சாண்ட்பர்க்கின் 'புதுக்கவிதை' ஏற்படுத்திய தூண்டுதலால் நான் புதுக்கவிதைகள் எழுதலானேன். பிதாமகர் ந. பிச்சமூர்த்தி அவர்களின் தொடர்பு, எனக்கு மேலும் புதுக்கவிதையில் ஆர்வம் உண்டாகச் செய்தது . . . பாவேந்தர் பாரதிதாசனின் இறுதிக் காலத்தில் நான் சென்னையில் அவருடன் தங்கி இருந்தபொழுது அவரெழுதிய 'இந்த உலகத்தில் கந்தருவ மங்கை' என்ற நூலுக்குப் படி எடுத்துக் கொடுத்தேன். அந்த நூல் முழுக்கமுழுக்க வசன கவிதையில் அமைந்திருந்தது. மின்னல் வீசுவது போன்ற அழகிய நடையில் அமைந்திருந்த அந்த நூல் இன்னும் வெளிவரவில்லை.

என்னுள்ளத்தில் வசன கவிதைகள் பிறப்பதற்குத் தூண்டுதலாய் அமைந்தது அந்த நூலேயாகும்.

(செந்நெல் வயல்கள், பக். 79, 80)

குருவிக்கரம்பை சண்முகம் குறிப்பிடும் தொடர்புடைய படைப்பாவணங்கள் முழுமைப்பார்வைக்குக் கிட்டுங்கால் பாரதிதாசனின் வசனகவிதைப் பங்களிப்பின் இடமும் ஏற்றமும் தெளிவுபெறும்; செல்லப்பா எழுப்பிய வினாவிற்கான விடையும் முழுமைபெறும். வசனகவிதை முயற்சிகளைப் பாரதிதாசன் மேற்கொண்டிருந்தாலும் இல்லாவிட்டாலும் செல்லப்பாவைப் பொறுத்தவரை பாரதியை அடுத்த பெருங்கவிஞர் – உயர்கவிஞர் பாரதிதாசன் என்பதே உண்மையாகும்.

~ ~

பிற்சேர்க்கைகள்

1
மணிக்கொடியில் பாரதிதாசன் கவிதைகள்

(மணிக்கொடியில் வெளிவந்த பாரதிதாசனின் அனைத்துக் கவிதைகளும் காலநிரலில் இங்கு இடம்பெறுகின்றன. பிற்காலங்களில் இவை பாரதிதாசனின் நூல்களில் இடம்பெற்றபோது சில மாறுதல்களைப் பெற்றன. இங்கு மணிக்கொடியில் வெளிவந்த வடிவிலேயே அளிக்கப்பெற்றுள்ளன.)

1. இன்பத்தமிழ்

நோட்.] *[ஏகதாளம்*

தமிழுக்கும் அமுதென்று பேர், அந்தத்
தமிழ்இன்பத் தமிழ்எங்கள் உயிருக்கு நேர்!
தமிழுக்கு நிலவென்று பேர், இன்பத்
தமிழ்எங்கள் சமுகத்தின் விளைவுக்கு நீர்.
தமிழுக்கு மணமென்று பேர், இன்பத்
தமிழ்எங்கள் வாழ்வுக்கு நிருமித்த ஊர்.
தமிழுக்கு மதுவென்று பேர், இன்பத்
தமிழ்எங்கள் உரிமைக்கண் தொடர்புக்கு வேர்.

தமிழ்எங்கள் இளமைக்குப் பால், இன்பத்
தமிழ்தெய்வத் தமிழ்இங்கு புலவர்க்கு வேல்.
தமிழ்எங்கள் உயர்வுக்கு வான், இன்பத்
தமிழ்எங்கள் அசதிக்குச் சுடர்தந்த தேன்.
தமிழ்எங்கள் அறிவுக்குத் தோள், இன்பத்
தமிழ்எங்கள் கவிதைக்கு வயிரத்தின் வாள்.
தமிழ்எங்கள் பிறவிக்குத் தாய், இன்பத்
தமிழ்எங்கள் அருள்சக்தி உளமுற்ற தீ.

24–09–1933

~

2. "வளர்ந்த திங்கொரு தீ"
அன்னையின் அருள் பெருக்கு

1. ஆண்ட நாட்கள் பலயுகம் மனமே! – நாம்
   அடிமைப் பட்டது சில சிலநிமிஷம்
   மாண்பினி லுயர் பாரத மக்கள்
   வடுப்பெரு[று]முன் பகைவர் ஓட
   வளர்ந்த திங்கொரு தீ! – இன்று
   வளர்ந்த திங்கொரு தீ!

2. தூண்டுவது போய்ப் பாரத மெங்கும் – அவள்
   சொரிந்திடும் விழிக் கருணையின் ஊற்று
   தாண்டிடும் பகை தலை குனிந்திடச்
   சகத்தினி லெங்கள் நிலை யுயர்ந்திடத்
   தாவு திங்கொரு தீ! – இன்று
   தாவு திங்கொரு தீ!

3. இருந்தது புயம்; எழுந்தது குன்றம் – இதை
   இடர் நினைவார்க் கோதுக மனமே!
   பெரும்பெரும் செயல் புரிக என்றாள்
   பெயர்ந்தன தோள்போய் நசுங்கிடப்
   புரிந்த திங்கொரு தீ! – இவை
   புரிந்த திங்கொரு தீ!

4. பெரும் புவிக்கிடை மறம்புகப் பாரோம் – அவள்
   பேச்சினை எங்கள் மூச்செனக் காப்போம்
   சரம் சரமென அமுதம் பொழியும்
   சக்தி என்பதோர் இன்ப ஊற்றில்
   விரிந்த திங்கொரு தீ! – மனமே!
   விரிந்த திங்கொரு தீ!

5. சக்தி யின்னருள் நமக்கமு தளித்தாள் – மனமே!
   தருமம் கொன்றவர்க் கதுபெருந்தீ! தீ!!
   தொத்தும் வறுமை பகையும் கருவில்
   தொலைந்திட அறம் விடுதலை பெறத்
   தொடர்ந்த திங்கொரு தீ! – மனமே
   தொடர்ந்த திங்கொரு தீ!

6. தடுப்பது துகள் தகிப்பது வாய்மை – நாம்
   சகத்தைக் காக்கும் சக்தியின் கூட்டம்
   விடுக்கு மொழியில் விடுதலைக் குரல்
   விருப்ப மனைத்தும் அமர வாழ்வில்
   கொடுக்கு திங்கொரு தீ! – மனமே
   கொடுக்கு திங்கொரு தீ!

ய. மணிகண்டன்

7. இடுக்கிட முதல் எங்கணும் காதல் – உயிர்
யாவு மிதோ விடுதலை மீதில்!
பிடித்தது நாம் அவள் மலர்த்தாள்
பெய்த தங்கே தண்ண ருள்காண்
பகைக் கதுபெருந் தீ! – மனமே
பகைக் கதுபெருந் தீ!

15–10–1933

~

3. எழுச்சியுற்ற பெண்கள்
பிள்ளையின் சேஷ்டையும் பெண்ணின் சீற்றமும்
ஓச்சிய வாளில் புகட்டிய புத்தி

மேற்றிசையில் வானத்தில் பொன்னு ருக்கு
வெள்ளத்தில் செம்பரிதி மிதக்கும் நேரம்!
வேற்கண்ணி யாள்ஒருத்தி சோலை தன்னில்
விளையாட நின்றிருந்தாள் மயிலைப் போலே,
காற்றடித்த சோலையிலே நேரம் பார்த்துக்
கனியடித்துக் கொண்டுசெலும் செல்வப் பிள்ளை
ஆற்றுவெள்ளம் போலாசை வெள்ளம் தூண்ட
அவளிடத்தே சிலசொன்னான் பின்னும் சொல்வான்.

விரிந்தஒரு வானத்தின் ஒளிவெள் ளத்தை
விரைந்துவந்து கருமேகம் விழுங்கக் கூடும்
இருந்தவெயில் இருளாகும் ஒருக ணத்தில்!
இதுஅதுவாய் மாறிவிடும் மறுக ணத்தில்.
தெரிந்ததுதான்! ஆனாலும் ஒன்றே ஒன்று!
தெளிந்தஓர் உள்ளத்தில் எழுந்த காதல்
பருந்துவந்து கொத்துமென்றும் தணிவ தில்லை
படைதிரண்டு வந்தாலும் சலிப்ப தில்லை

கன்னத்தில் ஒருமுத்தம் வைப்பாய் பெண்ணே
கருதுவதிற் பயனில்லை தனியாய் நின்று
மின்னிவிட்டாய் என்மனத்தில்! பொன்னாய்ப் பூவாய்
விளைந்துவிட்டாய் கண்ணெதிரில்! என்று சொன்னான்
கன்னிஒரு வார்த்தைஎன்றாள். என்ன வென்றான்.
கல்வியற்ற மனிதனைநான் மதியேன் என்றாள்
பன்னூற்பண் டிதனென்று தன்னைச் சொன்னான்.
பழச்சுளையின் வாய்திறந்து சிரித்துச் சொல்வாள்:

பெருங்கல்விப் பண்டிதனே உனக்கோர் கேள்வி!
பெண்களுக்குச் சுதந்தரந்தான் உண்டோ என்றாள்.
தரும்போது கொள்வதுதான் தருமம் என்றான்.
தராவிடில்நான் மேற்கொண்டால் என்ன என்றாள்
திருமணமா காதவள்தன் பெற்றோ ரின்றிச்

செயல்ஒன்று தான்செய்தல் அதர்மம் என்றான்.
மருவஅழைக் கின்றாயே நானும் என்றன்
மாதாபிதா இன்றி விடைசொல் வேனோ!

என்றுரைத்தாள் இதுகேட்டுச் செல்வப் பிள்ளை
என்னேடி இதுஉனக்குத் தெரிய வில்லை
மன்றல்செயும் விஷயத்தில் ஒன்றில் மட்டும்
மனம்போலே நடக்கலாம் பெண்கள் என்றான்,
என்மனது வேறொருவன் இடத்தி லென்றாள்;
இவனிட்ட பீடிகையைப் பறக்கச் செய்தாள்!
உன்நலத்தை இழக்கின்றாய் வலிய நானே
உனக்களிப்பேன் இன்பமென நெருங்க லானான்!

அருகவளும் நெருங்கிவந்தாள் தன்மேல் வைத்த
ஆர்வந்தான் எனநினைந்தான்! இமைக்கு முன்னே
ஒருகையில் உடைவாளும் இடது கையில்
ஓடிப்போ என்னுமொரு குறிப்பு மாகப்
புருவத்தை மேலேற்றி விழித்துச் சொல்வாள்:
புனிதத்தால் என்காதல் பிறன்மேல் என்று
பரிந்துரைத்தேன்! மேற்சென்றாய்! தெளிந்த காதல்
படைதிரண்டு வந்தாலும் சலியா தென்றாள்.

ஓடினான் ஓடினான் செல்வப் பிள்ளை
ஓடிவந்து மூச்சுவிட்டான் என்னி டத்தில்
கூடிஇரு நூறுபுலி எதிர்த்த துண்டோ?
கொலையாளி இடமிருந்து மீண்ட துண்டோ?
ஓடிவந்த காரணத்தைக் கேட்டேன். அன்னோன்
உரைத்துவிட்டான் நானவற்றைக் கேட்டு விட்டேன்
கோடிஉள்ளம் வேண்டுமிந்த மகிழ்ச்சி தாங்கக்
குலுங்கநகைத் தேஉரைத்தேன் அவனி டத்தில்:

செல்வப்பிள் ளாய்!இன்று புவியின் பெண்கள்
சிறுநிலையில் இருக்கவில்லை. விழித்துக் கொண்டார்
கொல்லவந்த வாளைநீ குறைசொல் லாதே!
கொடுவாள்போல் மற்றொருவாள் உன்பெண் டாட்டி
மெல்லிடையில் நீகாணாக் கார ணத்தால்,
விளையாட நினைத்துவிட்டாய் ஊர்ப்பெண் கள்மேல்.
பொல்லாத மானிடனே, மனச்சான் றுக்குள்
புகுந்துகொள்வாய்! நிற்காதே! என்றேன். சென்றான்!

19-11-1933

~

4. மக்கள் மறந்த இன்பம்

அணிலும் சிட்டும் காட்டும் மதி

“மிஞ்சிய சோகம் – மிதமிஞ்சிய அச்சம்”

“மானிடச் சாதிக்கு வாய்த்த நிலை இதுவோ?”

சின்னச் சின்னச் சிறுமொழிகள்
பின்னிப் பின்னிப் புரளும் பெருநடை
மின்னி மின்னி ஜொலிக்கும் கருத்துக்கள்
இவைகள் கொண்டது ‘பாரதிதாஸன்’ பாட்டு.

காதில் இனிக்கும் ஒலியில், கண்ணில் காணும் உவமையில், கருத்தில் தவழும் உணர்ச்சிகளைச் சித்திரிக்கிறார்.

வாழ்வின் பெரும் பயனில் ஒன்று இன்பம். இதை மக்கள் எவ்வாறு மாசுபடுத்தி விட்டனர்! “சிட்டைப் பார்; அணிலைப் பார்; வானைப் பார்; முல்லையைப் பார். இயற்கை வாழ்வில் இன்பத்திற்கு என்ன உன்னதம், என்ன எழில்பார்;” என்று இடித்துரைக்கிறார்.

மனக்குருடு, மனச் செவிடு இல்லாதவர்களுக்குத் தெரியும், கேட்கும்.

சிட்டு

தென்னை மரத்தில் – சிட்டுப்
பின்னும் அழைக்கும் – ஒரு
புன்னை மரத்தில் ஓடிய காதலி
“போபோ” என்றுரைக்கும்.

வன்ன இறக்கை – தன்னை
அங்கு விரித்தே – தன்
சென்னியை உள்ளுக்கு வாங்கிஅச் சேவலும்
செப்பும் மணிவாயால்:

“என்னடி பெண்ணே – உயிர்
ஏகிடும் முன்னே – நீ
என்னிடம் வா,எனை யாகிலும் கூப்பிடு
தாமதம் நீக்கிவிடு”

என்றிது சொல்லப் – பெட்டை
எண்ணம் உயர்ந்தே – அத்
தென்னையிற் கூடிப்பின் புன்னையிற் பாய்ந்தது,
பின்னும் அழைக்கும் சிட்டு

அணில்

கீச்சென்று கத்தி – அணில்
கிளையொன்றில் ஓடிப் – பின்
வீச்சென்று பாய்ந்துதன் காதலன் வாலை
வெடுக்கென்று தான்கடிக்கும்

ஆச்சென்று சொல்லி – ஆண்
அணைக்க நெருங்கும் – உடன்
பாய்ச்சிய அம்பெனக் கீழ்த்தரை நோக்கிப்
பறந்திடும் பெட்டைஅணில்!

மூச்சுடன் ஆணோ – அதன்
முதுகிற் குதிக்கும் – கொல்லர்
காய்ச்சும் இரும்பிடை நீர்த்துளி ஆகக்
கலந்திடும் இன்பத்திலே.

ஏச்சுக்கள் அச்சம் – தம்மில்
எளிமை வளப்பம் – சதிக்
கூச்சல் குழப்பங்கள் கொத்தடி மைத்தனம்
கொஞ்சமும் இல்லையன்றோ?

வானும் முல்லையும்

எண்ணங்கள் போலே – விரி
வெத்தனை! கண்டாய் – இரு
கண்ணைக் கவர்ந்திடும் ஆயிரம் வண்ணங்கள்
கூடிச் சுடர்தரும்வான்!

வண்ணங்களைப் போய்க் – கரு
மாமுகில் உண்டு – பின்பு
பண்ணும் முழக்கத்தை, மின்னலை, அம்முகில்
பாய்ச்சிய வானவில்லை,

வண்ணக் கலாப – மயில்
பண்ணிய கூத்தை – அங்கு
வெண்முத்து மல்லிகை கண்டு சிரித்தனள்!
மேல்முத்தை வான்சொரிந்தான்!

விண்முத் தணிந்தாள் – அவள்
மேனி சிலிர்த்தாள் – இதைக்
கண்ணுண்ண உண்ணக் கருத்தினி லின்பக்
கடல்வந்து பாய்ந்திடுதே.

ய. மணிகண்டன்

மனிதர்

மஞ்சம் திருத்தி – உடை
மாற்றி யணிந்தே – கொஞ்சம்
கொஞ்சிக் குலாவிட நாதன் வரும்படி
கோதை அழைக்கையிலே,

மிஞ்சிய சோகம் – மித
மிஞ்சிய அச்சம் – "என்
வஞ்சியும் பிள்ளையும் நானிறந்தால் என்ன
வாதனை கொள்வாரோ"

நெஞ்சிலிவ் வாறு – நினைந்
தங்குரைக் கின்றான்:– அடி
பஞ்சைப் பரம்பரை நாமடி பிள்ளைகள்
பற்பலர் ஏதுக்கென்றான்

கஞ்சைப் பறிப்பார் – எழுங்
காதல் பறிப்பார் – கெட்ட
வஞ்சகம் சேர்சின்ன மானிடச் சாதிக்கு
வாய்ந்த நிலைஇதுவோ?

26–11–1933

~

5. மின்னும் தமிழ்

"பின்னும் திரும்பாதீர் பழம்பீடை
இருள் நடையில்"

தமிழ் வளர்ப்பவரே, நல்ல
தவங் கிடப்பவரே, – தமிழ்
அமுத மென்றும் இனிய தென்றும் சொல்லி
அக மகிழ்வோரே,

கமழும் நல்வீரத் – தமிழ்க்
கவி புனைவோரே – மிகு
சுமைபெறப் பழந்தமிழ் நெடுங்கதை
சொல்ல வருபவரே,

உமக்கொரு சேதி – தனை
உரைத்தல் என்ஆவல் – இனித்
தமிழ் படித்திடும் தமிழரின் தொகை
தனை வளர்த்திடுவீர்.

அமைத்திட வாரீர் – தமிழ்
அரங்கினைப் பெரிதாய் – நீர்
அமைத்த திக்கணம் மறுகணம் கவி
அகிலம் ஏறவைப்பீர்.

சின்ன மொழிகளிலே – புவி
தின்னும் சுவையளிப்பீர் – தமிழ்
இன்னும் பெருக்கிமற் றின்னம் பெருக்கிமற்
றெங்கும் கவிவளர்ப்பீர்!

பின்னும் திரும்பாதீர் – பழம்
பீடை இருள்நடையில்! – நல்ல
கன்னலை ஒத்த கருத்துக் களுக்குக்
கறுப்புடை போர்த்தாதீர்.

உன்னுந் தமிழர்களின் – உயிர்
உள்ளத்தும் ஆவியிலும் – எங்கும்
சன்னத்த மாம்தமிழ் தத்தம் மதங்களில்
தள்ள நினைக்காதீர்.

3–12–1933

~

6. கர்ப்பத்தடை

சந்தான முறை நன்று; தவிர்க்கு முறை தீதோ?

விளக்குவைத்த நேரத்தில் என்வேலைக் காரி
வெளிப்புறத்தில் திண்ணையிலே என்னிடத்தில் வந்து
களிப்புடனே “பிரசவந்தான் ஆய்விட்ட” தென்றாள்
காதினிலே குழந்தையழும் இன்னொலியும் கேட்டேன்!
உளக்கவ[ல]சம் வழிந்துவரும் சந்தோஷத் தாலே
உயிரெல்லாம் உடலெல்லாம் நனைந்துவிட்டேன். நன்றாய்
வளர்த்துவரக் குழந்தைக்கு வயதுமூன் றின்பின்
மனைவிதான் மற்றுமொரு கருப்பமுற லானாள்.

பெண்குழந்தை பிறந்ததினி ஆண்குழந்தை ஒன்று
பிறக்குமா என்றிருந்தேன். அவ்வாறே பெற்றாள்
கண்ணழகும் முகஅழகும் கண்டுகண்டு நாட்கள்
கழிக்கையிலே மற்றொன்றும் பின்ஒன்றும் பெற்றாள்.
எண்ணுமொரு நால்வரையும் எண்ணியுழைத் திட்டேன்
எழில்மனைவி தன்னுடலில் முக்காலும் தேய்ந்தாள்.
உண்ணுவதை நானுண்ண மனம்வருவ தில்லை
உண்ணாம லேமனைவி பிள்ளைகளைக் காத்தாள்.

வரும்படியை நினைக்கையிலே உள்ளமெலாம் நோகும்
வாராத நினைவெல்லாம் வந்துவந்து தோன்றும்
துரும்பேனும் என்னிடத்தில் சொத்தில்லை! நோயால்
தொடர்பாகப் பத்துநாள் படுத்துவிட்டால் தொல்லை!
அரும்பாடு மிகப்படவும் ஆக்ஷேப மில்லை.
ஆர்தருவார் இந்நாளில் அத்தனைக்கும் கூலி?
இரும்பாநான்? செத்துவிட்டால் என்பிள்ளை கட்கே
என்னகதி? ஏன்பெற்றேன்? எனநினைக்கும் நாளில்,

ஒருதினத்தில் பத்துமணி இரவினிலே வீட்டில்
உணவருந்திப் படுக்கையொடு தலையணையும் தூக்கித்
தெருத்திண்ணை மேல்இட்டேன் நித்திரையும் போனேன்
சிறுவரெலாம் அறைவீட்டில் தூங்கியபின் என்றன்
அருமனைவி என்னிடத்தே மெதுவாக வந்தாள்.
“அமர்ந்தீரோ” என்றுரைத்தாள்! மலர்க்கரத்தால் தொட்டாள்!
“தெருவினிலே பனி”என்றாள். ஆமென்று சொன்னேன்.
தெரிந்துகொண்டேன் அவள்உள்ளம். வார்த்தையென்ன தேவை?

மனையாளும் நானுமாய் ஒருநிமிஷ நேரம்
மவுனத்தில் ஆழ்ந்திருந்தோம். வாய்த்ததொரு கனவு:
“கனல்புரளும் ஏழ்மையெனும் பெருங்கடலில் அந்தோ
கதியற்ற குழந்தைகளோர் கோடானு கோடி
மனம்பதைக்கச் சாக்காட்டை மருவுகின்ற நேரம்
வந்ததொரு பணம்என்ற கொடிபறக்கும் கப்பல்;
இனத்தவரின் குழந்தைகளோ ஏஎன்று கெஞ்ச
ஏறிவந்த சீமான்கள் சீஎன்று சென்றார்.”

கனவொழிய நனவுலகில் இறங்கிவந்தோம் நாங்கள்.
காதல்எனும் கடல்முழுக்கை வெறுத்துவிட்டோம். மெய்யாய்த்
தினம்நாங்கள் படும்பாட்டை யாரறியக் கூடும்?
சீசீசீ இங்கினியும் காதல்ஒரு கேடா?
எனமுடித்தோம். ஆனாலும் வீட்டுக்குள் சென்றோம்.
இன்பமெனும் காந்தந்தான் எமையிழுத்த துண்டோ!
தனியறையில் கண்ணொடுகண் சந்தித்த ஆங்கே
தடுக்கிவிழுந் தோம்காதல் வெள்ளத்தின் உள்ளே.

பத்துமாதம் செல்லப் பகற்போதில் ஓர்நாள்,
பட்டகடன் காரர்வந்து படுத்துகின்ற நேரம்,
சித்தமெலாம் மூத்தபெண் சுரநோயை எண்ணித்
திடுக்கிடுங்கால் ஒருகிழவி என்னிடத்தில் வந்து
முத்தாலம் மைவைத்த கிருபையினால் நல்ல
முகூர்த்தத்தில் உன்மனைவி பிள்ளைபெற்றாள் என்றாள்.
தொத்துநோய், ஏழ்மை, பணக்காரர் தொல்லை
தொடர்ந்தடிக்கும் சூரையிலே பிள்ளையோ பிள்ளை!

காதலுக்கு வழிவைத்துக் கருப்பாதை சாத்தக்
கதவொன்று கண்டறிவோம். இதிலென்ன குற்றம்?
சாதலுக்கோ பிள்ளை? தவிப்பதற்கோ பிள்ளை?
சந்தான முறைநன்று; தவிர்க்குமுறை தீதோ?
காதலுத்துக் கண்ணலுத்துக் கைகள்அ லுத்துக்
கருத்தலுத்துப் போனோமே! கடைத்தேற மக்கள்
ஓதலுக்கெல் லாம்மறுப்பா? என்னருமை நாடே,
உணர்வுகொள் உள்ளத்தில் உடலுயிரில் நீயே.

17–12–1933

~

7. சக்திப் பாட்டு

எண்ணத்தில் அடங்காத சக்தியின் வடிவத்தை எழுத்தில் சித்திரித்திருக்கிறார் பாரதிதாஸன். பதினாறு வரியில் அன்னையின் வண்ணம், வடிவு, வீரம், எல்லாம் படிப்பவர் கண்முன்னே தோன்றுகின்றன.

“பாரதிதாஸன்” பாடியது இதுதான் முதல்பாட்டு, பல வருஷங்களுக்கு முன் பாடியது. சுப்பிரமணிய பாரதி, பாரதிதாஸன், இன்னும் நண்பர் பலரும் அளவளாவிக் கொண்டிருந்தனர். “பாரதிதாஸன் பாடுவனே” என்றார் பாரதி. நண்பர்கள் புன்னகை புரிந்தனர். “பாடு” என்று கட்டளையிட்டார் பாரதி. “தாஸன்” பத்து நிமிஷத்தில் பதினாறு வரிகளை எழுதிக்கொண்டு வந்தார். அந்த வரிகள்தான் இவை.

எங்கெங்குக் காணினும் சக்தியடா – தம்பி
ஏழு கடல்அவள் வண்ணமடா! – அங்குத்
தங்கும் வெளியினிற் கோடியண்டம் – அந்தத்
தாயின்கைப் பந்தென ஓடுதடா! – ஒரு
கங்குலில் ஏழு முகிலினமும் – வந்து
கர்ச்சனை செய்வது கண்டதுண்டோ? – எனில்
மங்கை நகைத்த ஒலியெனலாம் – அவள்
மந்த நகையங்கு மின்னுதடா!

காளை ஒருவன் கவிச்சுவையைக் – கரை
காண நினைத்த முழுநினைப்பில் – அன்னை
தோளசைத் தங்கு நடம்புரிவாள்! – அவன்
தொல்லறி வாளர் திறம்பெறுவான்! – ஒரு
வாளைச் சுழற்றும் விசையினிலே – இந்த
வைய முழுவதும் துண்டுசெய்வேன் – என

நீள இடையின்றி நீநினைத்தால் – அம்மை
நேர்படு வாள்உன்றன் தோளினிலே!

07–1–1934

~

8. பாட்டின் சுவையறியும் பாக்கியம்

பாரதியாருக்கு வந்த கடிதம்

"வேண்டுமடி எப்போதும் விடுதலை" பிறந்த வகை

பொழுது விடியப், புதுவையிலோர் வீட்டில்
விழிமலர்ந்த பாரதியார் காலை வினைமுடித்து
மாடிக்குப் போவார் கடிதங்கள் வந்திருக்கும்
வாடிக்கை யாகவரும் அன்பரெலாம் வந்திருப்பார்.
சென்னைத் தினசரியின் சேதிசில பார்ப்பார்
முன்னாள் அனுப்பிய கட்டுரையும் பாட்டும்
சரியாய்ப் பதித்ததுண்டா இல்லையா என்று
வரிமேல் விரல்வைத்து வாசிப்பார் பத்திரிகை!

* * * *

அதன்மேல் அடுக்கடுக்காய் ஆரவா ரப்பண்!
நதிப்பெருக்கைப் போற்கவிதை நற்பெருக்கின் இன்பஒலி!
கிண்டல்கள்! ஓயாச் சிரிப்பைக் கிளப்புகின்ற
துண்டு வசனங்கள்! வீரச் சுடர்க்கதைகள்!
என்னென்ன பாட்டுக்கள்!! என்னென்ன பேச்சுக்கள்!!
பன்னத் தகுவதுண்டோ நாங்கள்பெறும் பாக்கியத்தை?
வாய்திறப்பார் எங்கள் மகாகவிஞர். நாங்களெலாம்
போய்அச்சப் பேயைப் புதைத்துத் திரும்பிடுவோம்.
தாம்பூலம் தின்பார். தமிழ்ஒன்று சிந்திடுவார்.
காம்பிற் கனிரசம்போல் காதல்ரசம் பொங்கும்.
விழியின் உருட்டலிலே வீரம் விளைத்துப்
பொழிகின்ற அன்பினால் எம்மைப் புதுக்கிடுவார்.

* * * *

மாடியின்மேல் ஓர்நாள் மணிஎட் டரைஇருக்கும்.
கூடிக் கவிச்சுவையைக் கொள்ளையிடக் காத்திருந்தோம்.
பாரதியார் வந்த கடிதம் படித்திருந்தார்.
சீரதிகம் கொண்டதொரு சென்னைத் தினசரியின்
ஆசிரியர் போட்ட கடிதம் அதுவாகும்.
வாசித்தார் ஐயர் மலர்முகத்தில் வாட்டமுற்றார்.

* * * *

"என்னை வசனம்மட்டும் நித்தம் எழுதென்று
"சென்னைத் தினசரியின் ஆசிரியர் செப்புகின்றார்
"பாட்டெழுத வேண்டாமாம். பார்த்தீரா அன்னவரின்
"பாட்டின் பயனறியாப் பான்மையினை" என்றுரைத்தார்.

* * * *

பாரதியார் உள்ளம் பதைபதைத்துச் "சோர்வெ"ன்னும்
காரிருளில் கால்வைத்தார்; ஊக்கத்தால் மீண்டுவிட்டார்.
"பாட்டின் பயனறிய மாட்டாரோ நம்தமிழர்?
"பாட்டின் சுவையறியும் பாக்கியந்தான் என்றடைவார்?
என்று மொழிந்தார். இரங்கினார். சிந்தித்தார்.
நன்று மிகநன்று; நான்சலிப்ப தில்லையென்றார்.

* * * *

நாட்கள் சிலசெல்ல நம்மருமை நாவலரின்
பாட்டின் சுவையறிவோர் பற்பலபே ராகிவிட்டார்.
ஆங்கிலம் வல்ல கஜின்ஸ்என்னும் ஆங்கிலவர்
"நீங்கள் எழுதி நிரப்பும் சுவைக்கவியை
"ஆங்கிலத்தில் ஆக்கி அகிலஅரங் கேற்றுகின்றேன்
"பாங்காய் எனக்குநல்ல பாட்டெழுதித் தாருங்கள்"

* * * *

என்று வரைந்த கடிதத்தை எங்களிடம்
அன்றளித்தார். அய்யர் அபிப்பிராயம் கேட்டார்.
வேண்டும். எழுதத்தான் வேண்டும்என்றோம். பாரதியார்
"வேண்டும் அடிஎப்போ தும்விடுத லை"என்றே
ஆரம்பஞ் செய்தார். அரைநொடியில் பாடிவிட்டார்
ஈரிரண்டு நாளில் இனிமை குறையாமல்
ஆங்கிலத்தில் அந்தக் கவிதான் வெளியாகித்
தீங்கற்ற சென்னைத் தினசரியின் ஆசானின்
கண்ணைக் கவர்ந்து கருத்தில் தமிழ்விளைத்தே,
எண்ணற்ற ஆண்டாய்த் தமிழ்க்கவிஞர் இல்லைஎன்ற
வீவீஎஸ். ஐயர் விருப்பத்தைப் பூர்த்திசெய்து
பாவலராம் ஐயர்க்கும் ஊக்கத்தைப் பாய்ச்சியதே!
ஆங்கிலவர், பாரதியார் ஆர்ந்த கவிரஸத்தை
வாங்கியுண்ணக் கண்டபின்னர் வாயூறிச் சென்னைத்
தினசரியின் ஆசிரியர் தேவை யினித்தேவை
இனியகவி நீங்கள் எழுதுங்கள் என்றுரைத்தார்.
தேவையில்லை என்றுமுன் செப்பிவிட்ட அம்மனிதர்
தேவையுண்டு தேவையுண்டு தேன்கவிகள் என்றுரைத்தார்.

* * * *

தாயாம் தமிழில் தருங்கவியின் நற்பயனைச்
சேயாம் தமிழன் தெரிந்துகொள்ள வில்லை
அயலார் சுவைகண் டறிவித்தார். பின்னர்
பயன்தெரிந்தார் நம்தமிழர் என்றுரைத்தார் பாரதியார்.
நல்ல கவியினிமை நம்தமிழர் நாடுநாள்
வெல்ல வருந்திரு நாள்.

21–01–1934

~

9. இயற்கைத்தேவியின் கோபம்

எரிபோல் விழியும் இடிபோல் மொழியும் உடையாள்
இதயத்திலே முதிரும் கோபப் படையாள்
விரியும் வண்மை இயற்கைப் பெண்ணெனும் அன்னாள்
வெறியும் தயையும் கொண்டென் னிடமிது சொன்னாள்.
தெரியும் வழியிற் செல்லா உலகத் தோரே
செப்பக் கேளீர் அவளின் சொல்லை நீரே:
“உரிமை! உரிமை! யார்க்கும் எதிலும் எங்கும்”
உணரச் சொன்னாள். இதனால் இன்பம் பொங்கும்.

“மனிதக் குலமும் வாழ்வுப் பொருளும் தந்தேன்
மடியில் தோளில் அவரைத் தாங்கியும் வந்தேன்
புனிதம் புனிதம் எங்கும் எதிலும் யார்க்கும்
புன்மை கண்டால் என்னுள் ளந்தான் வேர்க்கும்
தனமும் கனமும் பலவும் என்றன் தேகம்
தாயின் பாலில் தனயர்க் கெல்லாம் பாகம்
இனியும் பேதம் வேண்டாம் வேண்டாம் இந்நாள்”
என்றே அன்னை கோபத் தோடே சொன்னாள்.

“மாந்தர் யாரும் வாழ்க்கை முறையில் ஒப்பே
வகையில் நிலையிற் பேதம் காணல் தப்பே
சே[ா]ர்ந்தோன் உணவைத் தன்சொத் தென்றே சொன்னால்
துயரம்! துயரம்! ஒப்பத் தகுமோ என்னால் ?”
ஏந்தும் தயவால் இதனைச் சொன்னாள் முன்னர்
இதையே எண்ணிக் கனலாய் நின்றாள் பின்னர்,
தீர்ந்திட் டதுவோ புவிஎன் றச்சம் கொண்டேன்
திண்மைத் தாயின் தேகம் அதிரக் கண்டேன்.

கிடுகிடு வென்றே அவள்தோள் அதிரக் கண்டேன்
கேளீர் கேளீர் பீகார் வீழக் கண்டேன்
குடமும் புனலும் நிலையிற் சாய்தல் போலே
குடிலும் ஏழைக் குலமும் சாயுங் காலே
படையால் மாளும் பகைபோல் மாளக் கண்டேன்
பணமும் பிணமும் மண்ணிற் புதையக் கண்டேன்.
தடமும் வீடும் சமமே யாதல் கண்டேன்
சதையும் மண்ணும் இரத்தக் குமிழும் கண்டேன்.

மாங்கீர் சீதா மார்கிமு சபர்புரி ஊரும்
மதுபான் மோத்கிரி சமசுத கிரிஎன் றாரும்
ஆங்கே பற்பல ஆயிர மைல்களின் எல்லை
அழகும் பொழிலும் தெருவும் வீடும் இல்லை.
ஏங்கிய மைந்தர் தாயொடு வெளியில் நின்றார்

எத்தனை ஆயிர மக்கள் மண்ணிற் சென்றார்!
தாங்கிட வாரீர் பீகார் மக்கள் தம்மைத்
தாரீர் பொருளை எதிர்பார்க் கின்றாள் உம்மை.

18–02–1934

~

10. தமிழ்க் கனவு

தமிழ்நா டெங்கும் அமளி! தடபுடல்!!
பணமூட்டை எங்கணும் பறக்குது! விரைவில்
குவியுது பணங்கள்! மலைபோற் குவியுது!!
தமிழின் தொண்டர் தடுத்தாலும் நில்லாமல்
ஓடுறார் ஓடுறார் ரயிலிலும் நடந்தும்!

ஆயிரம் ஆயிரத் தைந்நூறு பெண்கள்
ஒளிகொண்ட வழியில் உறுதி காட்டி
இறக்கை கட்டிப் பறக்கின் றார்கள்!
ஐயையோ எத்தனை அதிர்ச்சி, உத்ஸாகம்.
சமுத்திரம் போல அமைந்த மைதானம்!

அங்கே கூடினார் அத்தனை பேரும்!
குவித்தனர் அங்கொரு கோடி ரூபாய்!
வீரத் தமிழன் வெறிகொண் டெழுந்தான்:
உரக்கக் கேட்டான்: உயிரன்றோ நம்தமிழ் ?
அகிலம் கிழிய ஆம்ஆம் என்றனர்!!

ஒற்றுமை என்றான்: ஒத்தோம் என்றனர்!
உள்ளன்பை ஊற்றி ஊற்றி ஊற்றி[த்]
தமிழை வளர்க்கும் சங்கம் ஒன்று,
சிங்கப் புலவரைச் சேர்த்தமைத் தார்கள்!
உணர்ச்சியை எழுச்சியை ஊக்கத்தை யெல்லாம்

கரைத்துக் குடித்துக் கனிந்த கவிஞர்கள்
சுடர்க்கவி தொடங்கினர்! பறந்தது தொழும்பு!
கற்கண்டு மொழியில் கற்கண்டுக் கவிதைகள்
வாழ்க்கையை வானில் உயர்த்தும் நூற்கள்,
தொழில்நூல், அழகழ காகத் தொகுத்தனர்!

காற்றி லெல்லாம் சங்கீதக் கலப்பு!
சங்கீத மெல்லாம் தகத்தகாயத் தமிழ்!
காதலெலாம் தமிழே கனிந்த சாறு!
கண்ணெல்லாம் தமிழக் கட்டுடல் வீரர்கள்!
காதல் ததும்பும் கண்ணாளன் ஒருவன்

கோதை ஒருத்தியைக் கொச்சைத் தமிழால்
புகழ்ந்தஓர் புழுக்கம் பொறாமல் சோர்ந்து
வீழ்ந்தான். உடனே திடுக்கென விழித்தேன்
அந்தோ அந்தோ பழய
நைந்த தமிழரொடு நானிருந் தேனே!

25–3–1934

~

11. புத்தகசாலை வேண்டும்

தனித்தமைந்த வீட்டிற்புத் தகமும் நானும்,
சையோகம் புரிந்ததொரு வேளை தன்னில்
இனித்தபுவி இயற்கையெழில் எல்லாம் கண்டேன்
இசைகேட்டேன்! மணம்மோந்தேன்! சுவைகள் உண்டேன்!
மனித்தரிலே மிக்குயர்ந்த கவிஞர் நெஞ்சின்
மகாசோதி யிற்கலந்த தெனது நெஞ்சும்!
சனித்ததங்கே புத்துணர்வு! புத்த கங்கள்
தருமுதவி பெரிது!மிகப் பெரிது கண்டீர்!

மனிதரெலாம் அன்புநெறி காண்ப தற்கும்
மனோபாவம் வானைப்போல் விரிவ டைந்து
தனிமனித தத்துவமாம் இருளைப் போக்கிச்
சகமக்கள் ஒன்றென்ப துணர்வ தற்கும்,
இனிதினிதாய் எழுந்தஉயர் எண்ண மெல்லாம்
இலகுவது புலவர்தரு சுவடிச் சாலை
புனிதமுற்று மக்கள்புது வாழ்வு வேண்டில்
புத்தகசா லைவேண்டும் நாட்டில் யாண்டும்.

தமிழார்க்குத் தமிழ்மொழியிற் சுவடிச் சாலை
சர்வகலா சாலையைப்போல் எங்கும் வேண்டும்.
தமிழிலிலாப் பிறமொழிநூல் அனைத்தும் நல்ல
தமிழாக்கி வாசிக்கத் தருதல் வேண்டும்.
அமுதம்போல் செந்தமிழிற் கவிதை நூற்கள்
அழகியவாம் உரைநடையில் அமைந்த நூற்கள்
சுமைசுமையாய்ச் சேகரித்துப் பல்க லைசேர்
துறைதுறையாய்ப் பிரித்தடுக்கி வைத்தல் வேண்டும்.

நாலைந்து வீதிகளுக் கொன்று வீதம்
நல்லதுவாய் வசதியதாய் இல்லம் வேண்டும்.
நூலெல்லாம் முறையாக ஆங்க மைத்து
நொடிக்குநொடி ஆசிரியர் உதவு கின்ற
கோலமுறும் செய்தித்தாள் அனைத்தும் ஆங்கே
குவிந்திருக்க வகைசெய்து தருதல் வேண்டும்.

மூலையிலோர் சிறுநூலும் புதுநூ லாயின்
முடிதனிலே சுமந்துவந்து தருதல் வேண்டும்.

வாசிக்க வருப[வ]ரின் வருகை ஏற்றும்
மரியாதை காட்டிஅவர்க் கிருக்கை தந்தும்
ஆசித்த நூல்தந்தும் புதிய நூல்கள்
அழைத்திருந்தால் அதையுரைத்தும் நாளும் நூலை
நேசித்து வருவோர்கள் பெருகும் வண்ணம்
நினைப்பாலும் வாக்காலும் தேகத் தாலும்
மாசற்ற தொண்டிழைப்பீர்! சமுதா யச்சீர்
மறுமலர்ச்சி கண்டதென முழக்கஞ் செய்வீர்!

8–7–1934

~

12. கொடைத்தமிழன்

ஸ்ரீ சுப்பிரமணிய பாரதியாரைப் பற்றி
"வெண்மதிபோல் மற்றொன்று செய்வதுண்டோ?"

இருள் அடர்ந்த இரவு கழிந்து "விடியுங்"காலம் வருவதை அறிவிக்கும் குரலை அருகிருந்து, உடனிருந்து கேட்டவர் "பாரதிதாஸன்".

அந்தக் குரலொலி கேட்டுத் தமிழ்நாட்டு மக்கள், தமது தொழிலை மேற்கொண்டு வெளிப்பட்டதையும், அவர்களது போரையும் நேரில் கண்டனுபவித்தவர்.

சென்ற சட்டமறுப்பு இயக்கத்தில் கலந்துகொண்ட தமிழனின் குரலில் ஒலித்த வீரம், ஆவேசம், ஆதர்சம் யாவும் அந்த ஒரு குரலிலிருந்து எழுந்தவைதான்.

அந்த முதல் குரல் நாட்டுமக்களுக்கு ஊட்டிய ஆவேசத்தையும், காட்டிய ஆதர்சத்தையும், இந்தப் பாடலில் எழில் கலந்து பாடியிருக்கிறார் பாரதிதாஸன்.

1. திங்கள்கதிர் உள்ளமட்டுன் கீர்த்தி யுண்டு
செவிபெற்ற பாக்கியத்தால் இங்குன் பாட்டில்
பொங்கிவரும் சுவையனைத்தும் உண்ணு கின்றோம்.
சிங்கமென்று நீயுரைத்தாய் தமிழர் தம்மைச்
செய்கையிலே வானுயர்ந்தாய் தமிழா! உன்னை
எங்குலத்து வீரனென நாங்கள் ஏத்தும்
இசையுனக்குக் கேட்பதுண்டோ வானி லாங்கே?

2. காண்பதினாலே சத்தியத்தைக் கண்டு பாடிக்
கடவுளிங்கு யாவுமென்று நன்றாய்ச் சொல்லி

மாண்பினிலே நீயிருந்து காட்டி எம்மை
வடுவகற்றித் தமிழரென வாழ்கச் சொல்லி[ச்]
சேண்புகுந்த சுப்பிரமணிய பாரதி உன்
தெய்வமொழி இங்குவைத்த வன்மை யாலே
ஆண்மையினி லேறுகின்றோம் இன்றே எங்கள்
அடிமையைநின் ஆவலினைத் தீர்ப்போம் அண்ணே!

3. இயல்பில்வரும் பேச்சினைப்போல் எழுதி ஆங்கே
எழுத்தெழுத்துக் கொளிகாட்டி இனத்தை யெல்லாம்
பயிலும்விதம் கவியாக்கும் பாங்கின் ஜோதி
பரவுமொரு மண்டலமாய்க் காணுந் தோறும்
வியக்கின்றார்; நின்திறனைத் தாமும் கேட்டார்.
வெண்மதிபோல் மற்றொன்று செய்வ துண்டோ ?
செயற்கரிது செய்துவிட்டாய்! தமிழா! நின்போற்
செய்வதையும் காட்டுகின்றாய் நின்சீர் வாழி.

22–07–1934

~

13. தமிழ்க் கல்வி

கவிஞனின் கற்பனைக்கண் திறந்தது. எதிரே ஓராயிரம் அழகுகள். "எதை எழுதுவேன்" என்று மலைக்கிறார்.

வான், தாமரைப்பூக்கள், காடு, கழனி, கார்முகில், ஆடு மயில் நிகர் பெண்கள், இன்னும் எவ்வளவோ !

நமது புறக்கண்களுக்கு எட்டாத இனிமை, எழில் கவிஞனின் கற்பனைக் கண்களுக்குப் படுகிறது.

ஆனாலும், மனித ஜாதியின் உயர்ச்சி ஒன்றுதான் அவனுடைய ஆத்ம தாகம். தன்னை வளர்த்த தமிழ்ச் சமூகத்தில் "எல்லாரும், இன்பத் தமிழ்க் கல்வி கற்றவர் என்றுசொல்லும் நிலை" தான் அவனது உள்ளத்திலிருந்து எழும் கூவல்.

டக்டக் கென்று வரும் பட்டாள நடையிலே பாரதிதாஸன் அந்தக் கருத்தை அள்ளி வீசுகிறார்.

ஏடெடுத் தேன்கவி ஒன்று வரைந்திட
"என்னை எழு"தென்று சொன்னதுவான்!
ஓடையும் தாமரைப் பூக்களும் தங்களின்
ஓவியம் தீட்டுக, என்றுரைக்கும்.
காடும் கழனியும் கார்முகி லும்வந்து
கண்ணைக் கவர்ந்திட எத்தனிக்கும்.
ஆடும் மயில்நிகர் பெண்க ளெலாம்உயர்
அன்பினைச் சித்திரம் செய்க,என்றார்!

சோலைக் குறுகுறு தென்றல் வரும்.பசுந்
தோகை மயில்வரும். அன்னம்வரும்.
மாலைப் பொழுதினில் மேற்றிசை யில்விழும்
மாணிக்கப் பரிதி காட்சிதரும்.
'வேலைச் சுமந்திடும் வீரரின் தோள்உயர்
வெற்பென்று சொல்லி வரைக'எனும்.
கோலங்கள் யாவும் மலைமலை யாய்வந்து
கூவின என்னை! – இவற்றிடையே,

இன்னலி லேதமிழ் நாட்டினி லேஉள்ள
என்தமிழ் மக்கள் துயின்றிருந்தார்.
அன்னதொர் காட்சி இரக்கமுண் டாக்கிஎன்
ஆவியில் வந்து கலந்ததுவே!
“இன்பத் தமிழ்க்கல்வி யாவரும் கற்றவர்
என்றுரைக் கும்நிலை எய்திவிட்டால்
துன்பங்கள் நீங்கும். சுகம்வரும். நெஞ்சினில்
தூய்மையுண் டாகிடும். வீரம்வரும்”.

09–09–1934

~

14. சங்கங்கள் !

சங்கங்களால், – நல்ல
சங்கங்களால் – மக்கள்
சாதித்தல் கூடும் பெரும்பெருங் காரியம்.

சிங்கங்கள் போல் – இளஞ்
சிங்கங்கள் போல் – பலம்
சேர்ந்திடும் ஒற்றுமை சார்ந்திட லாலே.

பொங்கும் நிலா – ஒளி
பொங்கும் நிலா – எனப்
பூரிக்கும் நெஞ்சிற் புதுப்புதுக் கோரிக்கை

மங்கிடுமோ ? – உள்ளம்
மங்கிடுமோ ? – என்றும்
மங்காது நல்லறிவும் தெளிவும் வரும். (சங்கங்களால்)

சங்கங்களை – நல்ல
சங்கங்களை – அந்தச்
சட்ட திட்டங்களை மூச்செனவே காக்க!

அங்கம் கொள்க! – அதில்
அங்கம் கொள்க! – எனில்
அன்பினை மேற்கொண்டு முன்னின் றுழைத்திட!

எங்கும் சொல்க! – கொள்கை
எங்கும் சொல்க! – இதில்
ஏது தடைவந்த போதிலும் அஞ்சற்க!

தங்கத்தைப் போல் – கட்டித்
தங்கத்தைப் போல் – மக்கள்
தங்களை எண்ணுக! சங்கங்களிற் சேர்க்க! (தங்கத்தைப் போல்)

கொள்கை இல்லார் – ஒரு
கொள்கை இல்லார் – மக்கள்
கூட்டத்தில் இல்லை சங்கங்களின் சார்பினைத்

தள்ளுவதோ? – மக்கள்
தள்ளுவதோ? – சங்கத்
தாய்வந்து தாவும் தளிர்க்கரம் தீதென்று

விள்ளுவதோ? – மக்கள்
விள்ளுவதோ? – மக்கள்
வெற்றியெலாம் சங்க மேன்மையிலே உண்டு.

கொள்ளுகவே – வெறி
கொள்ளுகவே – சங்கம்
கூட்டிடவும் கொள்கை நாட்டிடவும் வெறி (கொள்ளுகவே)

சாதி மதம் – பல
சாதி மதம் – தீய
சச்சரவுக் குள்ள பேத வுணர்ச்சிகள்

போதத்தையே – மக்கள்
போதத்தையே –அறப்
போக்கிடும் மூட வழக்கங்கள் யாவும்இல்

லாத இடம் – தீதி
லாத இடம் – நோக்கி
யேகிடுதே இந்த லோக இலக்ஷியம்!

ஆதலினால் – உண்மை
ஆதலினால் – சங்கம்
அத்தனையும் அதை ஒத்து நடத்துக! (ஆதலினால்)

உள்ளத்திலே – நல்ல
உள்ளத்திலே – எழுந்
தூறிவரும் கொள்கை யாகிய பைம்புனல்

வெள்ளத்திலே – இன்ப
வெள்ளத்திலே – அந்த
மேதினி மக்கள் நலம்பெறு வாரென்று

தள்ளத் தகாப் – பல
தள்ளத் தகா – நல்ல
சங்கங்கள் எங்கணும் தாபிப்பர் சான்றவர்!

பள்ளத்திலே – இருட்
பள்ளத்திலே – வீழ்ந்த
பஞ்சைகட்கும் சங்கம் நெஞ்சிற் சுடர்கூட்டும் (சங்கத்தினால்)

தாய் தந்தையர் – நல்ல
தாய் தந்தையர் – மண்ணில்
தாம்பெற்ற பிள்ளைகள் சங்கத்திற்கே என்ற

நேயத்தினால் – மிக்க
நேயத்தினால் – நித்தம்
நித்தம் வளர்க்க! நற்புத்தி புகட்டுக!

ஆய பொருள் – உண்
டாய பொருள் – முற்றும்
அங்கங் கிருந்திடும் சங்கங்களுக் கென்ற

தூய எண்ணம் – மிகு
தூய எண்ணம் – இங்குத்
தோன்றிடில் இன்பங்கள் தோன்றிடும் ஞாலத்தில். (சங்கங்களால்)

16–09–1934

~

15. தை

பரிதி கண்டோம்! பரிதி கண்டோம்!!
பலபல கோடியாய்ப் பல்கிய கதிர்கள்
உலகினைத் தழுவி ஒளிபெறச் செய்வன;
உயிர்க்குலம் அதனால் உணர்வு பெறுவன!

* * * *

கருமழை தந்த பெருமழை வெள்ளம்
கழனி தோறும் அலைக்கரம் தாவிப்
பண்ணொன்று பாடிப் பாயுங் காலைப்
பொன்னேரு பூட்டிப் புவியெலாம் உழுதும்,
செந்நெல் விதைத்தும், செழுங்களை போக்கியும்
தோளும் மனமும் சோர்ந்து போனோம்!
பனியே வெளியாய்ப், பகலே இரவாய்த்
துன்பினால் உயிரே சுருங்கினோம்! பின்இதோ
விளைத்த செந்நெல் விளைந்தது; கிழக்கில்
விரிகதிர் தங்கச் சலாகை பீறிட்டது.

* * * *

பனி, இருள், பிணி, துயில், பயம், அயர் வுகளெலாம்
பறந்தன. பறந்தது படமுடி யாக்குளிர்!

பரிதி கண்டோம்! பரிதி கண்டோம்!
ஆண்டில்லோர் கெட்ட அவதிப் பகுதி
அகன்றோம்! புதியநாள் – புதுவாழ் வாரம்பம்!

* * * *

உயிரினில் உடலினில் ஒவ்வோ ரணுவிலும்,
வெயிலைப் பாய்ச்சினான் விரிகதிர்த் தந்தை!
பனிப்புகை பிணிவகை பயங்காட்டு சாக்காடு–
இனியில் லை!பகைக் கினிமேல் உதைவிழும்!
எமையாள நினைப்பவன் எந்தப் பயல்அவன்?
அயர்வு போக எரியினை ஏற்றுவோம்
அன்பு சேரப், புத்தரிசி கொண்டு
புதுப்பரிதி வாழ்த்திப் புதுநறும் பொங்கல்
குடமடிப் பசும்பால் பொங்கப் பொங்க
நடமிட்டுப் பாடி, நாம்உற வோடு,
வறுமையும், துன்பமும், நாணும்
சிறுமையும் தீரச் சேர்ந்துண் போமே!

1–2–1938

~

சுதந்திரச் சங்கு இதழில் முதலில் இடம்பெற்ற பாரதிதாசன் கவிதைகள் இருமுறை 'மணிக்கொடி'யில் முழுமை நிலையிலும் பகுதி நிலையிலும் மறுவெளியீடு கண்டுள்ளன.

(i) கவிதைக் காதலி

கமலம் அடுக்கிய செவ்விதழால் – மலர்க்
காட்டினில் வண்டின் இசைவளத்தால்
கமழ்தரு தென்றல் சிலிர்சிலிர்ப்பால் – கருங்
கண்மல ரால்முல்லை வெண்ணகைப்பால்
அமையும் அன்னங்களின் மென்னடையால் – மயில்
ஆட்டத்தி னால்தளிர் ஊட்டத்தினால்
சமையும் ஒருத்தி–அப் பூஞ்சோலை – எனைத்
தன்வசம் ஆக்கிவிட் டாள்ஒருநாள்.

சோலை அணங்கொடு திண்ணையிலே – நான்
தோளினை ஊன்றி இருக்கையிலே
சேலை நிகர்த்த விழியுடையாள் – என்றன்
செந்தமிழ்ப் பத்தினி வந்துவிட்டாள்!
சோலை யெலாம்ஒளி வானமெலாம் – நல்ல
தோகையர் கூட்ட மெலாம்அளிக்கும்
கோலஇன் பத்தையென் உள்ளத்திலே – வந்து
கொட்டிவிட் டாள்எனைத் தொட்டிழுத்தாள்!

02–09–1934

~

(ii) **கமலம் அடுக்கிய செவ்விதழால்**

கமலம் அடுக்கிய செவ்விதழால் – மலர்க்
காட்டினில் வண்டின் இசைவளத்தால்
கமழ்தரு தென்றல் சிலிர்சிலிர்ப்பால் – கருங்
கண்மல ரால்முல்லை வெண்ணகைப்பால்
அமையும் அன்னங்களின் மென்னடையால் – மயில்
ஆட்டத்தி னால்தளிர் ஊட்டத்தினால்
சமையும் ஒருத்தி–அப் பூஞ்சோலை – எனைத்
தன்வசம் ஆக்கிவிட் டாள்ஒருநாள்.

15–4–1938

~ ~

2
தற்காலத் தமிழ்க் கவிகள்

பாரதி இலட்சியத்தை வளர்ப்போர்
தமிழ் வளர்ச்சி; தமிழனின் வளர்ச்சி

'ரேவதி'
(ந. பிச்சமூர்த்தி)

இந்த விஷயமாகப் பேசுமிடத்து, ரஸிகர்களுக்கும் வாசகர்களுக்கும் இருக்கும் சிரமம் ஒன்றைக் குறிப்பிடாமல் தொடங்க முடியவில்லை. பாரதியார் காலத்திற்குப் பின்பு தமிழ்நாட்டில் தொகுத்து வெளியிடப்பட்டுள்ள கவிதைகளை விரல்விட்டு எண்ணிவிடக் கூடும். இதற்குக் காரணம் தமிழ்நாட்டில் நல்ல கவிகள் இல்லாமையல்ல; தமிழ்நாட்டு மக்களின் அலக்ஷியமே காரணம். கவியோ, புஸ்தகம் பிரசுரிப்பவனோ கைப்பணத்தைக் கொட்டித் தமிழிலக்கியமாகக் கூடியவற்றை – அசட்டு நாவல்களைப் பற்றி இங்கு பேச்சில்லை – வெளியிடக் கூசுகிறான்; வாங்குவோர் யார் என்று திகைக்கிறான். இந்த நிலையில் பாக்கள் எப்படி புஸ்தக உருவடையும்? தமிழ்நாட்டு மக்களுக்குக் கவிதை தேவையில்லை போலும்! எனவேதான் வெளிவந்துள்ள கவிதைகளைப் பற்றிப் பேசுவதென்றால், பழைய பத்திரிகை மண்மேட்டைக் கிளறிக் குன்றிமணிகளைப் பொறுக்க வேண்டிய தொல்லை நேருகிறது. மேல்நாடுகளில் கவிதைக்காகத் தனிப்பத்திரிகைகளும், சங்கங்களும் இருக்கின்றன; ஏன் வங்காளத்திலும், ஹிந்தியிலும், தெலுங்கிலும் கூட இருக்கின்றன. ஆனால், பழந்தமிழ்க் காவியங்களின் புகழை ஓர் பெருமை அடித்துக் கொள்ளும் நம்மிடையில் கவிதைக்காகத் தனிப்பத்திரிகை

இல்லாதது இழிவு. இவ்வளவு இன்னல்களுக்கிடையில் தற்காலத் தமிழ்க் கவிகளைப் பற்றிப் பேசுவதில் விரிவுரைக்காவது, நுணுக்க ஆராய்ச்சிக்காவது நேரமும், இடமும் இல்லை. அல்லது கவிகளை வரிசைப்படுத்துவதற்காவது, தராசைக் கையில் எடுப்பதற்காவது அவசியமில்லை. தற்காலத் தமிழ்க் கவிகளைப் பற்றிப் பொதுவாகவும், சுருக்கமாகவும் சில விஷயங்கள் சொல்வது மட்டுமே என் நோக்கம்.

தற்காலத் தமிழ்க் கவிகளின் தலைவர் பாரதியார். தமிழ்க் கவிதையின் போக்கில் பாரதியார் தோற்றுவித்த புரட்சியைப் பற்றி எழுத இடம் இதுவல்ல.

கவிதைக்குரிய விஷயங்களை விஸ்தாரப்படுத்தியது; கவிதைக்குரித்தான உணர்ச்சி சிங்காதனத்தில் அதை அமர்த்தியது; கவிதையைத் தற்காலத் தமிழனுடைய உள்ளத்துடனும், உலகின் போக்குடனும் பிணைத்தது; கவிதையின் நடையை மாற்றியமைத்தது; – இவையும் பிறவும் பாரதியார் தமிழ் இலக்கியத்திற்குச் செய்த சேவை.

இப்புரட்சி தமிழ்க் கவியுலகில் நடந்திருப்பதற்கு வெளிப்படையான அறிகுறிகள் இல்லாமல் இல்லை. பாரதியாரின் தத்துவ தரிசனத்தையோ, காவிய வழிகளையோ வெளிப்படையாகவோ, மறைமுகமாகவோ பின்பற்றாத தமிழ்க் கவிஞன் அநேகமாய் இப்பொழுது இல்லை என்று சொல்லிவிடலாம். 'சக்தி', 'விடுதலை', 'இன்பம்' இம்மூன்று சொற்களின் விரிவே பாரதியின் காவிய மாளிகை.

தற்காலத் தமிழ்க் கவிகளும் இம்மூன்று மந்திரச் சொற்களையே தங்கள் கவிதைக்கும் திறவுகோலாக்கிக் கொண்டிருக்கிறார்கள். நம்முடைய தற்கால வாழ்க்கை இவர்களது கவிதையில் நன்றாய்ப் பிரதிபலித்திருக்கிறது.

ஸ்ரீ தேசிகவிநாயகம் பிள்ளை

முதலாவதாக நான் குறிப்பிடப்போவது ஸ்ரீ தேசிக விநாயகம் பிள்ளையைப் பற்றி. ஆனால், ஒரு விஷயம். அவர் பாரதியைப் போற்றுபவராயினும், கவி மரபில் அவரைப் பின்பற்றுபவரல்ல. அவருடைய கவிதைக்குத் தனிச்சிறப்பும் நாதமும் உண்டு.

தமிழ் மக்களிடையில் புது உலகொன்றைத் தோற்றுவிப்பதற்குப் பாரதியார் தன் கவிதையில் அடிகோலி அஸ்திவாரம் போட்டிருப்பதைப் போல் செய்ய ஸ்ரீ தேசிக விநாயகம் பிள்ளை முற்படவில்லை. அன்பே சிவம் என்ற ஆழ்ந்த தத்துவமே அவருடைய கவிதையின் அடிப்படை. எனவே அவர்

கருணாரசத்தைக் கையாள்வதில் இன்று தலைசிறந்து விளங்குவது வியப்பல்ல. அஹிம்ஸை, அழகு, இயற்கை இவைகளை நாம் போற்றுகிறோம். ஆனால் நமக்குக் கவித்திறனாவது, கற்பனைக் கண்ணாவது இல்லை. ஸ்ரீ தேசிக விநாயகம் பிள்ளையவர்களிடம் இந்தச் செல்வங்கள் மிகுதியாய் அமைந்துள்ளன. அவைகளின் விளைவே அவருடைய பாக்கள்.

புத்த பகவானுடைய சரித்திரத்தில் ஞான ரஸமும் கவிதா ரஸமும் நிறைந்துள்ளன. பகுத்தறிவையே ஆதாரமாகக் கொண்ட புத்தருடைய தத்துவ தரிசனம் போர்களின் விஷக்காற்றாலும், விஞ்ஞானத்தின் விபரீதப் பார்வையாலும் கருகிச் சாகும் தற்கால வாழ்க்கைக்கு சஞ்சீவியாய் அமைந்துள்ளது. ஆகையால் அன்பையே கடவுளாகக் கொண்டிருக்கும் கவிக்கு, புத்தர் கதை காவிய விஷயமானதில் ஆச்சரியமொன்றுமில்லை. "மகனை இழந்தாய்" என்பதில் இதைக் கையாண்டிருக்கிறார். *அதைத் தவிர வேறு யாதொரு நீண்ட காவியத்தைச் செய்திருப்பதாகத் தெரியவில்லை. ஆனால் அவ்வப்பொழுது, பல பத்திரிகை களின் வாயிலாக "மலர்கள்", "ரோஜா", "குழந்தைகள்", "இயற்கை வனப்பு" முதலிய பல தனிப்பாடல்கள் வெளியிட்டிருக்கிறார்.

"மகனை இழந்தாய்" என்பதிலிருந்து ஒரு உதாரணம் எடுத்துக்கொள்வோம். புத்த பகவான் சஞ்சரித்துக் கொண்டிருக்கும் பொழுது பாம்பு கடித்து இறந்த மகனை எடுத்துவந்து, திரும்பவும் பிழைப்பு மூட்டித் தரும்படி ஒரு ஸ்திரீ அழுது வேண்டுகிறாள். அவள் அழுவதைக் கேளுங்கள்!

"நீடு மதியினைப்போல்
நிலவெறிக்கும் செல்வமுகம்
வாடிநிறம் மாறியதென்
வயிற்றிலெரி மூட்டுதையா!

'பின்னி முடிச்சிடம்மா
பிச்சிப்பூ சூட்டிடம்மா'
என்னு மொழிகளினி
எக்காலம் கேட்பனையா!

---

* ஸ்ரீ தேசிக விநாயகம் பிள்ளையவர்கள், 'கருணைக் கடல்' என்ற இம்மலரில் மற்றொரு பகுதியில் வெளியிடப்படும் காவியமும், "நாஞ்சி நாட்டு மான்மியம்" என்ற நீண்டதோர் 'சாட்டைர்' என்ற மேல்நாட்டு மரபையொட்டிய காவியமும் இயற்றியிருக்கிறார். "நாஞ்சிநாட்டு மான்மியம்" மருமக்கள் வழி சம்பிரதாயத்தைப் பின்பற்றும், நாஞ்சி நாட்டு வேளாள விதவையைக் கதாநாயகியாகக் கொண்டது. இந்த நாஞ்சில் கதை அவர் எழுதிய முதல் காவியம் அல்லாவிடிலும், அவரது வாலிபப் பருவத்தில் எழுதப்பட்டது.

………………

இட்டளைந்து கூழைஎனக்
கின்னமுத மாக்கிய கை
கட்டழிதல் கண்டுமனம்
கறங்காய்ச் சுழலுதையா!

………………

சித்திரத் தேரும்
சிறுபறையும் கூடிஎனைப்
பித்தியிலும் பித்தி
பெரும்பித்தி ஆக்குதையா!"

மற்றொரு உதாரணம். பழைய சந்திரன்தான். ஆனால் அதைப் பற்றி எவ்வளவு புதுமையுடனும், இனிமையுடனும் பாடுகிறார்!

மீனின மோடிப் பறக்குதம்மா – ஊடே
வெள்ளி ஓட மொன்று செல்லுதம்மா
வானும் கடலாக மாறுதம்மா – இந்த
மாட்சியி லுள்ளம் முழுகுதம்மா.

முல்லை மலர்ப்பந்த லிட்டனரோ – தேவர்
முத்து விதானம் அமைத்தனரோ
வெல்லு மதியின் திருமணமோ – அவன்
விண்ணில் விழாவரும் வேளையிதோ

அம்புலிக் கூட்டில் முயல்வருமோ – ஈதோர்
அண்டப் புளுகோ அறியேன் அம்மா
பம்பி எழும்அலை அங்குளதும் – மேலைப்
பண்டிதர் கண்ட கனவோ அம்மா.

கூனக் கிழவி நிலவினிலே – இராட்டில்
கொட்டை நூற்கும் பணிசெய்வதையும்
மாநிலம் கண்டு மகிழ்ந்திடவே – காந்தி
மாமதி யோங்கி வளருதம்மா.

சின்னஞ்சிறு வில்லாய்க் காணுதம்மா – பின்னர்
செம்பொற் குடம்போலே தோன்றுதம்மா
என்ன அதிசயம் பாராய் அம்மா – ஈதோர்
இந்திர சாலமோ கூறாய் அம்மா

வளர்ந்து வளர்ந்து வருகுதம்மா – உடல்
வட்டந் திருந்தி வருகுதம்மா
தளர்ந்து தளர்ந்துபின் போகுதம்மா – கண்ணில்
சற்றுந் தெரியாமல் ஆகுதம்மா.

பாலாழி மீது படர்ந்த வெண்ணெய் – ஒரு
பந்தாய் உருண்டு திரண்டதுவோ
மேலாய் உலகில் ஒளிசெயலே – ஈசன்
விண்ணக மிட்ட விளக்கிதுவோ

பொன்மரம் காய்த்த கனியிதுவோ – இந்தப்
பூமகள் ஆடும் கழங்கிதுவோ
கன்மனமும் களிகொள்ளக் கவினொளி
காட்டி விளங்கும் மதியிதுவோ!

சந்திரனுக்கு உவமையாகக் கூறப்படுபவைகளின் பொருத்தத்தைப் பாருங்கள்! வெள்ளி ஓடம், சிறுவில், செம்பொற் குடம், பாலாழி மீது படர்ந்த வெண்ணெய், பொன்மரம் காய்த்த கனி, பூமகளாடும் கழங்கு!

மேலே கண்ட இரண்டொரு பகுதிகளைக் கொண்டே ஸ்ரீ தேசிக விநாயகம் பிள்ளையின் கவி உள்ளமும், சிற்றாற்றின் போக்கைப் போன்ற தெளிவும், இனிய ஓசையும் பொருந்திய எளிய நடையும் எவ்வளவு கவர்ச்சியுள்ளவை என்பது சுலபமாய் அறியப்படும்.

ஸ்ரீ இராமலிங்கம் பிள்ளை

இனி பாரதி வழியைப் பின்பற்றும் கவிகளைப் பார்ப்போம். முதலில் ஞாபகத்தில் எழுவது தமிழ்நாட்டின் போர் முரசு என்று கூறப்படும் ஸ்ரீ இராமலிங்கம் பிள்ளை. நல்ல காலமாக, தேசீயப் போர் நெருக்கடியிலும், இளைப்பாறும் இடைவேளையிலும், மற்ற சந்தர்ப்பங்களிலும் பாடப்பெற்ற இவருடைய பாடல்கள் “தேசீயப் பாட்டுகள்” என்ற பெயருடன் புஸ்தக உருவடைந்திருப்பது மகிழ்ச்சி தரத்தக்க விஷயம். “தேசோபனிஷத்து” என்று கூறப்படும் பாரதியாரின் தேசீய கீதங்களைப் போன்று அவ்வளவு பிரபலமடைந்துள்ளது இவருடைய தேசீயப் பாடல்கள். “கத்தியின்றி இரத்தமின்றி” எனத் தொடங்கும் சத்தியாக்கிரஹ யுத்த கீதத்தை அறியாத் தமிழன் உண்டா? தாய் நாடு விடுதலை பெறவேண்டும் என்ற ஒரே துடிதுடிப்பு இவருடைய பாட்டுகளுக்கு ஜீவ சக்தியாக அமைந்திருக்கிறது. ‘விடுதலை’ என்பது இவர் காவியத்திற்குத் தங்கத் திறவுகோல். எனவே அவருடைய பாடல்கள் சுதந்திரத் தொண்டனாகவும் காங்கிரஸின் பிரசாரகனாகவும், மஹாத்மா காந்தியின் புகழாகவும், இயற்கையாய் உருவெடுத்திருக்கின்றன.

“தேச பக்த திருக்கூட்டம் – தேச
சேவை செய்வ தெங்கள் நாட்டம்.

பாச பந்தமெல்லாம் ஓடி – விடப்
பாரதப் பெருமை பாடி,

பிச்சை யெடுக்க வந்ததல்ல! – வேறு
பிழைக்க வழியில்லை என்றல்ல!
இச்சை வந்து மிகத்தள்ள – தேசம்
இருக்கும் நிலைமை தனைச்சொல்ல,

தூங்கித் தூங்கி விழும் தமிழா – உந்தன்
தூக்கம் போக்க வந்தோம் தமிழா!
ஏங்கிப் படுத்திருக்கும் தமிழா – உன்னை
எழுப்ப வந்த சக்தி தமிழா!"

என்று பாடக் கேட்டால் எந்தத் தமிழன் உருகமாட்டான்? அகக் கண்ணைத் திறக்கமாட்டான்?

"அன்னக் கொடிகள் பறந்து விருந்திடும்
ஆசார வாசலின் வீதியடி!
பின்னக் கழுதையும் பேயும் குடிகொள்ளப்
பெண்மணியே என்ன காலமடி!

நெல்லும் குலமணிக் கல்லு முதிர்ந்திடும்
கொல்லையடி எங்கள் கொல்லையடி
கல்லும் காட்டொடு காடுமேடா யிப்போ
காணுதடி மனம் நாணுதடி!

முத்தும் பவளமும் சிந்திக் கிடந்திட்ட
முற்றமடி எங்கள் முற்றமடி!
சொத்தைப் பணத்திற்கும் செல்லாத காசுக்கும்
சோருதடி மனம் கோருதடி.

பட்டும் பட்டாடையும் கட்டிக் கிழித்திட்டப்
பட்டையக் காரரின் பந்தலிலே,
கட்டக் கையகலக் கந்தையு மின்றிநாம்
கத்துவ தென்னடி சித்திரமே!"

என்று படித்தால் யார் நெஞ்சில் வேதனையும், வெறுப்பும் மூளாது?

"இந்தியத் தாயின் புலம்பல்" என்று அழுகுணிச் சித்தர் பாடல் மாதிரி ஒரு பாட்டு இயற்றியிருக்கிறார். அற்புதமான கற்பனை!

"வெள்ளைத் துகிலுடுத்து வெட்டிருந்த பட்டணிந்து
கள்ளக் குறிசிறிதும் காட்டா முகத்தினளாய்
அள்ளிச் சொருகிவிட்ட அழகான கூந்தலுடன்

பிள்ளை மொழிவதெனப் பின்னுகின்ற சொற்பேசி
மெல்லத் தலைகுனிந்தே மெல்லியலாள் நின்றிருந்தாள்”

யார்? வெள்ளையர் என்னும் பெண். அவள் தன் ஆசார வாசலில் தலைகுனிந்து நிற்பதைக் கண்ட இந்தியத் தாய் பரிவுகொண்டு, “இங்கிருந்து உள்ளதை நீ என்னுடைய மக்களுடன் பங்கிட்டுக் கொள்வாய்” என்று விருந்தோம்பி இங்கிதம் சொல்லி உள்ளே அழைத்துச் செல்கிறாள். அப்பெண் இவ்வரண்மனையில் இருக்கும் பொழுது ஊரின் ஞாபகம் வரவே இந்தியத் தாயின் அநுமதியுடனே தன் இனத்தவருக்கு ஒரு கடிதம் எழுதுகிறாள். அதன் விளைவு?

“வந்தார் பலபேர்கள் வந்தவரைச் சொந்தமுடன்
தந்தே னிடம்மவர்க்கும் தக்க விருந்துமிட்டேன்.
சந்தேகம் நானவர்மேல் சற்றும் நினைக்காமல்
அந்தோ! இருந்துவிட்டேன், அந்தஒரு காரணத்தால்
நொந்தேன். நிலைதவறி நோவேன் விதியினையே!

அன்னவர்கள் கொண்டுவந்த அழகாம் பலபொருள்கள்
மின்னுகின்ற கண்ணாடி, மினுக்குகின்ற பொம்மைகளும்,
இன்னும் மயக்குகின்ற என்னென்ன வோபொருள்கள்,
என்னுடைய மக்களுக்கு எடுத்துக் கொடுத்தவளாய்க்
கன்னியவள் சிரிக்கக் களித்துவிட்டார் மக்களெல்லாம்!
என்ன உரைத்தாளோ! ஏதுமருந் திட்டாளோ!
அன்னைதந்தை தெய்வம்என்று ஆரா தனைபுரிந்த
என்னுடைய மக்களென்னை ஏறெடுத்தும் பார்ப்பதில்லை!
கொண்ட சமயம்விட்டார்; குலதெய்வப் பூசைவிட்டார்!
பண்டைப் பெருமையுள்ள பக்திகளும் விட்டொழிந்தார்!
கண்டபடி உண்டுடுத்துக் கண்டபடி யாய்க்களித்து;
பெண்டொருத்தி தன்மயக்கில் பெற்றஎன் னையும்இகழ்ந்து,
சண்டையிட்டுத் திரிவார்நான் தவங்கிடந்த
மக்களெல்லாம்!”

தூய, ஆடம்பரமற்ற, என்ன கவிதை! என்ன இனிமையான கனிவு!

இவைகளைத் தவிரக் கம்பன், மந்தோதரி வாயில் இராவணன் பிரிவு குறித்துப் போட்டிருக்கும் பிலாக்கணத்தின் மோஸ்தரில், அருமையான இரங்கற்பா ஒன்று ஸ்ரீ வ.வெ.சு.அய்யர் மரணத்தைப் பற்றி ஸ்ரீ இராமலிங்கம் பிள்ளை இயற்றியிருக்கிறார். ஒரு பகுதியேனும் குறிப்பிடாமல் போக மனம் வரவில்லை.

தமிழ்மொழியின் பெருமைதன்னை
உலகறிய எடுத்தறைந்த தனிப்பறையின்
பேரோசை தணிந்ததேயோ!

துமியுரைத்த கவியரசன்
சுவைவிளக்கக் கம்பனுக்குத் தூதுவந்த
பாதம்அவை துவண்ட வேயோ!

அமிழ்ந்துறங்கும் தமிழர்களை
அடிமையிருள் அகன்றவென அழைத்தெழுப்பும்
கோழி குரல் அடைந்ததேயோ!
குமிழ்நுரையின் மலையருவிச்
சுழல்விழுந்து குருகுலத்துச் சுப்ரமண்ய
ஐயருடல் மறைந்த கொள்கை.

~

"சுழிந்தோடும் மடுக்கள்மிகும் உலகநடைச்
சுழல்கள்பல நீந்தி யேறி,
வழிந்தோடும் மலையருவிச் சுழல்விழுந்து
கரையேற மாட்டா யேனோ?
கொழுந்தோடிப் படர்கலையின் குளிர்ஞானக்
குன்றே!போர்க் குன்றி னின்றும்,
ஒளிந்தோடி மறைந்தனையோ உடன்போந்த
சிறுவர்களின் உணர்ச்சி யோடே!"

ஸ்ரீ இராமலிங்கம் பிள்ளையின் பாடல்கள் இசைக்கு அமைக்கப்பட்டிருப்பதாலும், எளிய நடைமுறையில் உள்ள சொற்களால் ஆக்கப்பட்டிருப்பதாலும் அவர் பொது ஜனங்களின் தலைசிறந்த கவியாகிவிட்டார். அத்துடன் நமது போர்க்கவியும் ஆகிவிட்டார். யுத்த கீதங்களுக்கு வேண்டிய நடைவேகமும், வலுவும், உணர்ச்சிப் பெருக்குத் ததும்பும் அவர் பாட்டுக்கள் நம் நெஞ்சில் பதிந்து தேச பக்தியை எவ்வளவு தீவிரப்படுத்தி வருகின்றன!

பாரதிதாஸன்

அடுத்தாற்போல் குறிப்பிடவேண்டியது ஸ்ரீ கனக சுப்புரெத்தினம் என்ற 'பாரதிதாஸன்'. இவருடைய எழுத்துக்கள் பத்திரிகைகளிலே சிதறிக் கிடக்கின்றனவே அன்றிப் புஸ்தக ரூபமாக வெளியாகவில்லை. 'பாரதிதாஸனு'டைய கவிதைக்கு 'இன்பம்', 'விடுதலை' என்பவையே விதைகள். இவருக்குச் சாதி, சமயம் முதலிய உகந்ததல்ல. இயற்கை வாழ்வை ஆதரித்தே இவர் பாடல்கள் இயற்றியிருக்கிறார்.

வாழ்க்கையில் மனிதன் வேண்டுவது ஆனால் அடையாதது என்ன? இன்பம், விடுதலை. இவ்விரண்டையும் பூரணமாய்ப் பெற்றுள்ளது சிட்டுக்குருவி.

தென்னை மரத்தில் – சிட்டு
பின்னும் அழைக்கும் – ஒரு

புன்னை மரத்தினில் ஓடிய காதலி
"போ" "போ" என்றுரைக்கும்

வன்ன இறக்கை – தன்னை
அங்கு விரித்தே – தன்
சென்னியை உள்ளுக்கு வாங்கி அச்சேவலும்
செப்பும் மணிவாயால்:

"என்னடி பெண்ணே – உயிர்
ஏகிடும் முன்னே – நீ
என்னிடம் வா, எனையாகிலும் கூப்பிடு
தாமதம் நீக்கிவிடு"

என்றிது சொல்லப் – பெட்டை
எண்ணம் உயர்ந்தே – அத்
தென்னையிற் கூடிப்பின் புன்னையிற் பாய்ந்தது
பின்னும் அழைக்கும்

ஆனால் மனிதனோ ?

மஞ்சம் திருத்தி – உடை
மாற்றி யணிந்தே – கொஞ்சம்
கொஞ்சிக் குலாவிட நாதன் வரும்படி
கோதை அழைக்கையிலே

மிஞ்சிய சோகம் – மித
மிஞ்சிய அச்சம் – "என்
வஞ்சியும் பிள்ளையும் நானிறந்தால் என்ன
வாதனை கொள்வாரோ!"

நெஞ்சிலிவ் வாறு – நினைந்
தங்குரைக்கின்றான்: "அடி
பஞ்சைப் பரம்பரை நாமடி பிள்ளைகள்
பற்பல ஏதுக்"கென்றான்.

கஞ்சைப் பறிப்பார் – எழும்
காதல் பறிப்பார்; கெட்ட
வஞ்சகஞ் சேர்சின்ன மானிடச் சாதிக்கு
வாய்ந்த நிலை இதுவே?"

இன்பமடைவதில் 'சாதிபேதத் தணல்' குறுக்கிட்டால் கவி சொல்கிறார்.

"அறஞ்சொல்வார் இதைச்சொல்லி நமது வாழ்வை
அழிப்பர்எனில் அவ்வறத்தை அழிக்க வேண்டும்."

இவருடைய நடை, தனி வலிமையும் அழகின் நெட்டுயிர்ப்பும் இனிப்பும் கொண்ட எளிய நடை. இவர் வெகு செட்டாயும்

நயமாயும் சொற்களையாளும் அற்புதத் திறன் படைத்தவர். வியக்கத்தக்க ஓசையின்பங்களைக் கொட்டுபவர்.

“கூடத்திலே மனப் பாடத்திலே – விழி
கூடிக் கிடந்திடும் ஆணழகை
ஓடைக் குளிர்மலர்ப் பார்வையினால் – அவள்
உண்ணத் தலைப்படு நேரத்திலே,

பாடம் படித்து நிமிர்ந்தவிழி – தனிற்
பட்டுத் தெறித்தது மானின்விழி!
ஆடை திருத்திநின்றாள் அவள்தான்: அவன்
ஆயிரம் ஏடு திருப்புகின்றான்.

ஒரு கணத்திற்குப் பிறகு இவர்கள் நிலைமை என்ன?

“வெள்ளத்தி னோடொரு வெள்ளமுமாய் – நல்ல
வீணையும் நாதமும் ஆகிவிட்டார்”

அப்பேர்ப்பட்ட காதல் உலகின் வருணனை இது.

சாதலும் வாழ்தலும் அற்ற இடம் – அணுச்
சஞ்சல மேனும் இல்லாத இடம்,
மோதலும் மேவலும் அற்ற இடம் – உளம்
மொய்தலும் நீங்கலும் அற்ற இடம்

‘அதிகாலை’ என்னும் பாட்டின் இன்பமும் அழகும் என்றும் மறக்காதது.

திக்கார்ந்திடும் இருள்விலகிடும்
சிறுபறவைகள் கூவும் – நல்ல
திரைகடல்மிசை எழுந்திடும்முனம்
செழுங்கதிரொளி தூவும்.

தக்கோர்கண்ணில் தெளியுளமதிற்
தகுபுதுமைகள் உதிக்கும் – நல்ல
தமிழ்க்கவிதைகள் உழுபவர்சொல்ல
எருதுகள்சதி மிதிக்கும்

செக்காடுவார் திகுதிடுகிறு
கீச்செனவரும் சத்தம்! – நல்ல
சேரியின்துணை கோரிஅங்குள
ஊர்முழுமையும் கத்தும்.

செக்கின் ஒலியை இவ்வளவு இணையற்ற முறையில் எந்தக் கவியும் அமைத்ததில்லை.

காளிதாஸன்

இனி ‘காளிதாசன்’ என்ற புனைபெயருடன் எழுதிவரும் ஸ்ரீ ச.து. சுப்பிரமணிய யோகியைப் பற்றிச் சொல்லுகிறேன். இவர்

தமிழ், இங்கிலீஷ், பிரெஞ்சு இலக்கியங்களை நன்றாய் அறிந்து சுவைத்தவர். இவருடைய காவியத்திற்குத் திறவுகோல் சக்தி, விடுதலை. சக்தியே உலகைத் தோற்றுவித்து வளர்த்து வருகிறதென்ற பாரதியாரின் கொள்கையை இவரும் ஒப்புக்கொள்கிறார். இவருடைய பாடல்கள் பல சமயங்களில் எங்கு ஆரம்பித்தாலும் முடிவில் சக்தியிலோ, காளியிலோ வந்து முடியும். 'மழை'யைப் பற்றி

“வான மென்ற வெளியினிற் பற்பல
வாக மேகக் குவியல் கவிந்துமே
வான வில்லின் வியப்புச் சுவையினில்
வான மின்மினி அம்பொன் றியற்றியே
ஞான பூமி நடுங்கிட நாணொலி
நாட்டிப் பேரிடி செய்து குலுக்கியே
மோன முத்துச் சுடர்க்குண்டு பெய்துமே
மோஹச் சோதி மலர்கள் வளர்த்துமால்.

என்று தொடங்கும் பாட்டு,

மின்னல் பாய்ந்து விழுவது போலவும்
வெள்ளிக் கம்பிகள் வீழ்வது போலவும்
சின்ன சின்ன வைடூரிய மணிகளைத்
தேவ ரிங்கு பொழிவது போலவும்
கன்னல் செந்நெல் கொடிசெடி யாவையும்
கண்ட மோனத் தவத்தருள் போலவும்
அன்னை காளிதன் வானக் கொடையினின்
றாயி ரம்வகைச் செல்வங்கள் நல்குவாள்”

என்று முடிகிறது!

விடுதலையே மனிதனது லக்ஷியமாகவிருக்க வேண்டுமென்பதை எப்படிக் கட்டுகிறார் தெரியுமா?

“கட்டுப் படாப்பிச்சைக் காரனிலும் மாளிகையில்
எட்டடுக்கு மேலிருக்கும் ராஜாவும் பெரித[து]கா[ண்]”

விடுதலையே விரும்பத் தக்கதென்ற கொள்கையைப் பின்பற்றுபவரானபடியால் தேசீயக் கிளர்ச்சியில் ஈடுபட்டுப் பாடுவது இயல்பு. “பறையன் பாட்டி”ல் தன் உணர்ச்சிப் பெருக்கைக் காட்டியிருக்கிறார். பறையன் சொல்லுகிறான்.

வெற்றிப் பறைமுழக்கி வெம்போர் விளைத்தவிறல்
சுற்று முழத்துணிக்காய்த் தொண்டுசெய லாயிற்றே!
கச்சணிந்த முலைமாதர் கண்கவரும் பேரழகு
துச்சமாய்த் தோலாய்த் தொளையாகப் போயிற்றே!

வேழம் பிடித்து விளையாடும் வீரகுலம்
மோழையாய்க் கூகையாய் முடைப்புழுவாய்ப் போயிற்றே!

வாழ்வுக்கு வழிகாட்டிக் கலையென்ற கொள்கையை ஆதாரமாகக் கொண்டே மேலே கண்டவை போன்ற பாட்டுக்கள் இயற்றியிருந்தாலும், மற்றும் பல சமயங்களில் கலையின் நோக்கம் கலையாயிருத்தலே என்று இவர் நினைப்பது போலத் தெரிகிறது.

சுதந்திரத்தைப் பற்றியும், கொடியைப் பற்றியும், இன்னம் தேசீய விஷயமாகவும் அநேக பாடல்கள் பாடியிருக்கிறார். அந்தப் பாட்டுக்கள் வெற்றிகரமானதென்று கூறுவதற்கில்லை. கலைஞன் என்ற முறையில் இவர் எளிதில் தலைசிறந்து விளங்குகிறார். "முருகன் கதை", "காதல் மலர்கள்", "நிலா", "ஓமார் கையூமின் ருபயத்" (மொழிபெயர்ப்பு) இவைகளே அவர் கவித்திறனுக்கு அத்தாட்சி.

ஸ்ரீ சுப்ரமணிய யோகியின் கவிதா நடையைப் பற்றிச் சொல்லுமிடத்து இவருடைய பதச் செல்வமும், சொற் சேர்க்கையும் மஹத்தான காட்சிகளை வர்ணிக்கும் உன்னத உவமையணியும் சப்த ஜாலத்திறனும் குறிப்பிடத்தக்கன.

கவிக்கு "வெறி நாயொன்று எலிபிடித்துக் குலுக்கல் போலத்" தோற்றுகிறது பூகம்பம். சக்தி கூத்தாடும்பொழுது தெரிவது என்ன?

அண்டங்கள் யாவும் குலுங்கிடக் கிண்கிணி
யாட்டங்கள் காட்டிடுவாள்!
கொண்டல் நடுவிற் குளிர்ந்த மதிவைத்த
கோலம் விளக்கிடுவாள்;

சட்டச் சடசடக் கொட்டு மிடிக்குரற்
சத்தத்தில் வீற்றிருப்பாள்!
வெட்டி யடித்திடும் மின்னல் வெறியினில்
மெட்டி மினுக்கிடுவாள்.

இவருடைய நடையின் சப்த ஜாலங்கள் ஓசை இன்பத்தை இன்னம் கவர்ச்சியுடையதாக்குகின்றன.

சுவாமி சுத்தானந்த பாரதி

அடுத்த கவி சுவாமி சுத்தானந்த பாரதியார். இவர் ஸ்ரீ அரவிந்தரின் ஆசிரமத்தில் ஸ்ரீ அரவிந்தரின் தத்துவ தரிசனத்தையே மேற்கொண்டு தவ நிலையில் அமர்ந்திருக் கிறார். தமிழ்ச் சேவையில் வெகு இளமையிலிருந்தே ஈடுபட்டவர். பழந்தமிழ் நூல்களை நன்றாய் அறிந்தவர். இவருடைய காவியங்களைப் பற்றிய ஒரு நற்செய்தி என்னவென்றால்

அவைகள் புஸ்தக ரூபமடைந்திருப்பது. "பாரத சக்தி" "அறவழி" "அறநூல்" "புதுயுகப்பாட்டு" முதலிய பல காவியத் தொகுதிகள் வெளிவந்துள்ளன

இவருடைய பாட்டுக்கள் அநேகமாய் அத்யாத்மத்தையே விஷயமாய்க் கொண்டு அமைந்திருக்கின்றன. இப்பால் வெளிவந்திருக்கும் பாக்கள் ஸ்ரீ அரவிந்த தரிசனத்தின் பிரசாரமாயிருக்கின்றன. ஆனால் இந்தப் பாடல்களிலும் சரி, பாரத சக்திப் பாடல்களிலும் சரி உயர்ந்த தூய கருத்துக்கள் நமது உள்ளத்தைக் கவரும் காவிய உடையணிந்து புதுயுகம் தோன்றுவதற்குத் தூண்டுதலாகின்றன. இவருடைய புது யுகக் குயில் மனிதனை அமரனாக்கவே என்ன சொல்லிக் கூவுகிறது?

தன்னலக் கூண்டினிலே
தங்க விலங்கினிலே
என்ன வுறக்க மென்றே – குயிலே
எழுப்பிடுவா யுலகை!

இவருடைய பாக்களைப் படிக்கும் பொழுது பல பழைய கவிகளின் ஞாபகம் வராமற் போவதில்லை. ஆனால் இவரே பாட்டுக்களை அந்த முறையில் அமைத்திருக்கும் பொழுது நாம் வியப்படைய வேண்டுவதில்லை.

"வீடகற்றி யோடுவெங் – காடு பற்றி வாடியும்
வேலை யற்றுறங்கிட – விழையாதே
மீதுறத்தி யுச்சியில் – வாயுவை யடக்கியும்
வேறி டங்கள் மேவியும் – உழலாதே

என்று பாடும்பொழுது அருணகிரியையும்

வெற்றி முற்றி ஸர்வ சக்தி
விண்ணரசை நாட்டினாள்
கொட்டு பேரி! கொட்டு பேரி!
கொட்டு பேரி! கொட்டடா!"

என்னும்பொழுது சுப்ரமணிய பாரதியாரையும்

அருளோங்கு மொளியோங்கு மறிவோங்கு மானதவ்
வமுத நிலை யோங்கி வளரும்
அத்தியாத்ம சித்திக[ள]னைத்து மோங்கும்; ஆற்ற
லளவற்றிலங்கி யோங்கும்;

என்று தொடங்கும் பொழுது தாயுமானவரையும் நினைவூட்டு கின்றன. இருந்தாலும் ஒரு உண்மையான கவியைத் தவிர வேறெவரும் இப்படிப் பாடமுடியாது.

காரிருள் வானம் பளீரெனக் காந்திடும்
கடுமின்னல் வெறி நகையொடுங்

கடகவடன வீழியிடி யஞ்சக் கடும்புயற்
கடியதே ரேறி வருவாய்!

அல்லது தெய்வவெறி கொண்ட கவியைத் தவிர வேறு எவருக்குத்தான் ஆர்வம் இப்படிப் பெருக்கெடுக்கும்?

கல்லும் இரும்பும் கசிந்துருக – அம்ம
கண்ணும் கம்பலையும் பெருக – என்
உள்ளக் கிளி வருந்திக் கூவி – மிக
வுட்கிக் குலைந்ததடி யாவி!

வெற்றுப் புல்லாங் குழலென் மேனி – யதில்
வேணுகானம் செல்வதும் நீநீ – செழுங்
கற்றா வுயிர்களுக்கு நீயே – யென்னைக்
கண்பார் கருணை வெள்ளத் தாயே

ஓங்காரந் தழைக்கு மனவீணை – தனி
லுண்மை சுவையணி யைப்பேணி
ஐங்கரஞ் செழிக்க வமுதீவாய் – உன்
சக்திப் பெருக்கை யொருபாவாய்.

தினமணி வருஷமலர், 1936.

~ ~

3
பாரதிதாஸன் கவிதைகள்

வ.ரா.

உயர்படியில் ஏறுவதற்கும் கீழ்ப்படியில் வீழ்வதற்கும், மனிதனுக்கு உதவியாகவிருப்பவைகள் அவனுடைய உணர்ச்சிகள். உணர்ச்சிக்குக் காவலாளியாக இருப்பது அறிவு. இவையெல்லாம் சேர்ந்ததற்கு மனிதன் என்ற பெரிய பெயர். இந்த முழு மனிதனுக்கு உற்சாகமும் ஊக்கமும் ஊட்டும் பொருள்கள் யாவை? படைப்பிலே இத்தகைய பொருள்கள் பல இருக்கின்றன. ஆனால், தனது முயற்சியால் மனிதன் கண்டுபிடித்த பொருள்களில் கவிதை சிறந்ததாகும்.

கவிதை என்பது இன்னதுதான் என்று பாகுபாடு செய்து, வகுத்துக் கூறுவது முடியாத வேலை. மனிதன் வளர்ந்துகொண்டு அல்லது மாறிக்கொண்டு போவதைப்போல, கவிதையைப் பற்றிய கருத்தும் மாறிக்கொண்டுதானிருக்கிறது. கண்ணுக்கு இனியது காட்சி; காதுக்கு இனியது கானம்; அறிவுக்கு இனியது கருத்து. இந்தக் காட்சி இன்பம், கான இன்பம், கருத்து இன்பம் போன்ற இனிப்புக்களைத் தருவது யாவை? இந்த மூன்று இன்பங்களையும் ஒருங்கே, ஒரே சமயத்தில், ஒரே சந்தர்ப்பத்தில் கொடுக்கக்கூடிய சாதனத்தை, மனிதன் பாஷையின் மூலமாகக் கண்டுபிடித்திருக்கிறான். அதற்குத்தான் கவிதை என்று பெயர். கவிதையின் பூரணமான தன்மைகளையும் நான் சொல்லிவிட்டதாக, யாரும் நினைத்துக்கொள்ள வேண்டாம்.

கவிதையில் கற்பனை இருக்கிறது; காட்சிப் படமும் வர்ணனையும் நிறைந்து கிடக்கின்றன. ஒரு

சமயம் மயக்கத்தையும் ஒரு சமயம் ஊக்கத்தையும் கொடுக்கும் பாட்டும் நயமும் கவிதையில் பொதிந்து கிடக்கின்றன. கவிதையில் பின்னல் கருத்துக்களும், மின்னல் கருத்துக்களும் தவழ்ந்து படர்ந்து, உயர்ந்து ஒளிதருகின்றன. இவைகளைக் காட்டிலும் உயர்ந்த ஒரு லாபத்தையும் கவிதையில் காணலாம். காட்சி, கருத்து, கானம் முதலியவைகளுக்குக் கட்டுப்படாதது விவேகம். அதற்கும் ஆனந்தப் பூரிப்பு உண்டாகக் கூடிய தன்மையைக் கவிதையில் காணலாம். சொல்லாலும் பொருளாலும் கட்சி வாதத்தாலும் விளக்கமுடியாத ஆனந்தப் பூரிப்பைத் தருவது கவிதை ஒன்றுதான். மனிதனுக்குத் தேவையான பரிபூரணத்தன்மை, கவிதையில் அழகுபட, விமரிசையுடன் விளங்கி நிற்கின்றது. கவிதையை இவ்வளவுதூரம்தான் விளக்கியும் வர்ணித்தும் சொல்ல, என்னால் இந்தச் சந்தர்ப்பத்தில் முடியும்.

கவிதையை இரண்டு கூறுகளாக – அதாவது உயிர்க் கவிதை என்றும், எழில் (அழகு) கவிதை என்றும் பிரிக்கலாம். அழகுக் கவிதையை மெட்டுகளாலும் சொல்லடுக்குத் திறமை யாலும் மற்றும் சில சில்லறை உபாயங்களாலும் ஆக்கிவிட லாம். அழகுக் கவிதை மட்ட ரகத்தைச் சேர்ந்தது. உயிர்க் குலத்துக்குச் சூரியனுடைய கிரணம் உயிரையும் வனப்பையும் கொடுப்பதுபோல, சில கவிதைகள் மனித வர்க்கத்துக்கு உயிரைக்கொடுத்து உதவுகின்றன. இத்தகைய உயிர்க் கவிதையைச் சேர்ந்தது காலஞ் சென்ற தமிழ்நாட்டுக் கவி சுப்பிரமணிய பாரதியாரின் கவிதை. காந்தியின் எழுத்தும் பாரதியாரின் கவிதையும் மனிதவர்க்கத்துக்கு உயிரைக் கொடுப்பனவாகும். இந்தக் காவியத்தில் காணப்படும் கவிதைகளை ஆக்கியவர் பாரதிதாஸன். இவர் பாரதியாரின் நேர் பரம்பரையைச் சேர்ந்தவர் என்பது இவர் வைத்துக் கொண்டிருக்கும் புனைபெயரான 'பாரதிதாஸன்' என்பதிலிருந்தே விளங்கும். பெயரிலிருந்து மட்டுமல்ல; இவர் எழுதியிருக்கும் கவிதைகளிலிருந்தும், இவர் 'உயிர்க்கவி' இனத்தைச் சேர்ந்தவர் என்பது நன்றாக, தெளிவாகத் தெரியும்.

பாரதிதாஸன் ஆவேசக்கவி; அவர் (அழகு) அலங்காரக் கவி அல்ல. வெறும் ஜோடிப்பு வேலை செய்பவரல்ல. அகராதியைக் கொண்டு 'கவிகட்டும்' மேஸ்திரி அல்ல. உண்மைக் கவிதையைக் கண்டு மனம் பொங்கும் 'புலவர்' அல்ல. ஆவேசத்தையும் உணர்ச்சியையும் வெள்ளமாகக் கொட்டும் உயிர்க்கவி பாரதிதாஸன் என்பது, எனது தாழ்மையான எண்ணம். அவர் கையாளும் சொற்களின் எழிலையும் பசையையும் விசித்திரத் தன்மையையும் கண்டு அனுபவிப்பவர்கள், நான் சொல்லுவதை ஆதரிப்பார்கள் என்று எனக்கு நிச்சயமாகத் தெரியும்.

பாரதிதாஸன் தமிழ்நாட்டின் பொக்கிஷம். அந்தப் பொக்கிஷத்தை, தமிழர்கள் அனைவரும் போற்றுவார்களாக! இந்தக் காவியத்தைப் படித்துப் "பேரின்பம்" அடைவார்களாக! அவருடைய கவிதையை வாசித்து, உயிரும் உணர்ச்சியும் பெறுவார்களாக!

3, ஐயாப்பிள்ளைத் தெரு வ.ரா.
திருவல்லிக்கேணி
சென்னை
3–1–38

பாரதிதாஸன் கவிதைகள், 1938.

~ ~

4
பாரதிதாஸன்

கே. ஸ்வாமிநாதன்

"அரிஸ்ட்டாட்டில் முதல் என்வரை விமர்சகர்கள் விதித்துள்ள விதிகளையெல்லாம் ஹாம்லெட் மீறியிருக்கிறது; ஆயினும் ஹாம் லெட்டைப்போல் படிப்போர் மனத்தைக் கொள்ளை கொள்ளும் நாடகம் வேறொன்றில்லை" என்பதுண்டு.

இது போலவே பாரதிதாஸனின் நூல்களைக் குறித்தும் சொல்லலாம்:– இவர் கவிதைகளிலும் நாடகங்களிலும் உள்ள குற்றம் குறைவுகளுக்குக் கணக்கில்லை. பாட்டுக்குப் பாட்டு கொள்கை முரண்பாடு. கவிதையென்னும் தீயை, பக்தி, அன்பு என்னும் எண்ணெய், நெய்யை விட்டு வளர்க்காமல், பகுத்தறிவு என்னும் குளிர்ந்த தீர்த்தத்தையும், ஜாதித்வேஷம் என்னும் சேற்றையும் வார்த்து வார்த்து வளர்க்கப் பார்க்கிறார். உணர்ச்சியற்ற வெறும் பிரசாரத்தை அனாவசியமாய், அநுசிதமாய் எங்கெங்கோ புகுத்துகிறார். அவமரியாதையாய், வெகு விரஸமாய் கடவுளையும், கடவுளனுப்பிய தூதர்களையும், பரமாத்மாக்களையும் 'கழுதை' என்றே கழித்து விடுகிறார். ராவணனையும், துரியோதனனையும், இரணியனையும் ஏற்றிவைத்துப் பாடுகிறார். 'செந்தூர் வேலாண்டி', 'பண்டித மோதிலால் நேருவை' முதலிய மெட்டுக்களை பரம ஆபாஸமாய் சற்றும் பொருத்தமில்லா வகையில் கையாளுகிறார்.

ஆனால் இவையெல்லாம் "ஆர்ஷம்"; நல்ல கறவைப் பசுவின் முரட்டு முட்டல்; திவ்யமான

தேன் கூட்டில் பதுங்கிக் கிடக்கும் தேனீக் கொட்டல்; கருமத்தில் கண்ணாயினார் பொருள்படுத்தமாட்டார் இச்சிறிய துன்பங்களை.

"தமிழ் நாட்டில் இன்று உயிருடனிருக்கும் கவிகளுள் உண்மைக் கவி யார்? உயிர்க் கவி யார்? சிரஞ்சீவிக் கவி யார்?" என்று கேள்விகள் கிளம்பினால், சற்றும் சந்தேகமின்றி பாரதிதாஸன் என்ற ஒரு விடைதான் நம்மால் கொடுக்க முடியும்.

"பாரதிதாஸன்" என்ற பெயர் இவருக்குப் பல வகைகளில் நன்றாய்ப் பொருந்தும். இவர் கவிதையின் முக்கிய குணம் ஒரு வேகம். இவர் இலக்கணக் கவியல்ல, ஆவேசக் கவி. "உலகம் உன்னுடையது" என்ற செய்யுளின் விசைதான் என்ன விசை! அதன் முதற் பகுதியில் நெளிந்து புரளும் வசைமொழிகளையும், பின்னே எழுந்து தைரியமளிக்கும் வீரச் சொற்களையும் பாரதிக்குப் பின் பாரதிதாஸன் ஒருவரே தொகுத்திருக்க முடியும்.

இவருடைய நடையின் விரைவை இன்னும் பல இடங்களில் காணலாம். "வீரத்தாய்" என்னும் சிறு நாடகம் மிகவும் அழகும் சக்தியும் வாய்ந்தது. இந்த நாடகத்தின் உச்சஸ்தாயியில் வீரத்தாயாகிய விஜயராணி சொல்லுகிறாள் ஒரே மூச்சில்:–

கோழியும் குஞ்சுதனைக் கொல்லவரும்
வான்பருந்தைச்
சூழ்ந்தெதிர்க்க அஞ்சாத தொல்புவியில்,
ஆடவரைப்
பெற்றெடுத்த தாய்க்குலத்தைப், பெண்குலத்தைத்,
துஷ்டருக்குப்
புற்றெடுத்த நச்சரவைப் புல்லெனவே
எண்ணிவிட்டான்!

என்ன துரிதம், என்ன அதிர்ச்சி, என்ன வல்லின மெல்லினத் தாக்கல்.

நிறைகுடம் ததும்பாது. ஓரிடத்தில் காதல் வைத்தோர் அதைப்பற்றி நேராகப் பேசியும், உரக்கப் பாடியும் அதைப் பகிரங்கப்படுத்த மாட்டார். இந்த முறையில் "தமிழ்" என்ற பகுதியிலுள்ள பத்துப் பாட்டுக்களும் என்னவோ ஒரு மாதிரிதான் இருக்கின்றன. ஆனால், இந்தப் பகுதியில் கூட ஒரு பாட்டில் பாரதியாரின் வீராவேசத்தின் எதிரொலி கேட்கத்தான் செய்கிறது. "சங்க நாதம்" என்ற அந்த பயங்கரமான பாட்டில் இந்த ஒருவரி போதாதா நம்மைக் கலங்கச் செய்ய!

வெங்கொடுமைச் சாக்காட்டில் விளையாடும்
தோளெங்கள் வெற்றித் தோள்கள்!

* * *

ஒரு விஷயம் (கதையோ, வர்ணனையோ, வாதமோ), ஓர் உணர்ச்சி, சில எண்ணங்கள், சில உபமானங்கள், அரிய வார்த்தைகள், இனிய ஓசைகள், இவைகளையெல்லாம் பலவிடங்களிலிருந்து தேடிக் கொணர்ந்து ஒன்று சேர்த்து ஒட்ட வைத்தால் அது கவிதையாகாது; மீன் கண்ணையும், பவள உதடையும், முத்துப் பல்லையும் வைத்து இழைத்தாலும் செயற்கைப் பொம்மை குழந்தையாகாது. எல்லா அவயவங்களும், குணங்களும் ஒன்றாய், இயற்கையாய்ப் பிறந்து வளர்ந்தால்தான் உண்மைக் கவிதை தோன்றும். இந்த விதமாய்—இயற்கையாய் – அவதரித்த உயிருள்ள உருப்படிகள் இவர் கவிதைகளுக்குள் குறைந்த பக்ஷம் ஏழு, எட்டு இருக்கின்றன.

பிறர் இயற்றிய பிரபல மெட்டுக்களுக்குப் பாட்டுக்கள் கட்டும் ஒட்டு வேலையை மூன்றாம் தரம் எழுத்தாளர்களுக்கு விட்டு விட்டு, பாரதிதாஸன் போன்றவர்கள் சுயேச்சையாய் அகவற் பாக்கள் செய்தால், தமிழ்க் கவிதையானது சங்கீதத்தின் பக்கபலம் இல்லாமலே ஜீவித்து, உலகில் சஞ்சரித்து, மகத்தான காரியங்கள் செய்யக் கூடும் என்று காட்ட வழியுண்டு.

இவர் இயற்கைக் கவி என்று பல வகைகளில் நிரூபிக்கலாம். பேச்சு வழக்கிலுள்ள சர்வ சாதாரணமான சொற்களைக் கொண்டே படிப்பவர்களின் உள்ளத்தில் புதிய புதிய உணர்ச்சிகளை எழுப்புகிறார். வெல்லத் தமிழ்நாடு, பச்சைப் பசுந்தமிழ், பச்சைரத்தம் பரிமாறி, ஒளியின் கற்றை, வயிரக் குப்பை, முகவிழி கவிழ்ந்து வயலில் மொய்த்தது, விசாலப் பார்வையால் விழுங்கு மக்களை—இந்த லேசான, பலமான தொடர்களில் பாரதியாரின் "அள்ளுசுவை, மோதும் இன்பம்" மீளவில்லையா?

வார்த்தைகள் மட்டுமல்ல. வர்ணனைகள், உபமானங்கள், அணியலங்காரங்கள் அனைத்தும் வெகு சாமான்யமானவை. இவர் நடையில் உள்ளதை உள்ளபடி சொல்லும் குணம் (realism) குடிகொண்டிருக்கிறது. இதைப் பண்டிதர்களும், மிகை முறைகளில் மோகங் கொண்ட சிலரும் இகழலாம்; ஆனால், இந்த உண்மைநடை பொது ஜனங்களின் மனதில் சுரீரென்று தைக்கிறது. உதாரணமாக,

பாடாத தேனீக்கள், உலவாத் தென்றல்,
பசியாத நல்வயிறு பார்த்த துண்டோ?

~

கைம்மை எனக்கூறி – அப்பெரும்
கையினிற் கூர்வேலால்

நம்மினப் பெண்குலத்தின் – இதய
நடுவிற் பாய்ச்சுகின்றோம்.

~

தேக்கு மரம்கடைந்து செய்ததொரு தொட்டிலிலே
ஈக்கள் நுழையாமல் இட்ட திரைநடுவில்
பொன்முகத்தி லேயிழைத்த புத்தம் புதுநீலச்
சின்னமணிக் கண்ணை இமைக்கதவால் மூடிவைப்பாய்.

எளிய நடையில் மட்டுமல்ல, விஷயங்கள், எண்ணங்கள், உணர்ச்சிகளிலும் கூட இவர் இக்காலத்துப் பொதுமக்களின் உண்மையான பிரதிநிதியாக விளங்குகிறார். என்றும் நடவாத புராணக் கதைகள், நடத்தையில் இன்று நடவாத நீதிநெறி போதனைகள், மகாராஜா, மடாதிபதி முகஸ்துதி – இவையொன்றும் இவரிடம் அகப்படாது. ஆனால், நம்முடைய இக்காலத்திய சமூக நிலை, பொருளாதார நிலை, நமது பெண்களும், தொழிலாளரும் படும் கஷ்டங்கள், இவைகளினிடையே தோன்றும் வேடிக்கைகள், இவற்றை நமது கண்முன் கொண்டு வந்து நிறுத்துகிறார். இவ்வளவு ஆழ்ந்த அனுதாபமும், தெளிந்த நகைச்சுவையும், லௌகிக ஞானமும் ஒன்று சேர்ந்து எளிய, இனிய தமிழ் நடையில், நமது வாழ்க்கையனுபவங்களைச் சித்திரித்துக் கலையுருவமாக்கிக் கொடுப்பதை இதற்கு முன் நாம் கண்டதில்லை.

கர்ப்பத் தடையைப் பற்றி ஒருவர் பாட்டுக்கள் எழுதியிருக்கிறார் என்று கேட்டவுடன், "களி மண்ணைக் கொண்டு சோறு சமைத்திருக்கிறார்" என்று சொல்லி நகைக்கிறோம். ஆனால், "மக்கள் நிலை" என்ற அழகிய இயற்கைப் பாட்டையும், "கர்ப்பத்தடை" என்னும் தலைப்பின் கீழ் வரும் சிலவரிகளையும்:–

கனல்புரளும் ஏழ்மையெனும் பெருங்கடலில் அந்தோ
கதியற்ற குழந்தைகளோர் கோடானு கோடி
மனம்பதைக்கச் சாக்காட்டை மருவுகின்ற நேரம்
வந்ததொரு பணம்என்ற கொடிபறக்கும் கப்பல்;
இனத்தவரின் குழந்தைகளோ 'ஏ!' என்று கெஞ்ச
ஏறிவந்த சீமான்கள் 'சீ!' என்று போனார்.

– இவைகளைப் படித்தவுடன், "ஆம். களிமண்ணின்றி அரிசி ஏது? அரிசியன்றி சோறேது?" என்றும், Piers Plowman முதல் W.H. Auden வரை இங்கிலீஷ் கவிகளில் பலர் இதே பாட்டைத் தானே பாடியிருக்கிறார்கள் என்றும், நமது முதல் எண்ணத்தைத் திருத்தி மாற்ற வேண்டியிருக்கிறது. Keats உடைய No hungry generations tread thee down என்பதும், For him the Ceylon diver held his breath என்பதும் கவிதையல்லவா? அப்படியானால்,

பின்வரும் வரிகளும் கவிதைதானே?

சிற்றூரும், வரப்பெடுத்த வயலும், ஆறு
  தேக்கியநல் வாய்க்காலும், வகைப்ப டுத்தி
நெற்சேர உழுதுழுது பயன்வி ளைக்கும்
  நிறையுழைப்புத் தோள்களெலாம் எவரின் தோள்கள்?
கற்பிளந்து, மலைபிளந்து கனிகள் வெட்டிக்
  கருவியெலாம் செய்துதந்த கைதான் யார்கை?
பொற்றுகளைக் கடல்முத்தை மணிக்கு லத்தைப்
  போய்எடுக்க அடக்கியமூச் செவரின் மூச்சு?

~

ஆடைகள் நெய்தோம் – பெரும்
  ஆற்றை வளைத்து நெல் நாற்றுக்கள் நட்டோம்...
கந்தை யணிந்தோம் – இரு
  கையை விரித்தெங்கள் மெய்யினைப் போர்த்தோம்
மொந்தையிற் கூழைப் – பலர்
  மொய்த்துக் குடித்துப் பசித்துக் கிடந்தோம்.

சோறு கிடைப்பதற்கு முன் சூரியவெப்பம், உரமிடுதல், விதை விதைத்தல், நீர் பாய்ச்சல், தீ மூட்டல் முதலிய பல பக்குவங்கள் எப்படி அவசியமோ, அப்படியே சங்கதியென்னும் களிமண், கவிதையென்னும் சோறாகச் சமையும் முன், அனுதாபம், உயர்ந்த மனோபாவம், உசிதமான அலங்காரங்கள் முதலியன அவசியமான இடைநிகழ்ச்சிகள். தமிழின் சிறப்பு என்னவென்றால், இந்த மாறுதல் வெகு சுலபமாய் நடைபெறுகிறது. சில சமயம் எதுகையும், உபமானமும் எதேஷ்டம்:–

நீர்நிறைந்த கடலையொக்கும்
  நேர்உழைப்ப வர்தொகை!

நீர்மிதந்த ஓடமொக்கும்
  நிறைமுதல்கொள் வோர்தொகை.

~

குன்றும் இரங்கும்! கொடும்பாம்பும்
  நெஞ்சிளகும்!
ஏழையரைக் கொல்ல எதிரிருந்து
  பார்த்திருப்போர்
பாழான நெஞ்சும் சிலசமயம்
  பார்த்திரங்கும்!
  சித்தம் துடிக்கின்ற சேயின் நிலைமைக்கு
  ரத்தவெறி கொண்டலையும் நால்வருணம் ஏனிரங்கும்?

சிலசமயம், உவமையே போதும்:–

காதலும் தானும் கனலும் புழுவுமாய்
ஏங்கினாள்.

சிலசமயம், ஓசையழகு ஒன்றே போதும்:–

இருவர் ஒருதொழிலில் இரண்டுநாள்
ஒத்திருந்த
சரிதம் அரிதுநம் தாய்நாட்டில் –
தோழர்களே!

பாரதிதாஸனுடைய நகைச்சுவை திடீர் திடீரெனத் தோன்றி மறைந்து நமது சந்தோஷத்தையும், ஆசையையும் மேல்மேலும் கிளப்புகிறது; சற்று, அடங்கி, மௌனமாய் வேலை செய்கிறது; பிறகு பீறிக்கொண்டு வெளிவந்து வெள்ளமாய்ப் புரளுகிறது. பட்டை நாமக்காரப் பாகவதர் – ரூபாயைத் தட்டிப்பார்க்காமல் வாங்காதவர் – கதை சொல்ல, குப்பனுக்குத் தோன்றும் உவமையைக் கேளுங்கள்:–

கண்ணாடிப் பாத்திரத்தைக்
கல்தரையில் வைப்பதுபோல்.

சஞ்சீவி மலையைத் தூக்கும் சக்தியை ஹனுமாருக்கு வால்மீகி அளித்தது சுத்தமோசமான பொய்மை, மனிதரை ஏமாற்றும் அயோக்கியத்தனம் என்ற பகுத்தறிவுக் கக்ஷியை ஸ்தாபிக்கும் காவியத்திலேயே குப்பனுக்கும், வஞ்சிக்கும் ஞானோதயம் சித்திக்கும் பொருட்டு பாரதிதாஸன் தான் மட்டும் சில மூலிகைகளுக்கு இன்னும் அபூர்வமான சக்திகளை அளித்திருப்பது, எந்த அதிகாரத்தின் கீழ், எந்த நியாயத்தின்மேல்? “இன்மையிலே உண்மையுண்டோ?” என்று ஒரு கவி – வேடிக்கையாயின்றி, கேட்பதுண்டோ?

எல்லாத் தமிழரும், எப்பொழுதும் நேர்மையும், சீலமும் மனித உரு எடுத்தவர்போல் நடப்பதில்லை; தமிழரும் சில சமயம் “குள்ளநரி” யுக்தி செய்வதுண்டு; தந்திரத் திருட்டு மானுஷ்யத்தின் ஓர் அம்சம், ஆரியரின் அற்புத குணமன்று – என்பதை “எலி எமனை விழுங்கியது” என்னும் ஹாஸ்யக் கதையில் மறைவாய்க் காட்டிவிட்டார். இதிலும் நகைச் சுவையை மடிப்புக்குள் மடிப்பாய் அடக்கிவைத்திருக்கிறார். “காதற் கடிதங்கள்” இரண்டும் விரகத்தால் தவிப்போர் முகத்திலும் ஒரு முறுவலை யுண்டாக்கும். தங்கை “குடும்பத்தின் பெயர் கெடுக்க”, அண்ணனுடைய நடத்தை நகைப்புக்கிடமாகிறது:–

மடமடவென் றேகொல்லைக் கிணற்றில் வீழ்ந்தே
மாய்வார்போல் ஓடிப்பின் திரும்பி வந்து –

தமிழ்ப் பேசும்படத்தின் கோரத்தை உள்ளபடி உரைத்து, சிரிப்புடன் கோபத்தையும் கலந்து தருகிறார்:–

பரமசிவன் அருள்புரிய வந்துவந்து போவார்!
  பதிவிரதைக் கின்னல்வரும், பழையபடி தீரும்!
சிரமமொடு தாளமெண்ணிப் போட்டியிலே பாட்டுச்
  சிலபாடி மிருதங்கம் ஆவர்த்தம் தந்து
வரும்காதல்! அவ்விதமே துன்பம்வரும், போகும்!

கடைசியாக ஒன்று சொல்லவேண்டும். தமிழரில் பெரும்பான்மையோருடைய மூலக் கொள்கைகளுக்கும், இவருடைய மூலக் கொள்கைகளுக்கும் பெரிய பிளவு ஒன்று இருப்பதால் இவரது கவிதையின் வன்மை சற்றுக் குன்றித்தான் இருக்கிறது. தமிழ்நாடு இந்தியாவின் ஒரு பாகம்; தமிழன் இந்தியனுந்தான். வெறும் தமிழனோ, வெறும் 'உலகத்தா'னாயில்லை. இந்த உண்மையை பாரதி மட்டுமல்ல – கம்பர், வள்ளுவர், இளங்கோவும் – உணர்ந்திருந்தனர். பாரதிதாஸன் பெரிய கவிதான், ஆனால் நமது கலைகளத்தனையையும் கவிழ்த்து விட்டு, புது நாடகத் தமிழ் நாடென்னும் ஒரு தனிச் சிறு நாட்டைச் சிருஷ்டித்து, அதற்குத் தானே கவிராஜனாக முயலுவது வீண் முயற்சி. இந்தச் சுருங்கிய எண்ணத்தை விட்டுவிட்டு தமது உயர்ந்த பாரம்பரியத்தை உதறி எறியாமல், இக்காலத் தமிழ் மக்களின் பொது எண்ணங்களை ஏற்றுக்கொண்டு, தானும் ஒரு இந்தியத் தமிழர், சாதாரணத் தமிழர் – தனிச் சிறப்புத் தமிழரல்ல, வேரற்ற மரமல்ல – என்று கண்டு கொண்டால், அவருடைய கவிதைக்கும், நல்லது; தமிழின் முன்னேற்றத்துக்கும் நல்லது. உலக சகோதரத்வத்தை வருந்தியழைத்து, இந்திய சகோதரத்வத்தை எதிர்ப்பது பாரதி செய்யாத புதிய, விபரீத காரியம். ஆகையால், இன்று "பாரதிதாஸன்" என்ற பட்டம் முக்கால்வாசிதான் நிஜம். அதை ஏன் முழுவதும் நிஜமாக்கலாகாது?

ஹநுமான், ஆண்டு மலர் 1938.

~ ~

5
பாரதிதாஸன் கவிதைகள்

கு.ப.ரா.

நான் முதன்முதலாகப் பாரதிதாஸன் அவர்களின் தனிப்பாடல்களைப் பழைய மணிக்கொடி வாரப் பதிப்பில் பார்த்தேன். அவைகளிலிருந்த வார்த்தை நயத்தையும், சொல்வேகத்தையும், தெளிவையும், உண்மையான கவிதை ஸாரத்தையும் கண்டு திகைப்பும் சந்தோஷமும் கொண்டேன். 'பாரதிக்குப் பிறகு தமிழ்நாட்டில் ஒரு உண்மையான கவி இருக்கிறார். அவரிடம் நாம் எது வேண்டுமானாலும் எதிர்பார்க்கலாம். நான் படித்த வரிகளை எழுதக் கூடிய ஒருவர் ஒருபோதும் மட்டமாக எழுத முடியாது' என்று சொல்லிக் கொண்டேன். பாரதிதாஸன் தம்முடைய தனிப்பாடல்களைப் புத்தகமாகத் திரட்டாதது ஒரு பெருங் குறையென்று என் நண்பர் ஒருவரும் நானும் அடிக்கடி பேசிக் கொள்வதுண்டு.

ஆகையால் நாங்கள் இருவரும் பாரதிதாஸனைச் சென்னையில் சமீபத்தில் கண்டபோது அவர் தம் பாடல்களைத் திரட்டுகிறார் என்று கேள்விப்பட்டதும் அகமகிழ்ந்து போனோம். அவருடைய கம்பீரமான குரலில், பாரதியின் உத்தரவின் பேரில் அவர் பாடிய முதல் பாட்டை,

'எங்கெங்குக் காணினும் சக்தியடா!'

என்று ஆரம்பித்து, உடல் புளகாங்கிதமடையப் பாடின பொழுதும், அதை ஒட்டிய கதையைச் சொன்ன பொழுதும், 'தமிழ்நாட்டின் உயிர் வாழும் கவிகளில் முதல் ஸ்தானம் கூட இவர் பெறலாம்

போலிருக்கிறதே!' என்று வியந்தோம். அவர் புத்தகத்தை வெகு ஆவலுடன் எதிர்பார்த்தோம். ஏனெனில் நாங்கள் பார்த்தவை அவருடைய பாடல்களில் ஒரு சிலவே.

"பாரதிதாஸன் கவிதைகள்" என்ற புத்தகம் எனக்குக் கொஞ்சம் ஏமாற்றம் அளித்துவிட்டது என்று ஆழ்ந்த மனவருத்தத்துடனும் திகைப்புடனும் தெரிவித்துக்கொள்ள வேண்டியிருக்கிறது. நான் எதிர்பார்த்த உணர்ச்சிப் பெருக்கும் கவிதைச் செருக்கும் இப்புத்தகத்தில் அவ்வளவு காணோம் என்பதுதான் அதற்குக் காரணம் என்று முதலிலேயே சொல்லி விடுகிறேன்.

கவிதையழகு இல்லையென்பதன்று. பாரதிதாஸன் எழுத்தில் எங்காவது அது இருக்கத் தவறாது.

கூடத்தி லேமனப் பாடத்திலே – விழி
கூடிக் கிடந்திடும் ஆணழகை,
ஓடைக் குளிர்மலர்ப் பார்வையினால் – அவள்
உண்ணத் தலைப்படு நேரத்திலே,
பாடம் படித்து நிமிர்ந்தவிழி – தனில்
பட்டுத் தெறித்தது மானின்விழி!
ஆடை திருத்திநின்றாள் அவள்தான் – இவன்
ஆயிரம் ஏடு திருப்புகின்றான்!

போலவும்,

ஒட்டும் இரண்டுளத்தைத் – தம்மில்
ஓங்கிய காதலினைப்
பிட்டுப் பிட்டுப் புகன்றார் – அதைப்
பெற்றவர் கேட்கவில்லை
குட்டை மனத்தாலே – அவர்
கோபப் பெருக்காலே
வெட்டிப் பிரிக்கவந்தார் – அந்த
வீணையை நாதத்தினை!

போலவும்,

ஏடெடுத் தேன்கவி ஒன்று வரைந்திட
'என்னை எழு'தென்று சொன்னதுவான்!
ஓடையும் தாமரைப் பூக்களும் தங்களின்
ஓவியம் தீட்டுக என்றுரைக்கும்!
காடும் கழனியும் கார்முகிலும் வந்து
கண்ணைக் கவர்ந்திட எத்தனிக்கும்!
ஆடும் மயில்நிகர் பெண்களெல் லாம்உயர்
அன்பினைச் சித்திரம் செய்க,என்றார்!

போலவும் புத்தகத்தில் வரிகள் இல்லாமலில்லை.

ஆனால், ஏழு பகுதிகளாகப் பிரிக்கப்பட்ட எழுபத்திரண்டு பாடல்களில் கைவிரல்களில் எண்ணக்கூடியவையே முதல் தரமானவை என்று சொல்ல வேண்டியிருக்கும் நிலைமைக்காகவே நான் வருத்தப்படுகிறேன்.

"சஞ்சீவி பர்வதத்தின் சாரல்", "புரட்சிக் கவி", "வீரத்தாய்" – இம்மூன்றும் நீண்ட பாடல்கள். "சஞ்சீவி பர்வதத்தின் சாரல்" என்பது பாரதியின் "குயில்" பாணியில் எழுதப்பட்டிருக்கிறது. சில இடங்களில் மிகவும் அழகாக இருக்கிறது.

குப்பன் வஞ்சியின் காதலன். இருவரும் சஞ்சீவி பருவதத்தின் சாரலில் வசிக்கிறார்கள். ஒருநாள் அவள் காதலனை இரண்டு மூலிகைகள் கொண்டுவரச் சொல்லுகிறாள். அவைகளின் அந்தரங்கத்தைச் சொல்லி அவை வேண்டாம் என்று அவன் சொல்லியும் அவள் கேட்கவில்லை.

'பெண்ணுக் கிதுதகுமோ? வண்ணமலர்ச் சோலையிலே
எண்ணம்வே றாகி இருக்கின்றேன் நான்' என்று
கண்ணைஅவள் கண்ணிலிட்டுக் கையேந்தி நின்றிட்டான்.

அவள், "உயிர் துறப்பேன்" என்று பயமுறுத்துகிறாள். குப்பன், 'மூலிகை கொண்டு வந்தால் என்ன தருவாய்?' என்று கேட்கிறான்.

'முன்னே இலைகொடுத்தால் முத்தம் பிற' கென்றாள்
....
'ஆகையால் ஓர்முத்தம் அச்சாரம் போ'டென்றான்
....
கிட்டரிய காதற் கிழத்தி இடும்வேலை
விட்டெறிந்த கல்லைப்போல் மேலேறிப் பாயாதோ!

மூலிகையைக் கண்டெடுத்து விடுகிறார்கள். ஒன்றைத் தின்றவுடன் உலகத்தில் பேசுவதெல்லாம் கேட்கிறது. (இங்கே பிரசாரம் நடக்கிறது.) ஒரு பிரெஞ்சுக்காரன் இதாலியனுக்கு சமத்துவத்தைப் பற்றிப் பேசுகிறான். ஒரு அமெரிக்கன் பேசுவதும் கேட்கிறது. ஒரு ஆங்கிலேயனும் பேசுகிறான்:

'........... ஒன்றுக்கும் அஞ்சாதீர்!
நாவலந் தீவு நமைவிட்டுப் போகாது.
வாழ்கின்றார் முப்பத்து முக்கோடி மக்கள்என்றால்
சூழ்கின்ற பேதமும் அந்தத் தொகையிருக்கும்
....
பேதம் வளர்க்கப் பெரும்பெரும் புராணங்கள்!
சாதிச்சண் டைவளர்க்கத் தக்கஇதி காசங்கள்!
....
தேன்சுரக்கப் பேசிஇந்து தேசத்தைத் தின்னுதற்கு
வான்சுரரை விட்டுவந்த பூசுரரும் வாழ்கின்றார்

....
பொற்புள்ள மாந்தர்களைக் கல்லாக்கி யேஅந்தக்
கற்கள் கடவுள்களாய்க் காணப் படும்அங்கே.'

அவர்கள் கையோடு கைகலந்து முத்தமிடப் போகையிலே ஒரு பாகவதர் கதை செய்வது கேட்கிறது.

ஜாம்பவான் ஹநுமாரைத் துதித்து சஞ்சீவி பருவதத்தை எடுத்துவரச் சொல்லும் சந்தர்ப்பம். குப்பன், 'ஐயையோ, மோசம் வந்துவிட்டதே!' என்கிறான்.

'எப்படித்தான் நாம்பிழைப்போம் ? ஏதும் அறிகிலேன்
சஞ்சீவி பருவதத்தைத் தாவித் தரையோடு
பஞ்சிருக்கும் மூட்டைபோல் பாவி அவன்எவனோ
தூக்குகின்றான்! வஞ்சி! சுகித்திருக்க எண்ணினையே!
சாக்காடு வந்ததடி!'

வஞ்சி சமாதானப்படுத்துகிறாள்:

'காதல் நிசம். இக் கனிமுத்தம் மிக்கஉண்மை!
மாதுதோள் உம்தோள் மருவுவது மெய்யாகும்.'

மலையை ஹநுமார் கொண்டு போனவுடன் செத்த ராமனும் லக்ஷ்மணனும் சேர்ந்தெழுந்தார். (இங்கு கவி சொல்லும் கதை பிசகு.) ஹநுமார் மறுபடியும் பருவதத்தை இருந்த இடத்தில் வைத்துவிட்டார்.

'.............மலையைக் கடுகளவும் ஆடாமல்
கண்ணாடிப் பாத்திரத்தைக் கல்தரையில் வைப்பதுபோல்'

வைத்துவிட்டாராம்!

பிறகு காட்சி தரும் மூலிகையைத் தின்கிறார்கள். உடனே, 'மனிதர் கூட்டத்தையும் பட்டை நாமக்கார பாகவதன் ரூபாயைத் தட்டிப் பார்க்கின்றதையும்' பார்த்தார்கள்.

உடனே வஞ்சி மூடப் பழக்கங்களையும் மூட நம்பிக்கை களையும் பற்றி பிரசங்கம் செய்கிறாள்:

'மூடப் பழக்கம் முடிவற்ற கண்ணுறக்கம்
ஓடுவ தென்றோ ? உயர்வதென்றோ நானறியேன்'

என்கிறாள்.

இருவரும் இயற்கை அழகைக்கண்டு ஆறுதல் அடைகிறார்கள்.

'மாலைப் பொழுதும் வடிவழகு காட்டுதுபார்!
சாலையிலோர் அன்னத்தைத் தன்பேடு தேடுதுபார்.
என்னடி சொல்கின்றாய் ஏடி இளவஞ்சி ?'

என்கிறான் குப்பன். அவள்,

'........................ காதலரே நாம்விரைவாய்ச்
சாரல் அடைவோமே காதலுக்குத் தக்கஇடம்'

என்கிறாள்.

கவிதையின் போக்கை ஒருவாறு வாசகருக்குக் காட்டுவதற்கே இதை மட்டும் கொஞ்சம் விரிவாக எழுதியிருக்கிறேன்.

"புரட்சிக்கவி" என்பது பில்ஹணனின் காதல் கதை. "வீரத்தாய்" என்பது ஒரு நாட்டியக்காவியம். "புரட்சிக்கவி"யில் சில நல்ல வரிகள் இருக்கின்றன.

முதல் மூன்றுபகுதிகளுக்குள்தான் கவிதையின் அம்சங்கள் இருக்கின்றன. கடைசி மூன்று பகுதிகளும் பிரசாரச் செய்யுட்கள் நிறைந்திருக்கின்றன. 'தமிழ்' என்ற பகுதி அவ்வளவு உயர்ந்ததன்று. முதல் மூன்று பகுதிகளிலும் கவிதையம்சமே இல்லாத இடங்கள் இருக்கின்றன.

'மக்கள் நிலை' என்ற ஒரு பாடலுக்கு ஈடு சொல்லக் கூடிய மற்றொரு முழுப்பாடல் புத்தகத்திலில்லை.

அடுத்த புத்தகத்தில் பாரதிதாஸன் தம் பூர்ண மேதையையும் வெளிப்படுத்தும் ஒரு பாடல் திரட்டு வருமென்று நாம் எதிர்பார்ப்போம். ஏனெனில் 'சரக்குள்ள ஆள்' பாரதிதாஸன்; ஒரு புத்தகத்தில் அது தென்படத் தவறினாலும் மற்றொன்றில் தோன்றாமல் இருக்க முடியாது.

பிரசாரத்திற்கு அவர் கவிதையை அடிமைப்படுத்த வேண்டாமென்று, நான் அவருடைய பக்தர்களில் ஒருவன் என்ற முறையில், தாழ்மையுடன் கேட்டுக் கொள்ளுகிறேன்.

புதுச்சேரி "பாரதிதாஸன்" (கனக சுப்புரத்தினம்) இயற்றியவை. வெளியிட்டவர்: டி.எஸ். குஞ்சிதம், வேணுகோபாலபுரம், கடலூர், என்.டி. விலை 8 அணா

மணிக்கொடி, 15–6–1938.

~ ~

6
பாரதிதாசன் பற்றிப் புதுமைப்பித்தன்

(i)

பாரதிதாஸன்

பாரதியார் இன்று நமக்கு வைத்துவிட்டுப் போன சொத்துக்கள் பல. இவற்றில் முக்கியமான வற்றைக் குறிப்பிட வேண்டின் ஞானரதம், குயில்பாட்டு, பாஞ்சாலி சபதம், கனக சுப்புரத்தினம் என்ற பாரதிதாஸன் என்று சொல்ல வேண்டும்.

எங்கெங்குக் காணினும் சக்தியடா! – ஏழுகடல்
அவள் வண்ணமடா

என ஸ்ரீ கனக சுப்புரத்தினம் தமது கன்னிக் கவிதையைக் கொணர்ந்து சமர்ப்பித்த பொழுது, பாரதியாரின் 'தராசு' "எழுக புலவன்" என ஆசீர்வதித்தது. அன்று முதல் பாரதிதாஸனாகி விட்ட ஸ்ரீ கனக சுப்புரத்தினம் பாரதி வகுத்த பாதையிலே பல அழகுக் கனவுகளை நிர்மாணித்துத் தந்திருக்கிறார். பாரிச வாய்வும், பக்கவாதமும் போட்டலைக்கும் இன்றைய கவிதையுலகிலே, அவருடைய பாட்டுக்கள்தான் நிமிர்ந்து நடக்கின்றன. நண்பர் ஸ்ரீ கனக சுப்புரத்தினம் நம்மிடையே வாழ்பவர்; நம்மைப் போல, கருத்து விசித்திரங்களும் கருத்து விருப்பு வெறுப்புக்களும் ஆணித்தரமான அபிப்பிராயங்களும் கொண்டவர். பாரதிதாஸன் கவி; கனவுக் கோயில்களைக் கட்டி நம்மை அதில் குடியேற்றி மகிழ்கிறவர். 'குள்ளச் சிறு மனிதர்களின்' எத்து நூல்வைத்து அவரது காவிய மாளிகைகளை முழம்போட முயலுகிறவர்களுக்கு ஸ்ரீ கனக சுப்புரத்தினம் இடைமறித்து நின்று தம் கருத்துக்களைக் காட்டி மிரட்டி ஓட்டிவிடுவார்.

பாரதிதாஸனைப் பழகி அனுபவிக்க வேண்டுமெனில் ஸ்ரீ கனக சுப்புரத்தினத்தின் கருத்துக்களைக் கண்டு பயப்படுவது விவேகமல்ல; 'நட்ட கல்லும் பேசுமோ' என்று பாடியவரை விட இவர் பிரமாதமான தவறு எதுவும் செய்துவிடவில்லை. அவருடைய காவியங்களில், ராமாயணம் என்னும் பெரும் புளுகும், 'எங்கள் மடாதிபதி' 'சைவத்தை ஆரம்பித்த' விமரிசையும் இருந்தால் என்ன குற்றம்? அவர் கவி.

கோட்டைப் பவுன் உருக்கிச் – செய்த
குத்து விளக்கினைப் போன்ற குழந்தைகளைப்

பார்க்கத் தெரியாத ரஸிகர்களைக் 'குருடேயும் அன்று நின் குற்றம்' என்று அவ்வையுடன் சேர்ந்தே ஆசீர்வதிக்க வேண்டியிருக்கிறது. பாரதிதாஸன் கட்டி வைத்துள்ள கவிதைக் கோயிலிலே எத்தனையோ பிராகாரங்கள் உண்டு; எத்தனையோ ஆயிரக்கால் மண்டபங்கள் உண்டு. அவற்றில் நடுநாயகமாக விளங்குவது என நான் கருதுவது 'புரட்சிக்கவி' என்ற அவரது பாட்டு. கதை எல்லாம் பழைய கதைதான்; ஆனால் பழசு என்று சொல்லிவிட்டால் போதுமா? முன்னைப் பழைமைக்கும் முன்னைப் பழம்பொருளாய், பின்னைப் புதுமைக்கும் பெயர்த்தும் பெற்றியதாக உள்ள மனுஷ இதிகாசக் கருத்து. விஷயம் தெரிந்த விவேகிகள், பில்ஹணீயத்தின் கருத்துத் தானே என்று அதைத் தாண்டிச் சென்றுவிடுவார்கள். அரசன், கவி என்னதான் கவிராயர்கள் தம்மைப் புவியரசர்களுக்கு மேல் எனக் கற்பனை பண்ணிக் கொண்டிருப்பதை, அந்தப் புவியரசர்கள் புன்சிரிப்புடன் சகித்துக் கொண்டிருந்தாலும், தம் நெஞ்சை, அந்தஸ்தைத் தொடும் காரியத்துக்குள் கவிராயர்கள் பிரவேசித்துவிட்டால், தமது சுய உருவைக் காட்டிவிடுவார்கள் என்பதுதான் ஆதாரக் கருத்து.

பழைய பில்ஹணீயம் உருவாகும் காலத்திலே பிராம்மணர்கள், பூலோகப் பிரமர்கள் எனப் பிரவிக்கப்பட்டு வந்தார்கள். பிராம்மணனைக் கொல்வது பஞ்சமா பாதகங்களில் ஒன்று என்று நம்பப்பட்ட காலம். தன் அந்தஸ்துக்காக ஆசைக் குமாரியின் வாழ்வையே பாழ் படுத்திவிடத் துணிந்த மன்னனைப் பிரம்மஹத்தி தோஷம் என்ற பயந்தான் தடுக்கிறது. அந்த நாகரிகம் இன்று நாம் ஏட்டில் பார்த்து நுகரும் ஒரு விவகாரம். இன்றைய நாகரிகத்தில் பிராம்மணர்களும் மன்னர்களும் தம் பழைய அந்தஸ்துகளை இழந்துவிட்டார்கள். தன்னுடைய அந்தஸ்துக்காக ஒருவனை உயிர்வதை செய்யத் துணியும் மன்னனுக்கு ராஜ்யத்தில் இடமில்லை என்பதுதான் இந்தப் புதிய புரட்சிக் கவியின் ஆதாரக் கருத்து. களவையும் நிலவையும் பற்றிப் பாடிக் கொண்டிருந்த கவிஞன், பிரஞ்சுப் புரட்சிக்கு உதயகீதம் பாடிய ரூஸோவைப்

போலக் கனல்விடுகிறான். 'அன்னையிட்ட தீ அடிவயிற்றிலே' என்று கொண்டு பட்டினத்தார் தம் வீட்டுக்குத்தான் நெருப்பு வைக்கப் பார்க்கிறார். புரட்சிக் கவியான உதாரனது பேச்சு, வீண் கருவம், டம்பம், வரம்பற்ற தன்னிச்சை, கொலை வெறி, அந்தஸ்து என்ற உச்சாணிக் கொப்பு என்ற உளுத்துப்போன கருத்துக்களைச் சுட்டுச் சாம்பலாக்குகிறது. கூளங்கள் கொதித்தெழுந்து உயிர் வதைக்குத் துணிந்திட்ட மன்னனைத் தேடி வரும்போது, மன்னன், இன்றைய வளமுறைப்படி, நாட்டைவிட்டு வெளியேறிவிடுகிறான். ஓடிப்போன ராஜா மான்டி கார்லோவில் பந்தயக்குதிரை வளர்க்கிறாரா அல்லது ஹாலிவுட் அழகியை மணக்கிறாரா என்று நாம் தேடிச் சென்று கொண்டிருக்க வேண்டாம். ஓடிப்போகிற ராஜாக்கள் அப்படித்தான் செய்வார்கள். பழைய பில்ஹணீயத்துக்கும், இந்தப் புதிய புரட்சிக் கவிக்கும் இவ்வளவுதான் ஒற்றுமை; இவ்வளவே வேற்றுமை. இவை இரண்டும் இரண்டு விதமான மனப் பக்குவங்களைக் காண்பிக்கின்றன. நாம் வெகு நேரமாகப் புரட்சிக் கவியின் முற்றத்தில் நின்றே பேசிக் கொண்டிருந்துவிட்டோம். காவியத்தைப் பார்ப்போம். அதிலே வரும் ஒவ்வொரு பாத்திரமும் பச்சைத் தமிழன்; சாயச்சரக்கல்ல; மழை பெய்த மூன்றாம் நாள் சாயம் விட்டுப்போகும் பண்ருட்டிப் பொம்மை அல்ல.

(ii)

அரசன் தனது மகளான அமுதவல்லிக்கு, அகத்தில் எழுந்த கவிதையை, புறத்தில் பிறர்க்குப் புலப்படுத்தற்கு செய்யுள் இலக்கணம் கற்பித்துக் கொடுக்க நல்லதொரு ஆசான் வேண்டும் என அறிவிக்கிறான். அமைச்சனின் சிபார்சுப்படி உதாரன் என்ற உயர் கவிஞன் அமர்த்தப்படுகிறான். கவியின் வாலிபத்தையும் கன்னியின் மனசையும் சேரவொட்டாமல் தடை செய்துவிட அமைச்சனுடைய குள்ளத்தனமான யோசனை கையாளப்படுகிறது. உதாரன் குருடனெனவும், அமுதவல்லி பெருநோய் கண்டவள் எனவும் சொல்லி இடையில் ஒரு திரையிடுகிறார்கள்.

மன்னவன் ஆணைப்படி – கன்னி
மாடத்தைச் சேர்ந்ததொரு
பன்னரும் பூஞ்சோலை – நடுப்
பாங்கிலோர் பொன்மேடை!
அன்னதோர் மேடையிலே – திரை
ஆர்ந்த மறைவினிலே
மின்னொளி கேட்டிருப்பாள் – கவி
வேந்தன் உரைத்திடுவான்.

இவ்வாறு யாப்பிலக்கணம் கேட்டு வரலானாள் அமுதவல்லி. விழி அற்றவனைப் பார்ப்பது அபசகுனம் என்றிருந்தாள் அவள்; பெருநோயை நினைத்து உதாரனும் பார்க்கவில்லை. இவ்வாறிருக்கையிலே இவர்களிடையே கிடந்த திரைச்சீலையைக் கிழித்தெறிந்தது பௌர்ணமி நிலா. நிலாவைக் கண்டு பாடினான் உதாரன். திரைச்சீலைக்குள் நிற்கும் தன்னை உவமித்தது போல அமுதவல்லி நினைத்துக் கொள்ளும்படி இருந்தது அந்தப் பாட்டு.

நீலவான் ஆடைக்குள் உடல் மறைத்து
  நிலாவென்று காட்டுகிறாய் ஒளிமுகத்தைக்
கோலமுழு தும்காட்டி விட்டால் காதல்
  கொள்ளையிலே இவ்வுலகம் சாமோ? வானச்
சோலையிலே பூத்ததனிப் பூவோ நீதான்
  சொக்கவெள்ளிப் பாற்குடமோ, அமுத வூற்றோ
காலைவந்த செம்பரிதி கடலில் மூழ்கிக்
  கனல்மாறிக் குளிரடைந்த ஒளிப்பி ழம்போ!

அந்திஇரு ளாற்கருகும் உலகு கண்டேன்
  அவ்வாறே வான்கண்டேன்; திசைகள் கண்டேன்;
பிந்தியந்தக் காரிருள்தான் சிரித்த துண்டோ
  பெரும்சிரிப்பின் ஒளிமுத்தோ நிலவே நீதான்
சிந்தாமல் சிதறாமல் அழகை எல்லாம்
  சேகரித்துக் குளிரேற்றி ஒளியும் ஊட்டி
'இந்தா'வென் றேஇயற்கை அன்னை வானில்
  எழில்வாழ்வைச் சித்திரித்த வண்ணந் தானோ

என்று சாதகப்புள் மாதிரி உதாரன் தன்னை மறந்து பாடுகிறான். 'ஏதடா குருடனாச்சே' என்று பிரமிக்கிறாள் அமுத வல்லி. திரைச் சீலை விலகுகிறது. பயமறியாது சிரிக்கின்றன இரண்டு இளம் நெஞ்சுகள். உதாரன் முதலில் தடுத்துத்தான் பார்க்கிறான். ஆனால் அது தனது நெஞ்சத்தையே பொய்த்துப் பேசும் சமத்காரம். அவன் சொல்லுகிறான்:

நன்று மடமயிலே, நான்பசியால் வாடுகிறேன்;
குன்றுபோ லன்னம் குவிந்திருக்கு தென்னெதிரில்!

உண்ண முடியாதே ஊராள்வோன் கூர்வாளும்
வண்ணமுடிச் செல்வாக்கும் வந்து மறிக்குதடி!

வேல்விழியாள் என்னை விலாப்புறத்தில் கொத்தாதே!
பால்போல் மொழியால் பதைக்கஉயிர் வாங்காதே!

காதல் நெருப்பால் கடலுன்மேல் தாவிடுவேன்,
சாதிஎனும் சங்கிலிஎன் தாளைப் பிணிக்குதடி!

பாளைச் சிரிப்பில்நான் இன்று பதறிவிட்டால்
நாளைக்கு வேந்தன்எனும் நச்சரவுக் கென்செய்வேன்?

என்று சொல்லித் தடுக்கிறான். அதற்கு அமுதவல்லி சொல்லு கிறாள்:

வாளை உருவிவந்து மன்னன் எனதுடலை
நாளையே வெட்டி நடுக்கடலில் போடட்டும்

வேறு கதியறியேன், வேந்தன் சதுர்வருணம்
சீறும்எனில் இந்தவுடல் தீர்ந்தபின்னும் சீறிடுமோ

பிறகு,

இன்ப வுலகில் இருவர்களும் நாள்கழித்தார்
பின்பொருநாள் அந்தப் பெருமாட்டி அங்கமெலாம்
மாறுபடக் கண்டு மனம்பதறித் தோழியர்கள்
வேறு வழியின்றி வேந்தனிடம் ஓடி

அறிவிக்கிறார்கள். அரசனே நேராக வந்து ஒளிந்திருந்து பார்க்கிறான். மண்டையிலே ஆயிரந்தேள் மாட்டியது போல மனமுளைந்தான். உதாரனைக் கைபிடியாகப் பிடித்து வரும்படி காவலரை ஏவுகிறான். கடுஞ் சினத்துடன்,

வாள்பிடித்தே புவி ஆளுமரசர் என்
　　தாள்பிடித்தே கிடப்பார்! – அட
ஆள்பிடித்தாள் பிடி ஒன்றிருப்பாய், என்ன
　　ஆணவமோ உனக்கு?
மீள்வதற்கோ இந்தத் தீமை புரிந்தனை
　　வெல்லத் தகுந்தவனோ? – இல்லை
மாள்வதற்கே இன்று மாள்வதற்கே

என்று மன்னன் கர்ஜிக்கிறான்.

அதற்கு உதாரன் தனது குற்றத்தை சமத்காரமாக ஒப்புக் கொள்ளுகிறான்.

மாமயில் கண்டு மகிழ்ந்தாடும் முகில்
　　வார்க்கும் மலைநாடா – குற்றம்
ஆம்என்று நீயுரைத்தால் குற்றமே! குற்றம்
　　அன்றெனில் அவ்விதமே!
கோமகள் என்னைக் குறைஇரந்தாள் அவள்
　　கொள்ளை வனப்பினிலே – எனைக்
காமனும் தள்ளிடக் கால்இடறிற்று
　　கவிழ்ந்த வண்ணம் விழுந்தேன்!

இவன் பேச்சு அரசனது கோபத்தை இன்னும் அதிகப்படுத்துகிறது. சேதி கேட்டு அமுதவல்லி ஓடி வருகிறாள். 'சாதி வருணக்கரிசனம் இருந்தால், இலக்கணம் சொல்லிக் கொடுக்க அவனை அமர்த்துவதேன்?' என்று கேட்கிறாள்.

கவிஞன் பக்கத்தில் சென்று நிற்கிறாள். அவளை இழுத்துத் தள்ளிவிட்டு, உதாரனை அழைத்துச் செல்லக் கட்டளை இடுகிறான். அதிலும் என்ன சமத்காரம் பாருங்கள்:

—அயல்
நின்றகொலைஞர் உதாரனையும் 'நட
நீ' என்றதட்டினர் . . .

அச்சமயம் மந்திரி ஒருவன் மகளை மட்டுமாவது கொல்ல வேண்டாம் என்கிறான். 'நீதி நன்று மந்திரியே' என்று சிரிக்கிறாள் அமுதவல்லி. மன்னன் கர்ஜிக்கிறான்:

என்ஆணை மறுப்பீரோ சபையில் உள்ளீர்!
இசைகிடந்த என்செங்கோல் தன்னை வேற்றார்
பின்நாணும் படிசும்மா இருப்ப துண்டோ?
பிழைபுரிந்தால் சகியேன்நான்! உறுதி கண்டீர்
என்ஆணை! என்ஆணை! உதார னோடே
எதிரிலுறும் அமுதவல்லி இருவர் தம்மைக்
கல்மீதி லேகிடத்திக் கொலைசெய் வீர்கள்
கடிதுசெல்வீர்! கடிது செல்வீர் . . .

அவையினிலே அசைவில்லை பேச்சு மில்லை
அச்சடித்த பதுமைகள்போல் இருந்தார் யாரும் . . .

அமுதவல்லியும் சொல்லுகிறாள்:

இருந்திங்கே அநீதியிடை வாழ வேண்டாம்
இறப்புலகில் இடையறா இன்பம் கொள்வோம்!
பருந்தும் கண்மூடாத நரியும் நாயும்
பலிபீட வரிசைகளும் கொடுவாள் கட்குப்
பொருந்தட்டும், கொலைசெய்யும் ஏதேச்சை மன்னன்
பொருந்தட்டும், பொதுமக்கள் ரத்தச் சேற்றை
அருந்தட்டும்...

கொலைகளத்துக்கு உதாரனும் அமுதவல்லியும் இழுத்துவரப் படுகிறார்கள். வேடிக்கை பார்ப்பதற்காக நாட்டு மக்கள் வீடு பூட்டி வந்திருக்கிறார்கள். தலைப்பாகை அதிகாரி கொடுத்த வசதியை உபயோகித்து, உதாரன் பேசுகிறான். அவன் மனசு எரிமலைபோல் கொப்புளிக்கிறது. புரட்சிக்கனலை அவன் நினைவறிந்து ஏற்றினானோ என்பது சந்தேகம். அவன் பேச்சு ஊரைச் சுட்டது! ஊரில் உள்ள உளுத்த கருத்துக்களைச் சுட்டது. அவனுடைய பேச்சே, தமிழ் இலக்கிய வரிசையிலே உயர்ந்த ஸ்தானம் வகிக்கிறது. முதலிலே ஜனங்களுக்கு அவர்களது திறமையை எடுத்துச் சொல்லுகிறான்.

(iii)

புரட்சிக் கவிதை

கடவுள், காதல், யுத்தம், புகழ்ச்சி, நீதி என்ற பாதையில் நெடுங்காலமாக ஓடிய தமிழ்க் கவிதை, பாரதி யுகத்தில் ஒரு புதிய நோக்கைப் பெற்றது. பாரதியார் பழைய லட்சியப் பாதையினின்று விலகிச் செல்லவில்லை; விலகவும் முயலவில்லை.

கம்பீரமான கோவில்களும் கம்பீரமான விருத்தங்களும் தமிழ்ப் பண்பை எவ்வளவு உயர்வுபடுத்துகிறதோ, அவ்வளவு, லகுவான பண்களும் சிறு சிறு சந்தங்களும் அழகு செய்ய முடியும் என்பதைக் காட்டிவிட்டார். அவருடைய காதலி யான கண்ணம்மாவுக்கு, 'பாலத்துச் சோசியனும் கிரகம் படுத்தும் என்று' சொல்வான்; அவருடைய தெருவிலேயே விளையாட்டுப் பிள்ளையாகத் திரியும் கண்ணன், பெண்களுக்கு ஓயாத தொல்லையாகக் கொம்மாளம் அடிப்பான். அவருடைய இதயபீடத்தில் அமர்ந்த கடவுள்கள், எங்கோ, எப்போதோ என்று சொல்லும்படியான எட்டாப் பொருள்கள் அன்று; சித்தாந்தம் படைத்த உருவமன்று; தூரத்திலே நின்று கும்பிட்டு மட்டும் வழிபடும் தெய்வங்களன்று. நம்முடன் சதையும் ரத்தமுமாய் உறவு கலந்து, நம்முடன் ஒன்றாக, நம் தோள்மீது கைப்போட்டு உலாவும் தெய்வங்கள், பாரதியாருடன் சென்றால் கடவுள்களின் உண்மை நமக்குத் தெரியவரும்; நம் மன்னிப்புக்கும் அன்புக்கும் உரியவர்களாகத் தென்படுகிறார்கள். பாரதியின் பாணி அது.

ஆனால், 'எழுக புலவன்' என பாரதியாரின் (தராசு) ஆசியைப் பெற்ற பாரதிதாஸன் நோக்கத்தில் முற்றிலும் மாறானவர்.

> பரமசிவன் வந்துவந்து வரம்கொடுத்துப் போவார்
> பதிவிரதைக் கின்னல்வரும் பழையபடி தீரும்

என சினிமா படங்களையே வியாஜமாகக் கொண்டு கடவுள், சமயம் முதலிய அங்கீகரிக்கப்பட்ட சகல கருத்துக்களையும் தாக்குபவர். தாக்குவதில் விசேஷ ருசியுடன் (திருப்பணி செய்யும் பக்தர் கூட்டத்தைப் போலல்லாமல்) சாக்கிய நாயனாராக நின்று கல்லாலடிப்பவர். காவியமுறை, கட்டுக் கோப்பு, உவமை சமத்காரங்கள் ஆகியவற்றில் இவர் பாரதியாருக்குச் சற்றும் சளைத்தவரல்ல.

அவருடைய புதிய உவமை நயங்களை மட்டும் தொகுப்பது என்றாலே ஒரு தனிப் பிரசுரம் வெளியிட முடியும். இன்று கவிஞர் என்று பெயரெடுத்து உலாவும் பெரியார்களில் இவரது உவமையும் நண்பர் ச.து.சு. யோகியாரின் வாக்கு தாட்டியுமே எனது மனசைக் கவர்ந்துள்ளன. மற்றவர்கள் அப்படியப்படித்தான்.

பாரதியாரின் ‘பாஞ்சாலி சபதம்’ ஒரு எரிமலை. நம் நாகரிகம் நோக்கு இழந்து, நெறி தவறி, கால் தள்ளாடிவிட்டதே என்ற கொதிப்பில் பிறந்தது. அந்த ஆவேசத்தை பாரதிதாஸனிடம் பார்க்க வேண்டுமாகில் ‘புரட்சிக் கவி’யில் ஓரளவு காணமுடியும். ஓரளவு எனக் கூறுவதற்குக் காரணமுண்டு. சூதின் வெறியால் மனைவியைத் தோற்று, அவள் மானபங்கப்படுத்தப்படுவதை, மதோன்மத்தமாக திக்குத் திசை தெரியாமல் கூத்தடிக்கும் வெற்றி வெறியை, தோற்றவர்களின் கொதிப்பை, பகடைக்காயாகச் சீரழியும் பாவையின் வேகின்ற நெஞ்சை, சூழ்நிலையாகக் கொண்டு தீட்டப்பட்ட ஒரு ஓவியம் ‘பாஞ்சாலி சபதம்’. ‘புரட்சிக் கவி’ அப்படிப் பட்டதல்ல. நீதியென்றும், ராஜவம்சம் என்றும் சொல்லிக்கொண்டு, காதலை வாளுக்கிரையாக்க முயலும் ஒரு மன்னனுடைய முயற்சியைக் குலைத்துவிடும் சமத்காரப் பெருமைக்குக் கொண்டுவிடும் நேர் ஒழுக்கான கதைப் போக்கு. உதாரன் தேச மகாஜனங்களிடை மன்னனுக்கும் தனக்கும் நேர்ந்த வழக்கை எடுத்துச் சொல்லுகிறான். உதாரன் நாடியது ஒன்று; நடந்தது வேறு. ஜனங்களுடைய மனசை உருக்கவைப்பதற்காக அவன் பேசினான்; அது ஜனங்களின் மனசில் கொந்தளிப்பை ஏற்படுத்துகிறது. வீராப்பு பேசிய மன்னன் ஜனங்களுடைய கோபாவேசம் கொதித்து பாயுமுன்பே ஓட்டமெடுத்துவிட்டான்.

‘பில்ஹணன்’ (‘புரட்சிக் கவி’) கதை பழைய கதை. அந்தப் பழைய கதையிலே பட்டமஹிஷி, பிராமணனைக் கொல்லக்கூடாது என்ற நியாயத்தை எடுத்துச்சொல்லி, அவனது மனசைத் திருப்புவதாக முடிகிறது. ஆனால் புதிய கற்பனையோ எனின்,

> சிரம்அறுத்தல் வேந்தனுக்குப் பொழுது போக்கும்
> சிறியகதை, நமக்கெல்லாம் உயிரின் வாதை

என்ற அடிப்படையில், உடல், பொருள், மூச்சைத் தந்து நாட்டைக் கட்டிய மக்களுக்கு உரிமையா, அல்லது ஏமாந்த காலத்தில் ஏற்றங் கொண்டோன் அதிகாரமே சரியா என்ற கேள்வியாக முடிவடைகிறது. பாரதிதாஸனின் கற்பனை காலதேச வர்த்தமானங்களுக்கேற்ப, இன்றைய மக்களின் கேள்வியாக, பரிணமிக்கிறது. ‘புரட்சிக் கவி’யில் கதாபாத்திர சிருஷ்டி அற்புதமானது; அமுதவல்லி என்ன, உதாரன் என்ன, மன்னன்தான் என்ன – உயிருடன் நடமாடும் சித்திரங்கள்.

இதில் பாரதியாருக்குச் சமதையாக இருப்பவர்கள் இன்றைய கவிஞர்களில் பாரதிதாஸன் ஒருவர்தான் என்பது எனது அபிப்ராயம்.

பாரதிதாஸனுடைய நீண்ட காவியங்களிலே தலைசிறந்தது 'புரட்சிக் கவி' என லகுவாகச் சொல்லிவிடலாம். அடுத்தபடியாகக் குறிப்பிட வேண்டியது 'பாண்டியன் பரிசு' என சமீபத்தில் அவர் எழுதியுள்ள நீண்ட காவியம். இது ஒரு நேர்த்தியான கதை. காவியச் சுவையுடன் கதைச் சுவையும் போட்டி போடுகிறது. ராஜீய சூழ்ச்சி, சிங்காதன வேட்கை, யுத்தம், பூதப் பீதி, காதல் யாவும் நிறைந்த ஒரு நயமான சொற்சித்திரம். போர்க்களக் குமைச்சலிலே ஒரு காட்சி:

...சாவு
கொற்றவர்கள் இருவர்பால் மாறி மாறி
நொடிக்குநொடி நெருங்கிற்று! வெற்றி மங்கை
நூறுமுறை ஏமாந்தாள் ஆளைத் தேடி!

இந்தக் காவியத்திலே நரிக்கண்ணன் என்றொரு நயவஞ்சகத் துரோகி வருகிறான்; அவனைத் துரோகி என்று சொல்லக் கூடாது. அவனை சுயகாரிய 'வீடணப்பசு' என்று கூற வேண்டும். தங்கையின் கணவனைக் கொல்லுகிறான். தங்கையைக் கொல்லுகிறான். தனக்கே முடிகவித்துக்கொள்ள மாய்மாலக் கண்ணீர் விடுகிறான். எதையும் நம்பும் வேழ நாட்டு மன்னனையும் ஊரையும் ஏமாற்றுகிறான். முடிவில் தான் வெட்டிய குழியிலேயே விழுந்து மடிகிறான். பாரதிதாஸனுக்கும் ஏனைய கவிஞர்களைப் போல, முடிவில் தர்மந்தான் வெற்றி பெறுகிறது. உலகியலில் அப்படியா? பிரபஞ்ச நியதியிலே தர்மத்துக்கும் நியாயத்துக்கும் இடம் இருக்க முடியுமா? அப்படியே இடம் கிடைத்தாலும் சந்தர்ப்ப விகாரந்தானே என சந்தேகங் கொள்ளுகிறவர்கள் அங்கீகரிக்கப்பட்டுவரும் தர்மாதர்மப் பிரச்சினைகளில் இன்னும் ஆழமான ஆணிவேர்களை எட்டிப் பிடிக்க வேண்டும் எனவே விரும்புகிறார்கள்.

பாரதிதாஸனின் இன்னும் இரண்டொரு விசேஷ அம்சங்களைப் பற்றி குறிப்பிட விரும்புகிறேன். அவர் ஏதோ சுயமரியாதைக் கொள்கைகளுக்கு அடிமையானவர், அதனால் அவரிடம் தேசபக்திப் பாட்டுகளைப் பார்க்க முடியாது; அந்த மட்டில் அவர் மட்டமான கவிஞரென சிலர் சித்தாந்தம் பண்ணுகிறார்கள். அப்படிப் பட்டவர்களுக்கு 'உன்னை விற்காதே' என்ற பாட்டை ஞாபகப்படுத்த விரும்புகிறேன்.

இன்பம் வந்து நெருங்கிடு நேரத்தில்
ஈனர் அஞ்சிக் கிடக்கிற நேரத்தில்
ஒன்றி லாயிரம் தர்க்கம் புரிந்துபின்
உரிமைத் தாய்தனைப் போவென்று சொல்வதால்
என்னை யீன்ற நறுந்தாய் நாட்டினை
எண்ணுந் தோறும் உளம்பற்றி வேகுதே!

அன்பி ருந்திடில் நாட்டின் சுகத்திலே
ஆயிரம் கதை ஏன் வளர்க்கின்றனர் ?

இப்படிப் பாடுவோரைத் தேசப்பற்று இல்லாதவர் என்று குற்றம் சாட்ட வேண்டும் என்னில், பாரதியார் தொடுத்து வைத்த பாணியில், அவர் கற்பனையை அவலமாக்கி, உயிரற்ற கொடிப்பாட்டு, நாட்டுப் பாட்டு என்ற எதிரொலிச்சான் கோவில்களைப் பிறர் போல அவரும் கட்டவில்லை என வேண்டுமானால் சொல்லிக்கொள்ளலாம். அதெல்லாம் மறைவாக நமக்குள்ளே பேசிக்கொள்கிற கதைகளாக இருக்க முடியுமே தவிர, மேடை ஏறாது.

இரண்டாவதாக இவர் காதல் துறையில் பாடும் பாட்டுகள் யாவும் உடம்பு விகாரங்களைத் தட்டியெழுப்பும் பாட்டுகளே தவிர, உள்ளத்தின் போக்கைக் காட்டுவன அல்ல; புலன் நுகர்ச்சியில் சந்துஷ்டியேற்பட்டுவிட்டால் போதும் எனச் சொல்லுவதைப் போல் இருக்கிறது என்று சிலர் அளக்கிறார்கள்.

அவரது பாடல்கள் உடம்பை மறந்துவிட்டு, நெறி திறம்பாக் காதல்துறை காட்டும் வெறும் சொப்பனாவஸ்தைகள் அல்ல என்பது உண்மை. உடம்பை மறந்த காதலைப் பாடுகிறவன்தான், தான் கற்பனா லோகத்தில் நடப்பதாக நினைத்துக்கொண்டு, உளைச்சேற்றில் மிதிக்கிறவன்.

நேரான குங்குமக் கொங்கை
காட்டிச் சிரித்தொருபெண்
போராள் பிடிபிடி யென்றே
நிலவு புறப்பட்டதே

(அவ்வை: அசதிக் கோவை)

எனவும்,

கொங்கைகளும் கொன்றைகளும்
பொன்சொரியும் காலம்

(நந்திக் கலம்பகம்)

எனவும், மனம்விட்டுப் பாடிய கவிஞர் பரம்பரையைச் சேர்ந்தவர் தான் அவரும். தமிழ்ப் பண்புக்குப் புறம்பானவர் அல்ல. ஏதோ பத்தொன்பதாம் நூற்றாண்டு இங்கிலீஷ் இலக்கியத்தின் போலி மூடாக்குகளை வைத்து எதையெடுத்தாலும் விரசம் விரசம் எனத் திரைபோடும் ரசனோபாக்கியான கர்த்தர்களுக்கு இது புரியாமலிருந்தால் பாரதிதாஸன் எப்படிப் பொறுப்பாளியாக முடியும்? இன்று, இலக்கியத்தை இங்கிலீஷ் கண்ணாடி கொண்டு சோதனை செய்து, அந்தச் சங்கப் பலகையின் அங்கீகாரம்

பெற்றதே கவிதை என நாம் ஒப்புக்கொள்ள வேண்டும் என்றால், அதைவிட தமிழ்க் காவியத்துக்கே சந்தனக் கட்டையில் சிதைவைத்து சந்துஷ்டியடையலாம்.

புரட்சிக்கவிஞர், 1946.

(iv)
இரவல் விசிறி - மடிப்பு
பில்கணன் - ஏ.எஸ்.ஏ. சாமி

வானொலியின் வாயிலாக அறிமுகமானார் ஆசிரியர்; நாடகத் துறைக்கு அழைத்தோம்; வந்தார்; இன்று பேசும் படவுலகில் சஞ்சரிக்கின்றார்.

ஆசிரியரின் இந்த வளர்ச்சிக்கு காரணமாய் நின்றது 'பில்ஹணன்'. ஆகவே, பில்ஹணனுக்குப் புகழுரை வேண்டியதில்லை.

கேட்டோம்; ரஸித்தோம்; நடித்தோம்; வழக்கம் போல அச்சிட்டோம்.

ஸ்ரீ டி.கே.எஸ். சகோதரர்கள் நாடகப்பாணியில் ஸ்ரீ சாமியை அறிமுகம் செய்துவைக்கிறார்கள். ஆகவே, நாடக அரங்கத்தின் நெளிவுசுளுவுகளும், வரம்புகளும், அன்றாட உழைப்பினால் கட்டாயம் தெரிந்து கொண்டிருக்க வேண்டிய நண்பர்கள் சொல்லும்போது சிறந்த நாடகமாகத்தானிருக்க வேண்டும் என்று நினைத்து மதிப்புரைக்கென வந்து குவியும் புஸ்தகக் குவியல்களுள் இதை மட்டும் பொறுக்கி எடுத்து, முழுவதும் படித்து ரஸித்து எழுதுவது என்று தீர்மானித்தேன்.

தமிழுக்கு இயல்பாக முத்துறைகள் சொல்லி வருகிறார்கள்; இயல், இசை, நாடகம் என்ற இவற்றில் இது மூன்றாவது பத்திக்கு என பிரித்துவைக்க கூடியது ஒரு பிள்ளையார் சுழிதான். இனிமேல் ஒன்று என்றாவது போட முடியுமே என்று ஆசைப்பட்டேன்.

முதலில் என் நிலையை விளக்கிக்கொள்ள விரும்புகிறேன். எனக்கு சமஸ்கிருதம் தெரியாது; சமஸ்கிருதத்திலே பில்ஹணீயம் என்பதாக ஒரு காவியம் இருக்கிறதாகக் கேள்வி ஞானம். தவிரவும் சமஸ்கிருத இலக்கியங்களைத் தமிழ்ப்படுத்துகிறவர்கள் தமிழ்நாட்டின் தவப்பயனாக, தமிழ்ப்பாஷை தெரிந்தவர்கள் ஏளனம் பண்ணக்கூடிய வகையில் "சேவை" செய்துவருகிறதினாலே, எனக்கு சமஸ்கிருதத்திலிருந்து மொழிபெயர்ப்பு என்றாலே சற்று

பயம். வெறுப்பும் கூட வுண்டு. இந்த நிலையில் ஸ்ரீ ஏ.எஸ்.ஏ. சாமியின் 'பில்ஹணன்' மூலத்தினின்றும் வேறு பட்டதா, சொந்த மனோதர்மமா, அப்படியானால் மூலத்தை விட உயர்வான கனவா என்று சொல்லக்கூடாத வகையிலிருக்கிறேன். நான் பில்ஹணன் கதை பற்றி அறிந்ததெல்லாம், அதனுடன் ஒட்டி, கம்பனுக்குப் பிள்ளை கற்பிக்கும் முயற்சியில் எழுந்த அந்த அம்பிகாபதியின் கனவுதான்: "வரியரவ நஞ்சிலே தோய்த்த, நளின விழிப்பெண் பெருமாள் நெஞ்சிலே இட்ட நெருப்பு"த்தான். அதன் பிறகு நந்தலால் வசுவின் கோட்டுச் சித்திரங்களை நினைவூட்டுவது போலெழுந்த, என் நண்பர் ஸ்ரீ ந. பிச்சமூர்த்தியின் பில்ஹணன், அமரர் கு.ப.ரா. எழுதிய 'திரைக்குப் பின்' என்ற பில்ஹண்ய கதை. பிறகு படிக்கும் ஒவ்வொரு வரியும் பாரதீய பண்பை இன்றும் நினைவூட்டிவரும் கவிஞர் பாரதிதாஸனுடைய 'புரட்சிக்கவி'. தம்முடைய மனோதர்மம் கொண்டு சமைக்கப்பட்ட கனவுக்கோயில் என்பதை, குறிப்பாக பில்ஹணீயத்தின் தழுவல் எனக் குறிப்பிட்டிருக்கிறார்கள். அதில் ஒவ்வொரு வரியும் குமுறுகிறது; கொஞ்சுகிறது; கொடுவாள் கொண்டு வெட்டுகிறது; ஜன சமுத்திரத்தின் பேரிரைச்சலையும் உதாரன் மூலம் கவிஞனது மனோவுலகையும் காண முடிகிறது. 'பில்ஹணீயம்' பாரத சமுதாயத்தின் பொதுச் சொத்து. கம்பன், வான்மீகனது கனவை எடுத்தாண்டது போல, கவிஞனுக்குரிய பூர்ண உரிமையுடன் பாரதிதாஸன் அதை மீண்டும் வனைந்திருக்கிறார்.

ஸ்ரீ சாமியின் பில்ஹணன் உண்மையில் இரண்டு ஆசாமிகள். சம்பூர்ண கோவலன் என்ற பழைய நாளைய சகிப்புச் சோதனை விவகாரங்களில் முன் பாதியில் ஒரு செட் நடிகர்களும், பின் பாதியில் வேறுசெட் நடிகர்களும் வருவார்கள். முன்கர்ணகை (கண்ணகியின் மரூஉ) ஒரு நடிகராகவும் பின்கர்ணகை வேறு நடிகராகவும் இருப்பது அந்த நாளைய சம்பிரதாயம். அந்த நயமான சூட்சுமத்தை ஸ்ரீ சாமி தமது மனோதர்ம பேரத்தில் கையாண்டிருப்பது, கற்பனை வியாபாரிகளுக்கே ஒரு எடுத்துக்காட்டு. இந்த நூதன முறையை நாம் இன்னும் இரண்டொரு 'சிரஞ்சீவி இலக்கியங்களில்' கையாளுவோமாகில், தமிழ் இலக்கியத்துக்கு நல்ல சமாதி கட்டி குருபூஜை நடத்துவதற்கு சவுகரியமாக இருக்கும். முன் பகுதியில் காதல் பேச்சுப் பேசும் பில்ஹணன் அமரர் கு.ப.ரா.வின் சொந்த மனோதர்மம். பின் பகுதியில் வருகிற பில்ஹணன், பாரதிதாஸனுடைய உதாரன்.

ஸ்ரீ கு.ப.ரா.வின் கற்பனை சிறுகதை ரூபத்தில், அதிலும் இருவருடைய ஆத்மகதமாக அமைந்திருப்பது ஸ்ரீ சாமிக்குச் சற்று சிரமமாகவே இருந்திருப்பதாகத் தெரிகிறது. இருந்தாலும் லாயக்காக எடுத்து அபூர்வமாக உபயோகித்திருக்கிறார். அந்தத்

திறமையைப் பாராட்டத்தான் வேண்டும். சிற்சில உதாரணம் தர வேண்டும் போலிருக்கிறது. அவ்வளவு அரிய சேவை குடத்து விளக்கே போல மூடிவைத்திருக்க எனக்கு மனம் ஒப்பவில்லை.

முதலில் கு.ப.ரா.வின் கதையை எடுத்துக்கொள்ளுகிறேன். அதில் அவர், பில்ஹணனது ஆத்மகதமாகப் பின்வருமாறு சொல்லியிருக்கிறார்:

"அன்று பெண் உள்ளம் வெண்மை போன்று தூயது" என்று சொன்னேன்.

அவள் அதை உடனே விளக்கி "ஏழு வர்ணங்களை அடக்கிக் கொண்டிருக்கிற வெண்மை போன்றது பெண் உள்ளம் என்றுதானே சொல்லுகிறீர்கள்?" என்று கேட்டாள்.

திடீரென்று எனக்குத் தெளிவு ஏற்பட்டது. பெண்களிடமிருந்தே பெண் உள்ளத்தைப் பற்றி அறிந்தேன். "அச்சம், பயிர்ப்பு, நாணம், மடமை என்ற குணங்கள் பெண்களுக்கு இயற்கை அணிவித்த ஆபரணங்கள்" என்றேன்.

"இயற்கை என்று எப்படிச் சொல்லுகிறீர்கள்?" என்று கேட்டாள்.

"பெண் இயற்கை" என்றேன்.

"பெண் இயற்கை பெண்ணுக்கு அந்த ஆபரணத்தை அளித்திருக்கிறது என்பதை நான் உண்மையாக நம்புகிறேனா?" என்றாள்.

"சந்தேகமென்ன?" என்றேன்.

"ஆபரணம் என்ற செயற்கையைக் கொண்டு இல்லாததை இருப்பது போல் காட்டும் கருவிதானே அது?" என்று கேட்டாள்.

நான் "ஆமாம்" என்று ஒப்புக்கொள்ள வேண்டியதாயிற்று.

ஸ்ரீ சாமியின் பில்ஹணனிலிருந்து சில உதாரணங்கள் கொடுக்கிறேன்.

பில்ஹணன்: ... அச்சமும் மடமும் நாணமும் பயிர்ப்பும்தான் அவள் பூண்ட அணிகள்.

யாமினி: என்ன, அச்சம், மடம், நாணம், பயிர்ப்பு இவைகள் அணிகளா?

பில்ஹணன்: ஆம்.

யாமினி: இல்லாததை இருப்பது போலும், இருப்பதை மிகைப்படுத்தியும், குறையை நிறைவு படுத்துவதற்குமல்லவா அணிகள்? அச்சம், மடம், நாணம், பயிர்ப்பு – இவைகள் பெண் பிறப்பில் உடன் பிறப்பவையாயிற்றே? பின் ஏன் இவற்றை ஆபரணங்கள் என்றீர்கள்?

பில்ஹணன்: இயற்கை ஆபரணங்கள் என்றுதானே சொன்னேன்.

யாமினி: அப்படி என்றால்?

பில்ஹணன்: இவைகள் கருத்தைக் கவர்வன; மற்றவை கண்களை மட்டும் கவர்வன. ஒன்று இயற்கையைப் போல நிலை பெற்றது; மற்றது செயற்கையைப் போல நிலையற்றது.

ஸ்ரீ சாமியின் மற்றொரு மனோதர்ம சாதுர்யம் வருமாறு:

பில்ஹணன்: நாணத்தினால் சிவக்கும் வெண்மையான பெண்களின் முகம் போல.

யாமினி: வெண்மையான பெண்கள் என்றால்?

பில்ஹணன்: வெண்மையான உள்ளம் படைத்த பெண்கள் என்று வைத்துக்கொள்ளேன்.

யாமினி: ஆனால் வெண்மையில் ஏழு நிறங்களல்லவா கலந்திருக்கின்றன?

பில்ஹணன்: அது போலத்தான் பெண்மையிலும் பல எண்ணங்கள் கலந்திருக்கும் என்கிறாயா? பெண் உள்ளத்தைப் பெண்ணே சொல்லும்போது ஒப்புக்கொள்ள வேண்டியது தானே.

இது தவிரவும் இடந்தவறியும் அமரர் கு.ப.ரா.வின் கற்பனையை ரஸ பங்கம் விளைக்கும்படியாக சிதைத்தும் பிய்த்தும் இடம்பெயர்த்தும் கத்தரித்து ஒட்டியிருக்கும் விகாரங்களுக்கு இரண்டோரிடங்களிலிருந்து ஒரு உதாரணம் தருகிறேன்:

கு.ப.ரா. பில்ஹணன், "இனி இந்தத் திரை இருக்கத் தேவை இல்லை; அரசனுடைய மதியின்மை போல இது இங்கே நிற்கிறது..." என்று சொல்லுகிறான்.

ஸ்ரீ சாமி யாமினி, "திரை! திரை! திரையல்ல இது! என் தந்தையின் மதியீனத்தை உலகுக்கு சாற்றும் பறை."

அமரர் கு.ப.ரா.வின் நினைவுக்கு மரியாதை செலுத்துவதற்காகத் தமிழ்நாட்டில் ஒரு பக்கம் நிதி திரட்டப்படுகிறது; மற்றொருபுறம் இந்த மகத்துவமான "இலக்கிய சேவை" நடைபெறுகிறது. இப்படிப்பட்ட நிலையில் மேற்கொண்டு விவரிப்பது எதற்கு?

கதை காதல் கதை. கவிஞர்களுக்கு "வெண்பாப் புலி" என்பது போல நாடகமும், நாவலும், சிறுகதையும் எழுதுகிறவர்களுக்குக் காதல் கதைதான் புலியென்று எனக்குத் தோன்றுகிறது. வெகு எளிதில் ரசபேதம் நிகழ்ந்துவிடக்கூடிய விஷயம் அது. விரசம் தட்டாதபடி எழுதுவதற்கு, உடம்பின் வேகம் ஒடுங்கி, கையில் அனுபவ முத்திரை விழ வேண்டும்; அல்லது பிறப்பிலேயே, அதிமேதாவியாக மனப்பாங்கு சூட்சுமங்களை அறிந்தவனாக இருக்க வேண்டும். அப்பொழுதுதான் இரண்டுள்ளங்களின் பரஸ்பர கவர்ச்சியை எழுத்தில் தீட்டிக் காட்ட முடியும். ஆனால் எழுத முயலுகிறவர்கள் அனாயாசமாகத் தொடங்குவது காதல் கதைகள்தான். அவை யாவும் வெறும் மனோ விகாரங்களாக விழுவதில் அதிசயமில்லை. காதல் நயத்தைக் கம்ப நாடகத்திலும் ஷேக்ஸ்பியரின் 'ரோமியோ அன்ட் ஜூலியத்'திலுமே ஓரளவு பார்க்க முடியும். பில்ஹணன் கதை அடிப்படையில் 'ரோமியோவும் ஜூலியத்தும்' என்ற கதைச் சாயையை ஒட்டியது. பயமறியா இளங்கன்றுகள் சூழ்நிலையை மறந்து ஒன்றுபட்டு விடுவதால் நிகழும் விபரீதமே கதையின் கரு. மேல்நாட்டு சம்பிரதாயப் பண்புக்கு ஒத்தபடி ஷேக்ஸ்பியர் நாடகத்தை தீராத்துயரத்தில் முடிக்கிறார். இங்கே பிச்சமூர்த்தியும், கு.ப.ரா.வும், பாரதிதாஸனும், சாமியும் கதையை மங்களமாக முடிக்கிறார்கள். பிச்சமூர்த்தியின் பில்ஹணன், யாமினிக்கு அலங்கார சாஸ்திரம் கற்பிக்கிறான். அவனைக் குருடன் என நினைத்துக் கொண்டு ஏடுகளையும் உபமான விஸ்தாரங்களையும் திரைக்குப் பின்னிருந்து, தன்னை மறந்த லயத்திலே கேட்டுக்கொண்டிருக்கிறாள். சரத்கால சந்திரன் உதயமாகிறது. குருவாக அமர்ந்த பில்ஹணன் கவியாக மாறுகிறான். உள்ளத்திலிருந்து குதித்தெழுந்த பாட்டு, ஏட்டில் எப்படி இருக்கும். இந்த நாடகபாணியிலே, முறுக்கிவிட்ட கட்டத்திலே, பிச்சமூர்த்தியின் கதை ஆரம்பமாகிறது. 'புரட்சிக் கவி'யில் உதாரனை அமுதவல்லி காண்பதும், கவிஞன் தன்னை மறந்து சந்திரிகையைப் பாட ஆரம்பித்ததினால்தான். ஆனால் இங்கே கவி, இளவரசிக்கு யாப்பு முறை சொல்லி வைப்பது போல் செய்திருக்கும் கற்பனை இயல்பானது; உத்தமமானது. ஆனால் ஸ்ரீ சாமியின் நாடகத்தில் ஆணும் பெண்ணுமாக இரண்டு பேர் திரைக்கு அப்புறம் இப்புறமுமாக அமர்ந்துகொண்டு, நைடதத்தையும் திருக்குறளையும் வியாஜமாக வைத்துக்கொண்டு காமப் பேச்சு

பேசும் விவகாரமாகவே இருக்கிறது. இந்தப் பேச்சு வெகுகாலம் நீடிக்குமாகில், சந்திரன் உதயமும் கவிஞன் பாட்டும் அவசியமே இல்லை. கும்மிருட்டு குருட்டுக் காமமாக நடந்துவிட்டிருக்க வேண்டிய விவகாரம் அது. தவிரவும், சந்திரோதய கட்டத்தை விவரிக்கும் காட்சியில் ஆரோகணக்கிரமமே இல்லை. பேச்சு ஆரம்பமே, அவர்கள் மனசின் ஆழத்திலே, குரலினிமையாலும் ஒருவரிடம் சொல்வன்மையாலும் மற்றவரிடம் புரிந்து கொள்ளும் சக்தி தென்படுவதாலும் ஏற்பட்ட ஒட்டு காதல் என்ற பிரக்ஞையில்லாமலே ஊசலாடி, சந்திரோதயத்தின்போது திடீரெனக் கொப்பளித்து வருகிறது என்பதைக் காட்டுவதற்கு பதிலாக, பேச்சு ஆரம்பமே சந்திரோதயத்தை எதிர்பார்த்து, அது நிகழும்போது பிரமிப்புடன்கூடிய லயம் தோன்றாது அடித்துவிடுகிறது. அந்தக் காட்சியில் சந்திரன் உதயமாகிறதை இரண்டாவது சந்திரோதயம் என்றுதான் சொல்ல வேண்டும். ஆணும் பெண்ணும் எதிரும் புதிருமாக உட்கார்ந்து இடையிலே திரையைத் தொங்கப் போட்டுக் கொண்டு காதலுக்கு அவசியமான "சாமக்கிரியை"களைப் பற்றி சம்பாஷித்து (சல்லாபித்து?) கொண்டிருக்கிறார்கள். இந்தக் காட்சியை வாசிக்கும்போது உளைச் சேற்றில் நடப்பது போல இருக்கிறது. இந்தக் கட்டத்தில் முதலில் சந்திரனைப் பற்றிப் பாடும்போது தோன்றாத சந்தேகம், இரண்டாவதாக "பின் – கர்ணகி" மாதிரி வரும் நகல் சந்திரோதயத்தின் போது ஏன் தோன்ற வேண்டும் என்பதுதான் புரியவில்லை. நாடகம் 'பில்ஹணன்' அல்லவா? நேரத்துக்கு முந்தி உதயமானாலும் ஓடி அஸ்தமித்துவிட்டு மறுபடியும் உதயமானால்தானே கதை மேலே நடக்கும்.

பாரதிதாஸனுடைய கற்பனைக் கோயிலிலே, அமுத வல்லியைக் கண்ட உதாரன் பின்வருமாறு வருணிக்கிறான்:

என்ன வியப்பிது வானிலே – இருந்
 திட்டதோர் மாமதி மங்கையாய்
என்னெதிரே வந்து வாய்த்ததோ? – புவிக்
 கேதிது போலொரு தண்ஒளி!

மின்னற் குலத்தில் விளைந்ததோ – வான்
 வில்லின் குலத்தில் பிறந்ததோ?
கன்னல் தமிழ்க்கவி வாணரின் – உளக்
 கற்பனையே உருப்பெற்றதோ?

பொன்னின் உருக்கிற் பொலிந்ததோ – ஒரு
 பூங்கொடியோ மலர்க் கூட்டமோ?

இனி ஸ்ரீசாமியின் பில்ஹணன் யாமினியை எப்படிப் பார்க்கிறான் என்று சற்று கவனிப்போம்:

நான் காண்பது வெண்மதிக்குப் போட்டியாக தோன்றிய புது மதியோ . . . மின் வெட்டில் பிறந்த பொற் பதுமையோ; ஓவியனின் கற்பனை உயிர் பெற்ற உருவோ! வானவில்லின் மறுதோற்றமோ! மலர்க் கூட்டமோ; தெள்ளமுதோ; தேன்திரளோ!

காதல் கதை இவ்வாறு: மன்னன் விசாரணையும் கெடுபிடியும் பாரதிதாஸனில் இருப்பது போல் இல்லை; நைந்து நொய்ந்து நெளிகிறது:

மாமயில் கண்டு மகிழ்ந்தாடும் முகில்
 வார்க்கும் மழைநாடா – குற்றம்
ஆம்என்று நீயுரைத்தால் குற்றமே! குற்றம்
 அன்றெனில் அவ்விதமே!

என்பதை நினைவூட்டும்படியாக, "தாங்கள் பார்த்துக் குற்றம் என்றால் குற்றம்; இல்லை என்றால் இல்லை" என பில்ஹணன் "இரவல்" பேச்சுகளைக் கதைக்கிறான். இந்தக் கட்டத்திலே உதாரணம் கொடுக்கப் போனால், இடம் பிசகியும் மூர்ச்சனை பிசகியும் "மொழிபெயர்க்கப் பட்ட" கட்டங்கள் பல. பாரதிதாஸனது கவிநயம், இங்கே வசனப் போர்வையிலே நொண்டுகிறது; விராட பர்வம் நடத்துகின்றது.

நிற்க. கவிஞன் ஊர்மக்களிடை முறையிடும் கட்டம், அப்படியே தர்ஜுமா. இரண்டொரு உதாரணங்கள் கொடுக்கிறேன்.

பேரன்பு கொண்டவரே, பெரியோ ரேஎன்
 பெற்றதாய் மாரேநல், இளஞ்சிங் கங்காள்,
நீரோடை நிலங்கிழிக்க, நெடும ரங்கள்
 நிறைந்துபெருங் காடாக்கப் பெருவி லங்கு
நேரோடி வாழ்ந்திருக்கப் பருக்கைக் கல்லின்
 நெடுங்குன்றில் பிலஞ்சேரப் பாம்புக் கூட்டம்
போராடும் பாழ்நிலத்தை அந்த நாளில்
 புதுக்கியவர் யார்?அழகு நகருண் டாக்கி?

சிற்றூரும், வரப்பெடுத்த வயலும் ஆறு
 தேக்கியநல் வாய்க்காலும் வகைப்ப டுத்தி
நெற்சேர உழுதுழுது பயன்வி ளைக்கும்
 நிறையுழைப்புத் தோள்கள்எலாம் எவரின் தோள்கள்?
கற்பிளந்து மலைபிளந்து கனிகள் வெட்டிக்
 கருவியெலாம் செய்துதந்த கைதான் யார்கை?
பொற்றுகளை, கடல்முத்தை மணிக்கு லத்தைப்
 போய்எடுக்க அடக்கியமூச் செவரின் மூச்சு?

அக்கால உலகிருட்டைத் தலைகீ ழாக்கி
 அழகியதாய் வசதியதாய்ச் செய்து தந்தார்!

இக்கால நால்வருணம் அன்றி ருந்தால்,
இருட்டுக்கு முன்னேற்றம் ஆவ தன்றிப்
புக்கபயன் உண்டாமோ? பொழுது தோறும்
புனலுக்கும் அனலுக்கும் சேற்றி னுக்கும்
கக்கும்விஷப் பாம்பினுக்கும் பிலத்தி னுக்கும்
கடும்பசிக்கும் இடையறா நோய்க ளுக்கும்

பலியாகிக் கைகால்கள் உடல்கள் சிந்தும்
பச்சைரத்தம் பரிமாறி இந்த நாட்டைச்
சலியாத வருவாயும் உடைய தாகத்
தந்ததெவர்? அவரெல்லாம் இந்த நேரம்
எலியாக முயலாக இருக்கின் றார்கள்!
ஏமாந்த காலத்தில் ஏற்றங் கொண்டோன்
புலிவேஷம் போடுகிறான்; பொதுமக் கட்குப்
புல்லளவு மதிப்பேனும் தருகின் றானா?

இது உதாரன் மனம் கொதித்து, திக்குத் தெரியாமல், வேடிக்கை பார்க்க நின்றிருந்த ஜனங்களிடை கொதிப்பைத் தூண்டிவிட்டு, ஆவேசம் தலைவிரித்தாடும்படி செய்யும் முயற்சி.

நிற்க. ஸ்ரீ ஏ.எஸ்.ஏ.சாமியின் பில்ஹணன் அதே கட்டத்தில் என்ன செய்கின்றான் என்று பார்ப்போம்.

இளஞ்சிங்கங்காள்! இன்று பொன்கொழிக்கும் இந்த நாடு முன் மண்மூடிப் போயிருந்தது; இன்று பச்சையும் பசுமையுமாக இருக்கும் வயல்கள் முன் காடடர்ந்த மலையாக இருந்தன; இன்று அரசன் வாழும் அழகு மாளிகை கொடும் புலிகள் வாழ்ந்த கானகமாயிருந்தது. இச்சிற்றூரையும், சிற்றூருக்கு உணவளிக்கும் வயல்களை யும், வயல்களுக்கு நீரளிக்கும் கால்வாய்களையும் வகைப்படுத்தினவர்கள் நமது முன்னோர்கள். மரம் வெட்டி, கல் பிளந்து, மலை பிளந்து, கருவி செய்தவர் களும் நம் முன்னோர்கள். புனலுக்கும் அனலுக்கும் பாம்புக்கும் வேங்கைக்கும் பசிக்கும் தீராத பிணிக்கும் பலியாகி, காலுடைந்து, கையுடைந்து, எலும்புடைந்து, ரத்தம் சிந்தி நம் முன்னோர்கள், உயிர்கொடுத்து உழைப்புக் கொடுத்து நாட்டைச் சீரும் சிறப்பும் உடையதாகச் செய்தார்கள் நம் முன்னோர்கள்.

இத்தனையும் எதற்காகச் செய்தார்கள்? யாருக்காகச் செய்தார்கள்? நாம் நல்லாயிருப்பதற்காகவா? தனி ஒருவன் நல்லாயிருப்பதற்காகவா? நாட்டின் நலமடைய வேண்டியவர்கள் நீங்கள் உங்கள் தலைவனாக இல்லை; உங்கள் பிரதிநிதியாக நின்று நீங்கள் இதை அடையச் செய்வது அரசன். அரசன் வழங்கும் நீதி

உங்கள் நீதி. அரசன் செலுத்தும் அதிகாரம் உங்கள் அதிகாரம். காலத்தின் கொடுமையினால் சூழ்ச்சியின் பயனால் உங்கள் ஏமாந்த தன்மையினால் நீங்கள் சக்தியற்ற எலியாகிவிட்டீர்கள். அரசன் பொறுப்பற்ற புலியாகிவிட்டான். கடமை மறந்துவிட்டான் . . .

இப்படியாக ஸ்ரீ சாமி, தம்முடைய பில்ஹணன் வாயில் உதாரனுடைய வார்த்தைகளைத் திருடிக் கொடுத்துவிடுகிறார். பில்ஹணனுடைய இரவல் ஆவேசம் முழுவதுமே உதாரனுடைய கொதிப்பின் தர்ஜுமா. பாரதிதாஸனுடைய சம்மதத்துடனோ, சம்மதமில்லாமலோ இந்த விவகாரம் நடைபெற்றிருக்கிறது. இது வெறும் மட்டரகமான திருட்டா அல்லது சம்மதத்தின் பேரில் நடைபெற்ற வியவகாரமா என்பது என் கவலையல்ல.

'பில்ஹண'னில் இந்தப் பேச்சு எவ்வளவு பொருத்தமற்று தென்படுகிறது என்பதை விளக்குவதே எனது நோக்கம். பாரதிதாஸனது காவியத்தில் ஜனங்களைக் கொதிப் பூட்டுவதற்கும் முடியரசின் வரம்பை, விகாரத் தன்மையை எடுத்துக் காட்டுவதற்குமே ஒரு வியாஜமாக உதாரன் – அமுதவல்லி காதல் அமைந்திருக்கிறது. உதாரனது காதல், கொலைக்களத்துக்கு இழுத்துச் சென்றது. கொலைக்களம் கொப்புளித்த உணர்ச்சிக் கனல் அரசனைக் குடியோடிப் போகும்படி விரட்டி விடுகிறது. உதாரனது பேச்சுக்குப் பிறகு அந்த ராஜ்யத்திலே மன்னனுக்கு இடம் இல்லை. பாரதிதாஸனும் கதையை அப்படியே நடத்துகிறார். அதனால் தான் அவரது காவியத்துக்கு 'புரட்சிக் கவி' என்று பெயர்.

ஸ்ரீ சாமியின் பிரதான நோக்கம் புரட்சி கிரட்சி என்ற ஆபத்தான விவகாரம் எதுவும் இல்லை. அகில இந்திய ரேடியோ மூலம் சட்டத்தையும் ஒழுங்கையும் அடிப்படையாகக் கொண்ட மன்னராட்சியிலே நிகழ்ந்த ரசமான காதல் சம்பவத்தை ஜோடித்து நிலா வெளிச்சத்திலே சுகுமார சரச சல்லாபத்தையும், சில நிமிஷங்களுக்கு மனத் திவக்கத்தையும் காட்டி மறுபடியும் கதையை மங்களமாக முடிப்பதையே பிரதான நோக்கமாகக் கொண்டுள்ள ஸ்ரீ சாமி, உதாரனுடைய பேச்சை எடுத்தாண்டிருப்பது சூரியன் குஞ்சை எடுத்து மோட்டுவளையில் சொருகும் விவகாரமாக அமைந்திருக்கிறது. பில்ஹணனுடைய இந்த இரவல் ஆவேசம் எல்லாம் யார் காதில் விழுகிறது தெரியுமா? மனு செய்து, மனு செய்து அரசியலமைப்பு வரம்புக்குள்ளாகவே நின்று, படி தாண்டாப் பத்தினி மாதிரி கீறின கோட்டைத் தாண்டாத மிதவாதக் கும்பலை நினைவூட்டும் இரண்டு குடியானவர்களின் காதில் விழுகிறது. 'மவராசா கிட்ட நாயம் கேக்கப் போவதாக

மந்திரி ஐயா கிட்ட' சொல்லி வைத்துவிட்டுக் கூச்சல் போடாமல் கலைந்து போகிறார்கள்.

> காவலன்பால் தூதொன்று போகச் சொன்னார்;
> புவிஆட்சி தனிஉனக்குத் தாரோம் என்று
> போயுரைப்பாய் என்றார்கள் போகா முன்பே,
> செவியினிலே ஏறிற்று போனான் வேந்தன்.

என்பது பாரதிதாசனின் தோரணை.

ஆனால் தமது அபத்தக் கலையின் சிகரமாக ஸ்ரீ சாமி இதன் பிறகு ஒரு காட்சி கற்பனை பண்ணியிருக்கிறார்.

தம்முடைய ஆட்சிகளுக்கும் ராஜ்யத்துக்கும் வம்சத்துக்கும் அபகீர்த்தி வந்துவிட்டதாக நினைத்துக்கொண்டு கத்தியை ஏவிவிட்ட மன்னனுக்கு அந்தப்புரம் போனதும் மனமாறி விடுகிறதாம். மன்னன் மதனனும் பட்ட மகிஷியும் முந்திய உத்தரவை ரத்து செய்துவிடுவது என்று தீர்மானித்து, தம்மிருவருடைய ஆராத் துயரத்தை விவரித்துக் கொண்டு பொழுதைப் போக்கிக் கொண்டிருக்கும்போது, இரண்டு குடியானவர்கள் "நாயம் கேட்டு" புறப்பட்ட விவகாரத்தை ஊரே திரண்டுவிட்டது என்று மந்திரியார் மதுசூதனர் அறிவிப்பதுடன், பில்ஹணனுடைய புரட்சிப் பேச்சை சாங்கோபாங்கமாக விவரிக்கிறார். இந்தச் செய்தி மன்னனுக்கு ஆத்திரமூட்டவில்லை. இங்கு மன்னவன் மக்களது முன்னின்ற தன்னை அவர்களது பிரதிநிதி என்று பறைசாற்றிக் கொள்ளுவது, கையாலாகாதவன் அஹிம்சை பேசுவதை ஒத்திருக்கிறது. சாமியின் நாடகப் பாங்கில் இந்தக் காட்சிக்கே இடமில்லை. இதற்கு இடமிருக்குமாகில், இது நாடகமில்லை. நாலைந்து பேரை சுமார் ஒன்றரை மணி சாவகாசம் பேச வைப்பதற்கு அமைக்கப்பட்ட சாதனமாகவே இருக்க முடியும். இருக்கிறது. நோய் வருவித்துக் கொள்ளுவதற்காக நாடகம் மங்களமாகத்தான் முடிவடைந்திருக்கிறது என்பதைக் கையடித்துக் கொடுப்பது போல அமைக்கப்பட்ட காதல் காட்சி ஒன்றிருக்கிறது. இதிலே சம்பிரதாய முறைப்படி சாரமற்ற பாட்டுக்குப் பின், எண்ணி இருவருமாக சேர்ந்து ஒரு டஜன் வரிகள் பேசுகிறார்கள். இதற்காக ஒரு காட்சி. வெள்ளைக்கார ஸினிமாவில் இடத்தை விட்டு எழுந்திருந்த பிறகும் வழி மறிக்கும் சாதனமாக அமைந்துள்ள ராஜவிசுவாசப் பாட்டு மாதிரி இருக்கிறது,

தினசரி, 11–11–1944

புதுமைப்பித்தன் கட்டுரைகள், 2002.

~ ~

7
பாரதிதாசன் கவிதைகள்

க.நா. சுப்ரமண்யம்

சஞ்சீவி பர்வதத்தின் சாரல் என்று ஒரு சிறு காவியம். ஹனுமான் சஞ்சீவி பர்வதத்தைப் பெயர்த்து வந்து லட்சுமணனைப் போர்க் களத்தில் உயிர்ப்பித்தான் என்று சொல்கிற ராமாயணக் கதை பொய்க் கதை, அர்த்தமற்றது என்று சொல்ல வருகிறார் கவிஞர் பாரதிதாஸன்: அழுத்தமாகவேதான் சொல்கிறார். ஆனால் அந்தச் சிறு காவியத்தில், உலக வழக்குக்கு மாறாக, பெண் நம்பாதவளாகவும், ஆண் நம்பி அஞ்சிச் சாகிறவனாகவும் சித்திரிக்கப்பட்டிருக்கிறது.

வஞ்சி சொல்கிறாள்:

"ராமனெங்கே! ராமன் அருளெங்கே! சஞ்சீவி
மாமலையைத் தூக்குமொரு வல்லமைஎங் கே!இவற்றில்
கொஞ்சமும் உண்மை இருந்தால்நாம் கொத்தவரைப்
பிஞ்சுகள்போல் வாடிப் பிழைப்பதரி தாகி
அடிமையாய் வாழோமே ? ஆண்மைதான் இன்றி
மிடிமையில் ஆழ்ந்து விழியோமே ?"

இன்றைய தாழ்ந்த நிலையை எண்ணி விம்மிக் கொந்தளிக்கும் கவியின் குரல் கம்பீரமாகக் கேட்கிறது. சஞ்சீவி பர்வதத்தின் உச்சியில் உள்ள பச்சிலைகளைத் தேடி குப்பனும் வஞ்சியும் உண்டு விட்டார்கள். உடனே அவர்களுக்கு உலகில் பேசப்படுவதெல்லாம் காதில் விழுகிறது.

"இங்கிலாந்து தேசம் இருந்தொருவன் பேசினான்;
இங்கிருந்து இருவரும் கேட்பர்; என்னவென்றால்"

(இது இந்தியா விடுதலை பெறுமுன் நடந்த பேச்சென்று ஞாபகம் வைத்துக் கொண்டு மேலே பார்க்க வேண்டும்)

"ஓ! என் சகோதரரே! ஒன்றுக்கும் அஞ்சாதீர்!
நாவலந் தீவு நமைவிட்டுப் போகாது!
வாழ்கின்றார் முப்பத்து முக்கோடி மக்கள்என்றால்
சூழ்கின்ற பேதமும் அந்தத் தொகைஇருக்கும்;
ஆகையால் எல்லாரும் அங்கே தனித்தனிதான்.
ஏகமன தாகிஅவர் நம்மை எதிர்ப்பதெங்கே?
பேதம் வளர்க்கப் பெரும்பெரும் புராணங்கள்!
சாதிச்சண் டைவளர்க்கத் தக்கஇதி காசங்கள்!
கட்டிச் சமூகத்தின் கண்ணவித்துத் தாமுண்ணக்
கொட்டி அளக்கும் குருக்கள் கணக்கற்றார்.
தேன்சுரக்கப் பேசிஇந்து தேசத்தைத் தின்னுதற்கு
வான்சுரரை விட்டுவந்த பூசுரரும் வாழ்கின்றார்.
இந்த உளைச்சேற்றை, ஏறாத ஆழத்தை
எந்தவிதம் நீங்கி நமைஎதிர்ப்பார்? இன்னமும்
சிந்தனா சக்தி சிறிதுமின்றி மக்களுக்குத்
தம்தோள் உழைப்பிலே நம்பிக்கை தானுமின்றி
ஊறும் பகுத்தறிவை இல்லா தொழித்துவிட்டுச்
சாறற்ற சக்கையாய்ச் சத்துடம்பைக் குன்றவைத்துப்
பொற்புள்ள மாந்தர்களைக் கல்லாக்கி யேஅந்தக்
கற்கள் கடவுள்களாய்க் காணப் படும்அங்கே.
இந்த நிலையில் சுதந்திரப் போரெங்கே?
கொந்தளிப்பில் நல்லதொரு கொள்கை முளைப்பதெங்கே?
தேகம் அழிந்துவிடும்; சுற்றத்தார் செத்திடுவார்;
போகங்கள் வேண்டாம்; பொருள்வேண்டாம்; மற்றுமிந்தப்
பாழுலகம் பொய்யே! பரமபதம் போஎன்னும்
தாழ்வகற்ற எண்ணுங்கால் சாக்குருவி வேதாந்தம்
சாதிப் பிரிவு சமயப் பிரிவுகளும்
நீதிப் பிழைகள் நியமப் பிழைகளும்
மூடப் பழக்கங்கள் எல்லாம் முயற்சிசெய்தே
ஓடச்செய் தால்நமையும் ஓடச்செய் வார்என்பேன்"

இங்கிலாந்து தேசத்தினன் கூற்றாகக் கவிஞர் பாரதிதாஸன் தன் அபிப்பிராயங்களையே இங்கு சொல்கிறார். எந்த சீர்திருத்தவாதியும் சொல்கிற மாதிரி சற்று அதிகப்படுத்தியே கூறுகிறார் என்று வைத்துக்கொள்ளலாம். இங்கிலாந்து தேசத்தவன் நம்பிக்கை இப்போது வீணாகி விட்டது. இந்தியாவுக்குச் சுதந்திரம் வந்துவிட்டது என்பதனால், இந்த வரிகளில் கூறப்பட்டுள்ள அடிப்படை உண்மைகள் அழிந்து விடவில்லை. எனினும் எந்த சீர்திருத்தவாதியின் கண்களிலும் படுவதைவிட உண்மை என்பது

அதிகப்படியான விஸ்தீரணம் பரந்து கிடக்கிறது என்பதுதான் ஏற்றுக் கொள்ளப்பட வேண்டிய உண்மை.

சமீப காலத்தில் தமிழில் மட்டுமல்ல, இந்தியாவிலுள்ள பாஷைகளிலெல்லாம் மட்டுமல்ல, உலகிலுள்ள எல்லா பாஷைகளிலுமே கவிகள், அரசியல் சமூகம் முதலிய விஷயங்களில் அதிகமாகவே ஈடுபட்டுக் கவிதை புனைகிறார்கள். இன்றைக்கு உண்மையென்று கண்டு சொல்கிற உண்மையை நித்தியமான உண்மைகளுடன் பிணைத்துக் கவிகளால் சொல்ல முடிகிறது சில சமயம் என்பதுதான் அரசியல், சமூக சீர்திருத்தக் கவிகளின் முக்கியத்துக்குக் காரணம். அந்தக் கவிஞர் பரம்பரையிலே பாரதிதாஸன் ஒருவர். அவர் கவிதையிலே ஏராளமான தார்மீகக் கோபம் நிறைந்திருக்கிறது. தார்மீகக் கோபம் நிறைந்த பாரதி, தமிழ்க் கவிதைக்கு எத்தனை வேகம் கொடுத்தாரோ, அத்தனை வேகம் பாரதிதாஸனின் கவிதைகளிலும் காணக் கிடக்கிறது என்பதுதான் இந்தக் கவிதைகளில் உள்ள விசேஷம். கோபப் பொருளைவிட என்னைப்பற்றிய வரையில் கோபாவேசமும் அது எடுக்கிற உருவமும்தான் முக்கியம் என்பேன்.

'ராமாயணம் பொய்க் கதை; அதை நம்புகிறவர்கள் மூடர்கள்; ஒரு சிலர் அதை வைத்துப் பொருள் பறிக்கிறார்கள் அப்பாவிகளிடமிருந்து' என்று கோபமாகக் கவிதை இயற்றவந்த கவி, அதற்கு ருஜுவாக வேறு ஒரு பொய்க் கதையைத்தான் சிருஷ்டிக்க வேண்டியதாக இருக்கிறது. "ஹனுமாராம்! சஞ்சீவி பர்வதத்தைத் தூக்கி லங்கைவரை சென்று, திருப்பிக்கொணர்ந்து, 'கண்ணாடிப் பாத்திரத்தைக் கல் தரைமேல் வைப்பதுபோல்' வைத்தாராம்! என்ன பேத்தல்!" என்று சொல்ல வருகிற கவியும் அதற்குச் சற்றும் பின்னிடாத ஒரு 'பேத்தல்' கதையைத்தான் சொல்ல வேண்டியதாக இருக்கிறது. சஞ்சீவி மலையின் சாரலிலே இரு பச்சிலைகளாம்! அதில் ஒன்றைத் தின்றால் உலகில் எங்கும் யார் பேசுவதும் காதில் விழுமாம்! மற்றொன்றைத் தின்றால் உலகில் நடப்பதவ்வளவும் தெரியுமாம்! 'இதென்னடா ஹனுமார் காரியத்தைத் தூக்கியடிப்பதாக இருக்கிறதே!' என்று கேட்கலாம். ஆகவே, விஷயம் அப்படி முக்கியமன்று இந்தச் சிறு காவியத்தில்; கவிதைக்குக் காரணமான கோபமும், கவிதை உருவமும், அதற்குக் கவிஞர் தந்திருக்கிற வேகமும்தான் முக்கியம்.

"புல்லறிவைப் போக்கிப் புதுநிலை தேடல் வேண்டும்" என்பதிலோ, "சித்தம் சலியாத் திறன் வேண்டும்" என்பதிலோ, "மூடப் பழக்கங்கள் . . . நாடாதிருக்க" வேண்டும் என்பதிலோ யாருக்கும் சந்தேகமிருக்க வேண்டிய அவசியமேயில்லை. அதை மறந்துவிட்டு,

"சஞ்சீவி பர்வதத்தின் சாரலிலே ஓர்நாளில்
கொஞ்சம் குறையமணி நான்காகும் மாலையிலே
குப்பன்எனும் வேடக் குமரன் தனியிருந்து
செப்புச் சிலைபோலே தென்திசையைப் பார்த்தபடி
ஆடா தசையாமல் வாடிநின்றான் சற்றுப்பின்
வாடாத பூமுடித்த வஞ்சிவரக் கண்டான்"

என்று தொடங்கி,

"சாரல் அடைவோமே, காதலுக்குத் தக்கஇடம்
சாரலும் தண்மாலை நாயகியைச் சாரக்
குயில்கூவிக் கொண்டிருக்கும்; கோல மிகுந்த
மயிலாடிக் கொண்டிருக்கும்; . . . கண்ணாடி போன்றநீர்
ஊற்றுக்கள் உண்டு; கனிமரங்கள் மிக்கஉண்டு
பூக்கள் மணங்கமழும்; பூக்கள்தொறும் சென்றுதே
னீக்கள் இருந்தபடி இன்னிசைபா டிக்களிக்கும்
அன்பு மிகுந்தே அழகிருக்கும் நாயகரே
இன்பமும் நாமும் இனி"

என்று முடிகிறவரைக்கும் இந்தப் பதினாறு பக்கச் சிறு காவியத்தை வாய்விட்டு உரக்கப் படித்துக் கவிதையாக அநுபவிக்கலாம். கவிதையைப் பற்றிய வரையில் அது போதும் என்று எனக்குத் தோன்றுகிறது.

பில்ஹணீயம் எனும் வடமொழி நூலைத் தழுவி கவிஞர் பாரதிதாஸன் எழுதியுள்ள 'புரட்சிக்கவி' எனும் சிறு காவியத்திலும் இன்றைக்குகந்தது என்று கவி கருதும் ஒரு பிரசாரம் அமைந்து கிடக்கிறது. காதலர்களை ஒன்று சேரவிடாமல் தடுக்கும் மன்னவனிடமிருந்து அரசைப் பிடுங்கி மக்கள் தங்களுக்குள் பங்கிட்டுக் கொண்டார்கள் என்பது கதை முடிவு. மக்களே ஆளும் நாட்டிலும் அநீதிகள் நடப்பதுண்டு என்பதால், இந்தமுடிவு சரியல்ல என்று சொல்லவேண்டிய அவசியமில்லை, மறுபடியும் சொல்ல வேண்டுமானால், கவியை இந்த முடிவுக்கு வரச்செய்த தார்மீகக் கோபமும், அந்தக்கோபம் எடுத்திருக்கிற கவிதை உருவமும்தான் முக்கியம் என்று சொல்லவேண்டும்.

மன்னவன் மகள் அமுதவல்லிக்குக் கவிதை செய்யக் கற்றுத்தர வந்த உயர் கவிஞன், உதாரன், மாலை சந்திரோதயத்தைக் கண்டு, கவி செய்கிறான்.

"இமையாது நோக்கினான் முழுநி லாவை!
இருவிழியால் தழுவினான்; மனத்தால் உண்டான்!
சுமைசுமையாய் உவப்பெடுக்க, உணர்வு வெள்ளம்
தூண்டிவிட ஆஆஆ என்றான்; வாணி
அமைத்திட்டாள் நற்கவிதை! மழைபோற் பெய்தான்!
அத்தனையும் கேட்டிருந்தாள் அமுத வல்லி!

நீலவான் ஆடைக்குள் உடல்ம றைத்து
நிலாவென்று காட்டுகின்றாய் ஒளிமு கத்தைக்
கோலமுழு தும்காட்டி விட்டால் காதற்
கொள்ளையிலே இவ்வுலகம் சாமோ? வானச்
சோலையிலே பூத்ததனிப் பூவோ நீதான்!
சொக்கவெள்ளிப் பாற்குடமோ அமுத வூற்றோ!
காலைவந்த செம்பரிதி கடலில் மூழ்கிக்
கனல்மாறிக் குளிரடைந்த ஒளிப்பி ழம்போ!

அந்தியிரு ளாற்கருகும் உலகு கண்டேன்;
அவ்வாறே வான்கண்டேன்; திசைகள் கண்டேன்,
பிந்தியந்தக் காரிருள்தான் சிரித்த துண்டோ?
பெருஞ்சிரிப்பின் ஒளிமுத்தோ நிலவே நீதான்?
சிந்தாமல் சிதறாமல் அழகை யெல்லாம்
சேகரித்துக் குளிரேற்றி ஒளியு மூட்டி
இந்தாவென் றேஇயற்கை யன்னை வானில்
எழில்வாழ்வைச் சித்திரித்த வண்ணந் தானோ!"

இந்தக் காவியத்திலும் பெண்ணுக்குத்தான் முக்கியத்துவம் அளித்துக் கதையை நடத்துகிறார் கவிஞர்.

"............. வந்தனள் அமுதவல்லி
இலை உனக்கதிகாரம் – இந்த
எழிலுடையான் பிழை இழைக்கவில்லை

ஒருவனும் ஒருத்தியுமாய் – மனம்
உவந்திடில் பிழையென உரைப்பதுண்டோ?
அரசென ஒருசாதி – அதற்
கயலென வேறொரு சாதியுண்டோ?
கரிசன நால்வருணம் – தனைக்
காத்திடும் கருத்தெனில், இலக்கணந்தான்
தரும்படி அவனை இங்கே – நீ
தருவித்த வகையது சரிதானோ?

என்மனம் காதலனைச் – சென்
றிழுத்தபின் னேஅவன் இணங்கினதால்
அன்னவன் பிழையிலனாம்! – அதற்
கணங்கெனைத் தண்டித்தல் முறையெனினும்
மன்னன்நின் ஒருமகள்நான் – எனை
வருத்திட உனக்கதி காரமில்லை!
உன்குடிக் கூறிழைத்தான் – எனில்
ஊர்மக்கள் இடம்அதை உரைத்தல் கடன்!"

ஊர் மக்களுக்கு அரசன் எடுத்துரைக்கவில்லை. ஆனால் தமிழ்க் கவியான உதாரன், கொலைக்களத்திலிருந்து பேசுகிறான்:

“தமிழறிந்த தால்வேந்தன் எனைஅ ழைத்தான்;
தமிழ்க்கவியென் றெனைஅவளும் காத லித்தாள்!
அமுதென்று சொல்லுமிந்தத் தமிழ்என் னாவி
அழிவதற்குக் காரணமா யிருந்த தென்றே
சமுதாயம் நினைத்திடுமோ! ஐய கோ!என்
தாய்மொழிக்குப் பழிவந்தால் சகிப்ப துண்டோ ?
உமையொன்று வேண்டுகின்றேன் மாசில் லாத
உயர்தமிழை உயிர்என்று போற்று மின்கள்”

என்பது போன்ற பல அற்புதமான வாதங்களைச் சொல்லிப் புரட்சிக் கவி புரட்சி விளைவிக்கின்றான். “நலிவில்லை! நலமெல்லாம் வாய்ந்ததங்கே!” என்று காவியம் முடிகிறது. மற்றும் பல கவிதைகளிலும் காணக்கிடக்கிற வேகத்தையும் அழகையும் சொல்ல இங்கு இடமில்லை. “குலுக்கென்று சிரித்த முல்லை”யையும், “முளைத்த கள்ளியினைக் கனல் மொய்த்துக் கரியாக்கி விளைத்த சாம்பலைப் போய் – இனி மேலும் உருக்கிடவே கொளுத்திடும் கானலை”யும், “தமிழின் விந்தையை எழுதத் தரமோ” என்கிற வரிகளையும், “வீறிட்ட காதலுக்கும் வேலி கட்டலுண்டோ?” என்பதையும், இதுபோன்று படித்து ஆனந்திக்க வேண்டிய இடங்கள் பற்பலவுண்டு பாரதிதாஸன் கவிதைகளிலே. பாரதிதாஸன் என்ற கவிஞர் கனக சுப்புரத்தினம், “பாரதியாரின் கவிதா மண்டலத்தைச் சேர்ந்தவர்” என்று சுப்பிரமணிய பாரதியாராலேயே தமிழுலகுக்கு அறிமுகம் செய்து வைக்கப்பட்டவர். அந்தக் கவிதை மண்டலத்தின் புகழ் மங்காத வகையிலேயுள்ள பல பாடல்களை பாரதிதாஸன் கவிதைகள் முதல் தொகுப்பிலே காணலாம்.

படித்திருக்கிறீர்களா? 1, 1957.

~ ~

8

பாரதிக்குப் பின் பாரதிதாசன்

சி.சு. செல்லப்பா

கவிகள் அடிக்கடி தோன்றுவதில்லை என்று சொல்வதுண்டு. ஆனால் கவிகள் அடிக்கடி இறந்து விடுகிறார்கள். சென்ற ஆண்டு ஆகஸ்ட் மாதத்தில் பாரதி மரபு கவிஞன் சது. சுப்ரமண்ய யோகியாரை இழந்தோம். இந்த ஏழெட்டு மாதங்களுக்கு உள்ளாகவே நாம், பாரதி மரபு கவிஞன் மட்டும் இல்லை, பாரதியோடு கூட இருந்து பாரதியின் ஆதர்சம் பெற்று நல்ல கவிதைகள் எழுதி, தமிழ்க் கவிதை உலகில் பாரதி வழிக் கவிஞர்களில் முதல்வராக இருந்த ஒரு பெரிய கவியை நாம் இழந்து விட்டோம். எழுபத்து மூன்றாவது வயதில்தான் அவர் ஆயுள் முடிந்திருக்கிறது என்றாலும் முப்பது ஆண்டுகளுக்கு முன் மறுமலர்ச்சிக் காலத்தில், பாரதியோடு நேரடித் தொடர்பு பெற்று, அருளும் பெற்று கவிதைகள் எழுதி வந்த ஒரு கவியை, அன்றைய இளவயது கவிஞனை அல்பாயுசில் இன்று இழந்து விட்டது போன்ற ஒரு உணர்வுதான் ஏற்படுகிறது. 1933இல், ‘சுதந்திரச்சங்கு’ பத்திரிகையில் வெளியான கவிதை இது:

கமலம் அடுக்கிய செவ்விதழால் – மலர்க்
காட்டினில் வண்டின் இசைவளத்தால்
கமழ்தரு தென்றல் சிலிர்சிலிர்ப்பால் – கருங்
கண்மலரால் முல்லை வெண்ணகைப்பால்
அமையும் அன்னங்களின் மென்னடையால் – மயில்
ஆட்டத்தினால் தளிர் ஊட்டத்தினால்
சமையும் ஒருத்தி – அப்பூஞ்சோலை எனைத்
தன்வசம் ஆக்கிவிட்டாள் ஒருநாள்

சோலை அணங்கொடு திண்ணையிலே – நான்
தோளினை ஊன்றி இருக்கையிலே
சேலை நிகர்த்த விழியுடையாள் – என்றன்
செந்தமிழ்ப் பத்தினி வந்துவிட்டாள்
சோலை யெலாம்ஒளி வானமெலாம் – நல்ல
தோகையர் கூட்ட மெலாம்அளிக்கும்
கோல இன்பத்தையென் உள்ளத்திலே – வந்து
கொட்டிவிட் டாள்எனைத் தொட்டிழுத்தாள்.

இந்த கவிதை வெளியானபோது படிக்க வாய்ப்பு பெற்ற வாசகர்களுக்கும் மறுமலர்ச்சிப் படைப்பாளர்களுக்கும், பாரதியே தொடர்ந்து எழுதி வருவது போன்ற ஒரு பிரமை ஏற்பட்டதை இன்று ஞாபகப்படுத்திக்கொள்ளத் தோன்றுகிறது. 'சுதந்திரச் சங்கு' பத்திரிகையில் பாரதிதாசனை அறிமுகப்படுத்துகையில் சங்கு சுப்ரமண்யன் எழுதினார்:

'புதுவை பாரதிதாசன் ஓர் அபூர்வமான கவிஞர். கவிதை பாடும்போது வார்த்தைகள் அவரிடம் கைகட்டி நிற்பனபோலும்! நதி ஓடுவது போல் அவ்வளவு சுலபமாக அவரது செய்யுள்களிருப்பதற்குக் காரணம் ஒரு காலத்தில் அவருக்குக் கவிச்சக்கரவர்த்தி பாரதியாரோடு ஏற்பட்ட உறவே என்று தோன்றுகிறது.'

பாரதிதாசன் ஒரு 'அபூர்வமான கவி' என்பதை அன்றைய வாசக உள்ளம் உணர்ந்துவிட்டது. இன்று அவரை 'புரட்சிக் கவிஞர்' என்று எடுப்பாகக் குறிப்பிடப்படுகிறது. 'புரட்சி' என்ற சொல்லுக்கு இன்று சமூக பொருளாதார ரீதியாக ஒரு அர்த்தத்தில் பாரதிதாசனை ஒரு சிமிழுக்குள் அடைத்துப் பார்ப்பது சரியானது இல்லை. எந்தக் கவியும் புரட்சி செய்பவன் தான். பாரதி இல்லையா, அவருக்கு முந்தினவர்கள் இல்லையா? பின் வருபவர்களும் இல்லையா? ஆகவே பாரதிதாசனைப் பாரதிக்குப் பிறகு நாம் பார்க்கும் ஒரு உயர்ந்த கவி என்று சொல்வதுதான் சரி. கவிதை உள்ளடக்கிய சமூக சீர்திருத்தப் பொருளை, 'நாஸ்தீக வாதத்தை', வகுப்பு மாற்சர்யத்தை எல்லாம் கொண்டு புரட்சி என்பது அர்த்தமற்றது. சொல்லப்போனால் இந்தவிதமான அப்பட்டமான உள்ளடக்கத்துக்கு முக்யத்வம் கவி கொடுத்தாலும் சரி, ரசிகன் கொடுத்தாலும் சரி கவிதை பாழ்படுகிறது என்று சொல்ல வேண்டும்.

பாரதிதாசனைப் பற்றிக் கு.ப.ரா. எழுதுகையில், 'பாரதிக்குப் பிறகு தமிழ் நாட்டில் ஒரு உண்மையான கவி இருக்கிறார். அவரிடம் நாம் எதுவேண்டுமானாலும் எதிர்பார்க்கலாம்' என்று கூறிவிட்டுப் பிறகு முடிவுரையாகக் கூறி இருக்கிறார்:

பிரசாரத்திற்கு அவர் கவிதையை அடிமைப்படுத்த வேண்டாமென்று, 'நான் அவருடைய பக்தர்களில் ஒருவன் என்ற முறையில், தாழ்மையுடன் கேட்டுக் கொள்கிறேன்.'

ஆனால் அந்த பக்தரின் வேண்டுகோளைத் தெய்வம் நிறைவேற்றினதாகத் தெரியவில்லை. ஒரு கவியை அப்படித் திருப்பிவிடவும் முடியாது. பாரதிதாசன் வெகு உக்கிரமாக சீர்திருத்தத்தில், பிரசாரத்திலே முனைந்தார். அவரது பின் நாளத்து[காலத்து] கவிதைகள் புரட்சிக்கருத்துக்களை வெளியிட்டன. ஆனால் கவிதைச் சிறப்பு பாதிக்கப்பட்டுத்தான். கு.ப.ரா. சொன்னதுபோல் கவிதையழகு எங்காவது இருக்காமல் இல்லை, இந்த கவிதைகளிலும். ஆனால் பூர்ண மேதையையும் வெளிப்படுத்துவனவாக அமையவில்லை என்பதுதான்.

ஏராளமான கவிதைகளை எழுதியுள்ள பாரதிதாசன் தன் மேதையைக் காட்டி இருக்கிறார். தேர்ந்தெடுக்கப்பட்ட கவிதைத் தொகுப்பு இதை நிரூபிக்கும். கவிதைத் துறையில், பாரதிக்குப் பிறகு பாரதிதாசன் – இந்த இடம் அவருக்கு உண்டு.

எழுத்து, மே 1964, தலையங்கம்.

~ ~

துணைநூற்பட்டியல்

அசோகமித்திரன், *இந்திய இலக்கியச் சிற்பிகள் – ந. பிச்சமூர்த்தி*, சாகித்திய அகாதெமி, புதுதில்லி, முதல் வெளியீடு: 2002, மறுஅச்சு: 2009.

இளங்கோ, ச.சு., *பாரதிதாசனின் கதைப்பாடல்கள் ஓர் ஆய்வு*, தமிழ்மணி புத்தகப் பண்ணை, சென்னை, முதற்பதிப்பு: 1978.

இளங்கோ, ச.சு., *பாரதியாரோடு பத்தாண்டுகள்*, பாரி நிலையம், சென்னை, முதற்பதிப்பு: 1992.

இளவரசு, இரா., இராமர் இளங்கோ, ச.சு. (தொகுப்பும் பதிப்பும்), *பாரதிதாசன் கடிதங்கள்*, பாரதிதாசன் பல்கலைக்கழகம், திருச்சிராப்பள்ளி, முதற்பதிப்பு: 2009.

இளவரசு, இரா., *பாவேந்தர் பாரதிதாசனின் பழம்புதுப் பாடல்கள்*, பாரதிதாசன் பல்கலைக்கழகம், திருச்சிராப்பள்ளி, முதற்பதிப்பு: 2005.

உமா மகேஸ்வரி, க., *கவிதை வளர்த்த மணிக்கொடி*, நியூ செஞ்சுரி புக் ஹவுஸ் (பி) லிட், சென்னை, முதற்பதிப்பு: 2006.

ஏகாம்பரம், டி.ஜி., *பேனா மன்னர் சொக்கலிங்கம்*, செல்வம் பதிப்பகம், சென்னை, முதற்பதிப்பு: 1961.

சண்முகசுந்தரம், காவ்யா. (தொ.ஆ), *இலக்கிய விமர்சனங்கள் க.நா.சு. கட்டுரைகள் – II*, காவ்யா, சென்னை, முதற்பதிப்பு: 2005.

சண்முகம், குருவிக்கரம்பை, *செந்நெல் வயல்கள்*, பாண்டியன் பதிப்பகம், சென்னை, 1972.

சதீஷ், அ. (ப.ஆ.), *கு.ப.ரா. கட்டுரைகள்*, அடையாளம், புத்தாநத்தம், முதற்பதிப்பு: 2011.

சிவத்தம்பி கார்த்திகேசு, *நவீனத்துவம் – தமிழ் – பின்நவீனத்துவம்,* நியூ செஞ்சுரி புக் ஹவுஸ் (பி) லிட், சென்னை, முதற்பதிப்பு: 2010.

சுந்தர ராமசாமி, ந. *பிச்சமூர்த்தியின் கலை: மரபும் மனித நேயமும்,* காலச்சுவடு பதிப்பகம், நாகர்கோவில், இரண்டாம் பதிப்பு: 2001.

சுப்ரமண்யம், க.நா., *படித்திருக்கிறீர்களா? 1,* அமுதநிலையம் (பிரைவேட்) லிமிடெட், சென்னை, முதற்பதிப்பு: 1957.

செல்லப்பா, சி.சு., *இலக்கியச் சுவை – கட்டுரைத் தொகுப்பு,* பீகாக் பதிப்பகம், சென்னை, முதற்பதிப்பு: 1991.

செல்லப்பா, சி.சு., *தமிழில் இலக்கிய விமர்சனம்,* எழுத்து பிரசுரம், சென்னை, முதற்பதிப்பு: 1974.

சொக்கலிங்கம், டி.எஸ்., *எனது முதல் சந்திப்பு,* பழனியப்பா பிரதர்ஸ், சென்னை, முதற்பதிப்பு: 1955.

தனசேகரன், பொன்., *இந்திய இலக்கியச் சிற்பிகள் – டி.எஸ். சொக்கலிங்கம்,* சாகித்திய அகாதெமி, புதுதில்லி, முதற்பதிப்பு: 2005.

நாதன், ஜே.வி., *மௌனியின் மறுபக்கம்,* விகடன் பிரசுரம், சென்னை, முதற்பதிப்பு: 2012.

பத்மநாபன், ரா.அ., *சித்திர பாரதி,* காலச்சுவடு பதிப்பகம், நாகர்கோவில், காலச்சுவடு முதற்பதிப்பு: 2006, இரண்டாம் பதிப்பு: 2010.

பழநியப்பன், மு., (பதிப்பும் தொகுப்பும்), *முல்லை இலக்கியக் களஞ்சியம்,* முல்லை பதிப்பகம், சென்னை, முதற்பதிப்பு: 2003.

பாரதிதாசன், *காதல் நினைவுகள்,* முல்லைப் பதிப்பகம், சென்னை, 1944.

பாரதிதாசன், *பாரதிதாசன் கவிதைகள் – இரண்டாம் தொகுதி,* பாரதிதாசன் பதிப்பகம், புதுச்சேரி, இரண்டாம் பதிப்பு: 1952.

பாரதிதாசன், *பாரதிதாசன் கவிதைகள் – முதற்பகுதி,* முல்லைப் பதிப்பகம், மதுரை – சென்னை, நான்காம் பதிப்பு: 1944.

பாரதிதாஸன், *பாரதிதாஸன் கவிதைகள்,* வெளியிட்டவர்: T.S. குஞ்சிதம், கடலூர், 1938.

பிச்சமூர்த்தி, *பிச்சமூர்த்தி கவிதைகள்,* க்ரியா, சென்னை, 1985.

பொன்னடியான், *நினைவலைகளில் பாவேந்தர்,* அருந்ததி நிலையம், சென்னை, இரண்டாம் பதிப்பு: 2000.

மணிகண்டன், ய. ஆய்வுப் பதிப்பு, *பாரதிதாசன் கவிதை இலக்கியங்கள் – சுயமரியாதை, சமத்துவம்,* பொன்னி, சென்னை, முதற்பதிப்பு: 2005.

மன்னர்மன்னன், *கறுப்புக்குயிலின் நெருப்புக்குரல்,* முத்துப் பதிப்பகம், விழுப்புரம், முதற்பதிப்பு: 1985.

மன்னர்மன்னன், *பாட்டுப் பறவைகள்,* குயில் வெளியீடு, புதுச்சேரி, முதற்பதிப்பு: 2000.

முருகுசுந்தரம், *பாவேந்தர் – ஒரு பல்கலைக்கழகம்,* அன்னம் (பி) லிட்., சிவகங்கை, முதற்பதிப்பு: 1990.

மெய்கண்டான். சி., *பில்கணீயமும் புரட்சிக்கவியும் – ஓர் ஒப்பாய்வு,* கண்ணகிக் கோட்ட வெளியீடு, புதுக்கோட்டை, முதற்பதிப்பு: 1993.

ரகுநாதன், தொ.மு.சி., *புதுமைப்பித்தன் வரலாறு,* வ.உ.சி. நூலகம், சென்னை, முதற்பதிப்பு: 2007.

ராமையா, பி.எஸ்., *மணிக்கொடி காலம்,* மெய்யப்பன் பதிப்பகம், சிதம்பரம், மூன்றாம் பதிப்பு: 2011.

வ.ரா., *மகாகவி பாரதியார்,* பழனியப்பா பிரதர்ஸ், சென்னை, பதினொன்றாம் பதிப்பு: 1990.

வ.ரா., *வ.ரா. வாசகம்,* வாசகர் வட்டம், சென்னை, 1968.

வாமனன் (தொ.ஆ.), *பாரதிதாசன் திரைப்பாடல்கள்,* மணிவாசகர் பதிப்பகம், சென்னை, முதற்பதிப்பு: 2000.

வேங்கடாசலபதி, ஆ.இரா., (ப.ஆ.), *புதுமைப்பித்தன்,* அன்னை இட்ட தீ, காலச்சுவடு பதிப்பகம், நாகர்கோவில், முதற்பதிப்பு: 1998.

வேங்கடாசலபதி, ஆ.இரா., (ப.ஆ.), *புதுமைப்பித்தன் கட்டுரைகள்,* காலச்சுவடு பதிப்பகம், நாகர்கோவில், முதற்பதிப்பு: 2002.

வேங்கடாசலபதி, ஆ.இரா., (ப.ஆ.), *புதுமைப்பித்தன் கதைகள்,* காலச்சுவடு பதிப்பகம், நாகர்கோவில், ஆறாம் பதிப்பு: 2009.

ஜயதேவ் சீனிவாசன் (தொ.ஆ.), *மணிக்கொடி சீனிவாசன் எழுத்துக்கள்,* கணையாழி படைப்பகம், சென்னை, முதற்பதிப்பு: 2003.

Kamil Zvelebil, *The Smile of Murugan: On Tamil literature of South India,* Leiden E.J.Brill, 1973.

இதழ்கள்

இலக்கிய வட்டம், 11–9–1964.

உயிர்மை, ஜூன், 2008.

எழுத்து, மே 1963, மே 1964, ஜூன் – ஜூலை 1964, பிப்ரவரி 1965, ஆகஸ்டு 1965, ஜூலை 1965.

சூறாவளி, 23–04–1939

தீபம், 1965 டிசம்பர், 1966 ஜனவரி.

தீராநதி, ஏப்ரல், 2010.

மணிக்கொடி, 1933–1938

முல்லை, ஜனவரி 1946, மார்ச் 1946, டிசம்பர் 1946

வானொலி, 22–09–1946

ஸ்ரீ சுப்ரமண்ய பாரதி கவிதாமண்டலம், 1935, சித்திரை.

மலர்

தினமணி பாரதி மலர், 1935.

தினமணி வருஷ மலர், 1936.

பி.எஸ். ராமையா மணிமலர், சென்னை, மே 26, 1965

மணிக்கொடி பொன்விழா மலர், முனைவன் – 12, கும்பகோணம், 1985.

வ.ரா. மணிமலர், அக்டோபர் 31, 1948

ஹநுமான் ஆண்டு மலர், 1938

இணையம்

http://www.annavinpadaippugal.info/katturaigal/naan_magizhchi_adaigiraen.htm

~ ~

3